Tủ Sách Bảo Anh Lạc 111

PHẬT GIÁO NGA THẾ KỶ XXI
Cánh Cửa Tâm Linh

Thích Nữ Giới Hương

Nhà Xuất bản
HƯƠNG SEN

HUONG SEN BUDDHIST TEMPLE
19865 Seaton Avenue, Perris, CA 92570, USA
Tel: 951-657-7272, Cell: 951-616-8620
Email: huongsentemple@gmail.com
thichnugioihuong@yahoo.com
Fanpage: Huong Sen
Web: www.huongsentemple.com

Phật giáo Nga trong thế kỷ XXI – Cánh cửa tâm linh
Tác giả: Thích Nữ Giới Hương
Ấn bản đầu tiên
Trừ khi có ghi chú khác, tất cả các hình ảnh thuộc về tác giả.
Dàn trang: Vũ Đình Trọng

MỤC LỤC

LỜI ĐẦU

Trong những ngày còn là sinh viên tại Trường Đại học Khoa học Xã hội và Nhân văn Thành phố Hồ Chí Minh (giai đoạn 1990-1994), tôi đã chọn đề tài Văn học Nga cho bài luận văn của mình. Ngay từ thời điểm đó, tôi đã vô cùng ấn tượng với thế giới nghệ thuật, cùng những công trình kiến trúc kỳ vĩ, tráng lệ và đẹp đến nao lòng của nước Nga. Đó là Thánh đường mái vòm cổ tích Saint Basil, Bảo tàng Hermitage, Cung điện Mùa hè, Cung điện Mùa đông, Nhà thờ Chúa Kitô Đấng Cứu Thế, hay Nhà thờ Saint Isaac cổ kính, hùng vĩ, nổi bật giữa sắc vàng rực của rừng bạch dương bên dòng sông xanh chảy êm đềm – một xứ sở rất Nga- Âu, Nga-Á lãng mạn và tuyệt mỹ.

Nước Nga là quốc gia có diện tích lớn nhất thế giới (17.098.246 km^2), trải dài trên cả hai lục địa Á và Âu,[1] giáp biên giới với mười bảy quốc gia láng giềng trên đất liền (Na Uy, Phần Lan, Estonia, Latvia, Litva và Ba Lan, Belarus, Ukraina, Gruzia, Azerbaijan, Kazakhstan, Trung Quốc, Mông Cổ và Cộng hòa Dân chủ Nhân dân Triều Tiên). Nước này cũng có biên giới biển với Nhật Bản (qua Biển Okhotsk) và Hoa Kỳ (qua eo biển Bering).[2]

---

1 Vị trí địa lý: Nằm ở phía Bắc lục địa Á - Âu; phía Đông tiếp giáp Bắc Thái Bình Dương; phía Tây tiếp giáp với Đông và Bắc Âu; phía Bắc tiếp giáp với Bắc Băng Dương; phía Nam tiếp giáp với các nước Cáp-ca-dơ, Trung Á và Đông Bắc Á.

2 Mười bảy nước láng giềng: Nga có 17 quốc gia láng giềng, bao gồm 14 nước có chung đường biên giới trên đất liền và 3 nước giáp biển. Các quốc gia láng giềng trên đất liền là Na Uy, Phần Lan, Estonia, Latvia, Litva, Ba Lan (qua Kaliningrad Oblast), Belarus, Ukraine, Georgia, Azerbaijan, Kazakhstan, Mông

Sở hữu lãnh thổ rộng lớn và phong phú, cùng với những nhân tài kiến trúc sáng tạo, nước Nga đã được UNESCO công nhận 32 Di sản Thế giới, bao gồm 21 di sản văn hóa và 11 di sản tự nhiên. Trong số đó, có khoảng một nửa là những công trình kiến trúc độc đáo như Điện Kremlin, Quảng trường Đỏ (Moskva), Lăng Lênin, Quần thể Tu viện Novodevichy, Cung điện Peterhof (Saint Petersburg), Nhà thờ Kazan, Cung điện Catherine...

Ngoài ra, nước Nga còn có các thành phố khảo cổ lịch sử và các công trình kiến trúc Phật giáo uy nghi, cổ kính như Chùa Gunzechoinei Datsan (Saint Petersburg), Ivolginsky Datsan (Buryatia), Atsagatsky Datsan (Buryatia), Tubten Shedrub Ling Datsan (Tuva), Ustuu-Khuree Datsan (Tuva), Burkhan Bakshin Altan Sume Datsan (Kalmykia), Sakusn-Syume Datsan (Kalmykia), v.v... Thật sự đây là một điểm đến độc đáo trên thế giới mà nhiều người con Phật thầm ước mơ được đặt chân đến một lần để trải nghiệm, thăm viếng và chiêm bái.

Hơn 30 năm sau, kể từ khi tốt nghiệp Cử nhân Khoa Văn, vào mùa thu năm 2025, tôi mới hội đủ nhân duyên để chính thức thực hiện hai chuyến hành hương về xứ sở bạch dương, tự mình khám phá các di tích văn hóa với những công trình kỳ vĩ và những tác phẩm nghệ thuật kiến trúc Phật giáo độc đáo của nước Nga.

Đợt đầu tiên kéo dài 15 ngày (từ ngày 10 đến 24 tháng 8 năm 2025) nhằm thăm các chùa Phật giáo tại thủ đô Moskva và cố đô Saint Petersburg – hai trung tâm văn hóa, lịch sử quan trọng của thế giới, với nhiều danh hiệu Di sản UNESCO.

Đợt thứ hai kéo dài một tháng (từ ngày 12 tháng 9 đến ngày 10 tháng 10 năm 2025) để chiêm bái ba quốc gia cộng hòa tự trị Phật giáo (the Buddhist Republics) là Buryatia, Tuva và Kalmykia, cũng như tham dự hội nghị Phật giáo Quốc tế kéo dài 3 ngày (từ ngày 24 đến 28 tháng 9 năm 2025) tại Elista, Kalmykia.

Chỉ trong vòng sáu tuần, chúng tôi đã thăm viếng được rất nhiều chùa tại các Cộng hòa Tự trị Buryatia, Tuva, Kalmykia,

Cổ, Trung Quốc và Bắc Triều Tiên. Ba nước còn lại giáp biển là Nhật Bản và Hoa Kỳ.

thủ đô Moskva và thành phố Saint Petersburg, nhằm mục đích hoàn thiện cuốn sách **"PHẬT GIÁO NGA THẾ KỶ XXI – CÁNH CỬA TÂM LINH"** và sách được dịch ra tiếng Anh, Nga và phiên âm tiếng Nga: "Russian Buddhism in the 21st Century, – the Door of Spirituality," "Русский буддизм в XXI веке – дверь в духовность," and "Russkiy Buddizm V Xxi Veke – Dver' V Dukhovnost.'"

Tác phẩm này nhằm giới thiệu hình ảnh những ngôi chùa Phật giáo hiện nay cùng các sinh hoạt của Chư Tăng Ni, Phật tử từ nhiều truyền thống khác nhau trên lãnh thổ Liên bang Nga mà chúng tôi đã may mắn đặt chân đến và cùng hòa mình vào đời sống tu học trong thời gian qua.

Sáu tuần có lẽ là khoảng thời gian không quá dài, cũng không quá ngắn, khó có thể nói lên được nhiều điều về một nước Nga rộng lớn, bao la với 83 chủ thể liên bang (tỉnh/thành tự trị)[3], nơi vẫn còn nhiều ngôi chùa ở các vùng khác mà chúng tôi chưa có dịp đặt chân đến. Tuy nhiên, với lòng nhiệt thành và không ngại kiến thức còn hạn hẹp, tác giả mạnh dạn chia sẻ nhanh những ghi nhận của mình về Phật giáo Liên bang Nga. Chắc chắn cuốn sách sẽ có nhiều thiếu sót, rất mong được Chư tôn thiền đức Tăng Ni và các bậc thức giả hoan hỉ chỉ bảo để lần tái bản sau được hoàn chỉnh hơn. Chúng tôi vô cùng trân trọng mọi ý kiến đóng góp.

Cuốn sách này sẽ không thể thành tựu nếu không có sự giúp đỡ tận tình của Ni sư trụ trì TN Tuệ Đàm Hương và Quý Phật tử Chùa Thảo Đường tại thủ đô Moskva. Ni sư Tuệ Đàm Hương đã mời tác giả về hoằng pháp tại chùa, thu xếp chu đáo chỗ ăn ở, và tổ chức khóa tu Bát Quan Trai, buổi pháp thoại để tác giả có dịp chia sẻ Phật pháp, hướng dẫn tu học với các Phật tử đồng hương người Việt thường trú tại đây. Sư cô Nhuận Phương, các Phật tử Nhuận Thư, Nhuận Hạnh, Thanh Loan... đã làm thị giả,

3 Theo Hiến pháp năm 1993, Nga là Nhà nước Pháp quyền Dân chủ liên bang, gồm 83 chủ thể (nước cộng hòa, tỉnh, tỉnh tự trị… https://tulieuvankien.dangcongsan.vn/ho-so-su-kien-nhan-chung/cac-nuoc-vung-lanh-tho/chau-au/lien-bang-nga-russian-federation-147.

lo lắng các bữa ăn và đưa đón tại sân bay trong suốt thời gian chúng tôi lưu trú tại chùa. Đặc biệt, Phật tử Lan Hương đã thu xếp thời gian bận rộn để giúp đưa tác giả đi thăm các chùa ở thủ đô Moskva, tạo duyên cho tác giả cúng dường tịnh tài, tặng sách tiếng Anh do Chùa Hương Sen biên soạn và phỏng vấn các Lạt-ma Thượng thủ và Trụ trì để thu thập thông tin về sinh hoạt của các chùa. Chúng tôi cũng xin chân thành cám ơn Phật tử Ninh Hải đã sắp xếp công việc công sở, việc gia đình chồng con và phát tâm đồng hành cùng tác giả từ ngày 14/9 đến 23/9 để thăm viếng các chùa ở Baikal, Ulan Ude (Buryatia) và Tuva, đồng thời giúp thông dịch tiếng Nga sang tiếng Việt trong các buổi phỏng vấn các Lạt-ma, v.v...

Tác giả cũng vô cùng tri ân Đức Ngài Phó Tăng Thống Phật giáo Truyền thống Nga Did Khambo Lama Sodnomdorzhiev Dashinima Vladimirovich, với lời giới thiệu vô giá của Ngài cho cuốn sách này và những thông tin kết nối mà Ngài đã cung cấp, để tác giả có thể liên lạc với các Lạt-ma ở Buryatia, Tuva và Kalmykia. Đặc biệt, nhờ sự giúp đỡ của Ngài, tác giả đã có thể tham dự hội nghị tại Elista, Kalmykia và được diện kiến, đảnh lễ, cúng dường Đức Damba Badmaevich Ayusheev (*Tăng Thống của Giáo hội Phật giáo Truyền thống toàn Liên bang Nga*) tại tu viện Ivolginsky Datsan (Buryatia), Đức Natsyk Dorju (Sergek Olegovich Saryglar) (*Lạt ma Thượng thủ lãnh đạo tối cao nước cộng hòa tự trị Tuva*) trụ trì Tu viện Tubten Shedrub Ling Datsan (Tuva), và Đức Geshe Tezin Choidak (*Lạt ma Thượng thủ lãnh đạo tối cao nước cộng hòa tự trị Kalmykia*), trụ trì tu viện Burkhan Bakshin Altan Sume Datsan (Kalmykia)...

Cũng như nếu không có sự gợi ý về hội nghị Elista và ba nước Phật giáo cộng hòa tự trị của Ngài Did Khambo Lama Phó Tăng thống thì chuyến hành hương nước Nga lần thứ hai sẽ không thể thực hiện được và theo đó, cuốn sách này cũng sẽ không hiện hữu. Ngài quả thật là một nhà ngoại giao Phật giáo quốc tế đầy đạo tâm, tài giỏi, nhanh nhẹn và đã giúp đỡ nhiều Phật sự cho nhiều chùa, nhiều Tăng Ni Phật tử, trong đó có tác giả – một Sư cô Việt Nam nhỏ bé.

Chúng tôi cũng vô cùng cám ơn cô Pamela Kirty đã chỉnh sửa phần chuyển dịch tác phẩm này sang tiếng Anh; cô Lan Hương và Ninh Hải đã chuyển dịch tác phẩm này sang tiếng Nga và phiên âm tiếng Nga; trí tuệ nhân tạo "Thời đại AI", đạo hữu Vũ Đình Trọng đã hỗ trợ chỉnh sửa câu cú tiếng Việt, trang trí, thiết kế, in ấn và phổ biến tác phẩm này.

Cũng xin thành kính tri ân các Lạt-ma trụ trì chùa tháp, các viện trưởng tu viện, giới lãnh đạo các cơ sở giáo dục, các giáo sư, biên tập viên, nhà văn, nhà báo vì đã cung cấp những nguồn thông tin và hình ảnh quý giá được sử dụng trong cuốn sách này.

Chúng tôi cũng tri ân nhiều nguồn trực tuyến khác nhau, bao gồm trí tuệ nhân tạo 'thời đại AI' (*giúp cho thông tin và sửa các lỗi chính tả*), máy thông dịch tiếng Anh-Nga-Việt của Google translate, các trang web internet, Google, Wikimedia, Fanpage, TikTok, YouTube, blogs và nhiều nguồn khác, đã cung cấp những hình ảnh liên quan và thông tin trực tuyến online hữu ích, có giá trị cho cuốn sách này.

Danh sách những ân nhân đã biết hay chưa biết rất dài. Chúng tôi chân thành tri ân tất cả Chư tôn Thiền đức Tăng Ni, Phật tử, các cơ quan và hiệp hội đã hỗ trợ và hướng dẫn chúng tôi xuất bản tác phẩm này. Nỗ lực và lòng tốt của quý vị đã giúp cuốn sách hiện hữu tốt đẹp và tiếp cận được với nhiều đối tượng độc giả hơn.

Tác phẩm này nhằm giới thiệu rằng, bên cạnh Chính thống giáo, Phật giáo đã đồng hành và gắn bó chặt chẽ với văn hóa và bản sắc dân tộc Nga. Nhiều nền móng của các di tích chùa cổ xưa đã được trùng tu và xây dựng thành các Trung tâm Phật giáo trang nghiêm, nơi hàng năm tổ chức nhiều sự kiện Hội thảo Phật giáo Quốc tế, và là nơi có hàng trăm tăng sĩ trong và ngoài nước Nga đang tu học. Chẳng những ở ba nước Cộng hòa Tự trị Phật giáo là Buryatia, Tuva, Kalmykia, mà còn ở Saint Petersburg, Moskva, vùng ngoài Baikal, Irkutska, và nơi khác, Phật giáo đang khởi sắc, hiện hữu và phát triển để đáp ứng nhu cầu tín ngưỡng, tâm linh và tu tập đạo đức cho người dân Liên bang Nga, như Tổng thống V. V. Putin[4] đã phát biểu:

"Phật giáo, truyền thống văn hóa của nó đã có ảnh hưởng lớn đến sự hình thành nước Nga (...) đóng vai trò độc đáo trong việc hình thành một quốc gia thống nhất, trở thành kim chỉ nam về đạo đức và tinh thần cho hàng trăm ngàn người." (Buddhism, its culture and traditions, have had a profound influence on the development of Russia... played a truly unique role in the formation of a unified, cohesive nation, and have become a lofty spiritual and moral compass for hundreds of thousands of people).[5]

Đây là một nguồn tài liệu nghiên cứu cần thiết cho độc giả cả xuất gia và tại gia trong nhiều lĩnh vực, kể cả học thuật và tu tập hành trì. Nga là một trong những quốc gia phương Tây có nền văn hóa và tôn giáo truyền thống Á-Âu được toàn thể nhân loại ngưỡng mộ và tự hào. Nền văn hóa và tôn giáo Nga, trải qua nhiều thế kỷ, đến nay vẫn còn giữ nguyên những nét đặc sắc.

Mong rằng tác phẩm này **"PHẬT GIÁO NGA THẾ KỶ XXI – CÁNH CỬA TÂM LINH"** sẽ truyền cảm hứng cho cộng đồng toàn cầu trên con đường hướng thiện, lợi mình và lợi người như Đức Phật Bổn sư Thích Ca Mâu Ni và Chư tổ Lạt-ma đã để lại cho chúng ta.

Rất mong thay!

Đầu xuân 2026 tại Thất Bà-điểm, Việt Nam,

Kính bút,

Thích Nữ Giới Hương

---

4 Trang đầu của Forum hội thảo: The 3rd International Buddhist Forum in Elista.
Kalmykia
https://buddha.forum/en/home
https://buddha.forum/home#forum-hero

5 Vladimir Putin, "Greetings to Participants of the International Buddhist Forum," *TASS*, August 21, 2023, https://tass.ru/obschestvo/18527231

Photo từ phải: Đức phó Tăng thống Phật giáo Liên bang Nga Did Khambo Lama Sodnomdorzhiev Dashinima Vladimirovich, Tác giả TN Giới Hương, Sư cô Huệ Thủy và Thông dịch viên Lan Hương tại văn phòng của Đức Phó Tăng Thống, Moscow, ngày 06/10/2025.

Chương 1

ĐẤT NƯỚC, VĂN HÓA VÀ TÔN GIÁO NƯỚC NGA

1. Liên bang Nga
2. Lịch sử nước Nga từ thế kỷ IX_XXI
3. Nền văn hóa lâu đời của nước Nga
4. Tôn Giáo tín ngưỡng Liên bang Nga

***

1. Liên Bang Nga

Nước Nga nằm ở phía Bắc lục địa Á – Âu. Ở phía đông, Nga tiếp giáp Bắc Thái Bình Dương, phía Tây tiếp giáp với Đông và Bắc Âu, phía Bắc tiếp giáp với Bắc Băng Dương lạnh giá và phía Nam tiếp giáp với các nước Cáp-ca-dơ, Trung Á và Đông Bắc Á với nhiều núi đồi và tài nguyên thiên nhiên.

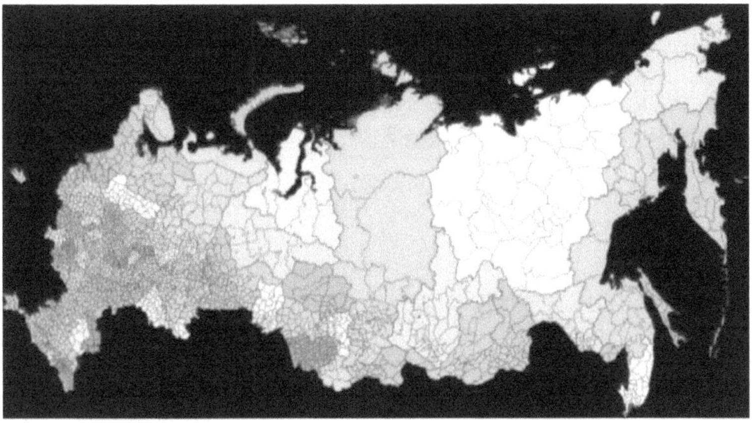

Ảnh: Bản đồ Liên bang Nga trên trái đất.[6]

Liên bang Nga (Russian Federation) là một đại quốc gia , đại gia đình với 85 chủ thể (nước cộng hòa, tỉnh, tỉnh tự trị…)[7] và 185 sắc tộc[8] (người Nga Đông Slav, Tatar, Sami, Bashkir,

6 "Russia location map.svg" by Milenioscuro, licensed under CC BY-SA 3.0, via Wikimedia Commons.

7 Liên bang Nga (Russian Federation) gồm 85 chủ thể liên bang (sau khi sáp nhập Krym vào năm 2014), bao gồm 22 nước cộng hòa, 9 vùng, 46 tỉnh, 3 thành phố liên bang, 1 tỉnh tự trị và 4 khu tự trị.
Trí tuệ nhân tạo "Thời đại AI": Lịch sử nước Nga.
https://tulieuvankien.dangcongsan.vn/ho-so-su-kien-nhan-chung/cac-nuoc-vung-lanh-tho/chau-au/lien-bang-nga-russian-federation-147
Milenioscuro, Russia location map.svg, Wikimedia Commons, licensed under CC BY-SA 3.0, https://commons.wikimedia.org/wiki/File:Russia_location_map.svg
The Russian Federation consists of eighty-five federal subjects (after the annexation of Crimea in 2014), including twenty-two republics, nine regions, forty-six provinces, three federal cities, one autonomous oblast (Jewish autonomous oblast region or area), and 4 autonomous okrugs (districts).

8 Liên bang Nga (Russian Federation)," Tư liệu văn kiện Đảng Cộng sản Việt Nam, Communist Party of Vietnam, January 19, 2022, https://tulieuvankien.dangcongsan.vn/ho-so-su-kien-nhan-chung/cac-nuoc-vung-lanh-tho/chau-au/lien-bang-nga-russian-federation-147
Nga là một quốc gia đa sắc tộc với 185 dân tộc; dân số của các dân tộc khác nhau rất lớn, từ hàng triệu người (người Nga, người Tatar) đến dưới 10.000 (người Sami). Thành phần các dân tộc của Nga rất đa dạng. Người dân tộc Nga

Chuvash, Chechen...). Theo số liệu mới nhất từ Liên Hợp Quốc,[9] dân số hiện tại của Nga (vào ngày 10/11/2025) là 143.877.919 người, sinh sống trên tổng diện tích đất của Nga (6,323,142 square miles), một vùng đất lớn nhất trên thế giới.

Quốc kỳ Liên bang Nga (Flag of Russian Federation)

Dân số Nga hiện chiếm 1,74% dân số thế giới. Khoảng 77% dân số sống ở khu vực lãnh thổ châu Âu của Nga, trong khi 23% sống ở khu vực lãnh thổ châu Á. Vì là một lãnh thổ rộng lớn có cả phong cách văn hóa của Châu Á và Châu Âu, và với 185 sắc tộc cùng trú trên vùng đất rộng lớn đó, nên Liên bang Nga như một đại gia đình, có nhiều chủ thể riêng biệt, với nhiều nét văn hóa, phong tục, tập quán đa dạng và phong phú.

---

chiếm tỷ lệ 81,53% tổng dân số, Tatar 3,76%, Ukraina 2,97%, Chuvash 1,21%, Bashkir 0,92%, Belarus 0,82%, Moldova 0,73%, Chechnya 0,61%, Đức 0,57% và các dân tộc khác. Trong 85 chủ thể tạo thành Liên bang Nga, có 21 vùng dân tộc thiểu số, 5 khu tự trị và 1 vùng tự trị (chủ yếu là dân tộc thiểu số). Nguyễn Đức Kha, Kinh nghiệm của Liên bang Nga trong ứng phó với các thách thức an ninh phi truyền thống vùng dân tộc thiểu số.
https://www.tapchicongsan.org.vn/web/guest/the-gioi-van-de-su-kien/-/2018/819649/kinh-nghiem-cua-lien-bang-nga-trong-ung-pho--voi-cac-thach-thuc-an-ninh-phi-truyen-thong-vung-dan-toc-thieu-so.aspx

9 Theo số liệu mới nhất từ Liên Hợp Quốc, tính vào ngày 10/11/2025 thì dân số hiện tại của Nga là 143.877.919.
https://danso.org/nga/

Quốc huy nước Nga với hình ảnh đại bàng hai đầu và Thánh George trên tấm khiên.

Quốc huy của nước Nga là đại bàng hai đầu Byzantine, kết hợp với hình ảnh Thánh George thành Moskva trên phù hiệu áo giáp. Những biểu tượng này có nguồn gốc từ Đại công quốc Moskva. Quốc kỳ Nga xuất hiện ở cuối thời Sa quốc Nga, và trở nên quen thuộc vào thời Đế quốc Nga. Quốc ca hiện tại của Nga dùng phần nhạc của quốc ca Liên Xô nhưng thay lời mới (nhiều người Nga lớn tuổi không thuộc lời mới và chỉ hát lời cũ). Biểu tượng Búa liềm và quốc huy Xô viết vẫn thường nhìn thấy ở các thành phố Nga, trên các phần trang trí kiến trúc cũ. Ngôi sao đỏ của Liên Xô cũng dễ bắt gặp, thường trên trang thiết bị quân đội, đài tưởng niệm chiến tranh hoặc trên Quảng trường Đỏ. Cờ đỏ Liên Xô vẫn được tôn trọng, đặc biệt là Lá cờ chiến thắng năm 1945.

Ni trưởng TN Giới Hương tưởng niệm những người đã ngã xuống trong Trận chiến Stalingrad trong Thế chiến II Đài Mamayev Kurgan và tượng "Mẹ Tổ quốc Kêu gọi" (cao 85 mét) Volgograd, Nga, ngày 28/09/2025

Nước Nga châu Âu xem nước Nga là một bộ phận của châu Âu, Văn minh Nga là một bộ phận của văn minh châu Âu, được coi là văn minh Cơ đốc giáo (gồm Ca tô La Mã, Tin Lành và Chính Thống giáo Nga).[10] Văn hóa nước Nga Âu – Á là có lãnh

10 Chính sách "tôn giáo truyền thống" Nga và những kinh nghiệm có thể tham khảo. https://giacngo.vn/chinh-sach-ton-giao-truyen-thong-nga-va-nhung-kinh-

thổ trải dài trên hai lục địa, là cầu nối địa lý và văn hóa giữa Châu Âu và Châu Á, tọa lạc phía đông của dãy núi Ural, bao gồm cả vùng Siberia rộng lớn lạnh giá, được xem như có văn hóa Đông Phương ảnh hưởng Phật giáo, Hồi giáo, Do Thái giáo...

Dòng sông Moscow tạo nên khung cảnh đẹp, làm nổi bật vẻ đẹp uy nghi cổ kính các công trình kiến trúc hai bên bờ, chụp ngày 11/08/2025

---

nghiem-co-the-tham-khao-post14928.html

Quảng trường Đỏ – mang màu đỏ đặc trưng, tự hào ghi tên vào danh sách của UNESCO và là địa điểm được chọn diễu binh hằng năm, chụp ngày 12/08/2025

Về địa hình, Nga có sông Volga (3,690km) dài nhất châu Âu và nhiều nhánh sông nhỏ khác của Volga. Oymyakon của Nga là khu vực lạnh nhất hành tinh có người sinh sống. Dòng sông Enisei chia Liên bang Nga thành hai phần: phía tây là các đồng bằng Đông Âu (cao và màu mỡ) và đồng bằng Tây Siberia (nhiều đầm lầy, dầu mỏ, khí đốt), trong khi phía đông là núi và cao nguyên, nổi tiếng với trữ lượng tài nguyên thiên nhiên và khoáng sản phong phú.

2. Lịch sử nước Nga từ thế kỷ IX đến nay

Lịch sử nước Nga từ thế kỷ IX đến XXI là một hành trình dài với nhiều biến động, bắt đầu từ các bộ lạc Slav sơ khai, sự hình thành công quốc Kiev, sự cai trị của Đế chế Mông Cổ, sự trỗi dậy của Đại công quốc Moscow, sự thành lập Đế quốc Nga dưới thời các Sa hoàng, cuộc cách mạng năm 1917, sự ra đời của Liên bang Xô Viết và quá trình tan rã của nó vào năm 1991 để thành lập Liên bang Nga ngày nay.

2.a.Thế Kỷ IX - XVI: Từ Công Quốc Kiev đến Đại Công Quốc Moscow

Thế kỷ IX: Các bộ lạc Slav bắt đầu hình thành các nhà nước sơ khai. Công quốc Kiev được thành lập, trở thành trung tâm của khu vực Đông Slav.

Thế kỷ XIII - XV: Nga bị đế chế Mông Cổ chinh phục và thống trị dưới thời Hãn quốc Kim Trướng.

Thế kỷ XV - XVI: Đại công quốc Moscow dần mạnh lên, thu hút các lãnh thổ xung quanh và thoát khỏi sự cai trị của Mông Cổ.

2.b.Thế Kỷ XVII - XIX: Đế Quốc Nga

Thế kỷ XVII: Nhà Romanov lên ngôi, mở ra triều đại kéo dài đến thế kỷ XX.

Thế kỷ XVIII: Peter Đại đế mở rộng lãnh thổ và hiện đại hóa nước Nga, biến nó thành một đế quốc hùng mạnh.

Thế kỷ XIX: Nga mở rộng đáng kể về lãnh thổ, nhưng cũng đối mặt với các cuộc chiến và đấu tranh nội bộ.

2.c. Thế kỷ XX: Cách Mạng Nga và Liên Xô

1917: Cách mạng Tháng Hai lật đổ chế độ Sa hoàng. Cách mạng Tháng Mười đưa những người Bolshevik lên nắm quyền.

1922: Liên bang Cộng hòa Xã hội Chủ nghĩa Xô viết (Liên Xô) được thành lập, bao gồm Nga và nhiều nước cộng hòa khác.

1941-1945: Liên Xô đóng vai trò quan trọng trong việc đánh bại Đức Quốc xã trong Thế chiến II.

1991: Liên Xô (Cộng Hòa Xã Hội Chủ Nghĩa Xô-Viết)[11] tan rã, thành 15 quốc gia độc lập, Liên bang Nga được thành lập và kế thừa Liên Xô.

Công viên chiến thắng –tôn vinh chiến thắng
của Liên Xô trong các cuộc chiến tranh bảo vệ tổ quốc,
chụp ngày 11/08/2025

2.d.Thế kỷ XXI: Liên Bang Nga

Năm 2014: Nga sáp nhập Crimea và Sevastopol.

Ngày 12/6/1990, Nga tuyên bố chủ quyền (ngày quốc khánh); ngày 8/12/1991, Liên Xô chính thức bị tuyên bố giải thể; Liên bang Nga được công nhận là quốc gia kế tục Liên Xô.

---

11 "Cộng hòa Xã hội chủ nghĩa Xô viết" là tên gọi đầy đủ của Liên Xô, một liên bang do Đảng Cộng sản thành lập và tồn tại từ năm 1922 đến năm 1991. Sau khi Liên Xô tan rã, 15 nước cộng hòa thành viên đã tách ra và trở thành các quốc gia độc lập, ví dụ như Nga, Ukraine, Kazakhstan, v.v
Từ đó và cho đến hiện giờ chỉ còn bốn nước theo Cộng Hòa Xã Hội Chủ Nghĩa là Việt Nam, Cuba, Triều Tiên và Trung Quốc.

Tổ chức Nhà nước: Theo Hiến pháp năm 1993,[12] Nga là Nhà nước Pháp quyền Dân chủ liên bang, gồm 85 chủ thể liên bang (sau khi sáp nhập Krym vào năm 2014), bao gồm 22 nước cộng hòa, 9 vùng, 46 tỉnh, 3 thành phố liên bang, 1 tỉnh tự trị và 4 khu tự trị.

Tổ chức nhà nước Nga là một liên bang bao gồm nhiều chủ thể hành chính có quyền bình đẳng trong liên bang, nhưng mức độ tự trị khác nhau. Bộ máy nhà nước bao gồm ba nhánh quyền lực: lập pháp (*Quốc hội Liên bang lưỡng viện: Thượng viện - Hội đồng Liên bang và Hạ viện - Duma Quốc gia),* hành pháp *(Chính phủ)* và tư pháp *(hệ thống tòa án).* Tổng thống là người đứng đầu nhà nước, được bầu trực tiếp và có quyền hạn lớn. Vladimir Vladimirovich Putin là tổng thống Nga hiện nay.

Tổng thống Nga V.Pu-tin trong một lần phát biểu tại Điện Kremli. (REUTERS/TTXVN)

Giai đoạn 1999 - 2004, kinh tế Nga ở trong giai đoạn phát triển, GDP tăng trưởng trung bình 6,8%/năm, các ngành dịch vụ

12 Liên bang Nga (Russian Federation). https://tulieuvankien.dangcongsan.vn/ho-so-su-kien-nhan-chung/cac-nuoc-vung-lanh-tho/chau-au/lien-bang-nga-russian-federation-147

và công nghiệp cũng tăng trưởng mạnh. Năm 2004, GDP của Nga đạt 1.500 tỷ USD, làm cho Nga trở thành nền kinh tế lớn thứ 11 trên thế giới và thứ 5 ở Châu Âu.

Từ năm 2025, nhờ mở rộng công nghệ vũ trụ, điện hạt nhân, du lịch, dầu mỏ, khí đốt, và các khoáng sản khác... GDP của Nga đạt 2.337,74 tỷ USD (*theo số liệu của Ngân hàng Trung ương Nga và Ngân hàng Thế giới*), và theo dự báo của IMF, kinh tế Nga sẽ đứng thứ 4 thế giới vào năm 2025 khi vượt qua Nhật Bản về sức mua tương đương (PPP).

Hiện tại, Nga là một trong những cường quốc hạt nhân và đóng vai trò quan trọng trên trường quốc tế.

3. Nền văn hóa lâu đời của nước Nga

Văn hóa Nga bắt đầu với các bộ lạc Slav bản địa và chịu ảnh hưởng từ nhiều nền văn hóa, đặc biệt là văn hóa Byzantine trong thời kỳ Kievan Rus' (thế kỷ X-XII). Quá trình phát triển của văn hóa Nga có thể được chia thành năm giai đoạn chính:

Văn hóa Rus cổ đại (thế kỷ X-XII): Đây là giai đoạn ban đầu, chủ yếu chịu ảnh hưởng của văn hóa Byzantine chính thống phương Đông.

Thời kỳ Muscovite (thế kỷ XIV-XVII): Sự xâm lược của người Mông Cổ đã làm phong phú thêm nền văn hóa Slavic và Byzantine.

Thời kỳ Đế chế Nga (từ thế kỷ XVII trở đi): Nga dần hướng về Tây Âu, dẫn đến sự thay đổi trong định hướng văn hóa.

Văn hóa Xô Viết: Hệ tư tưởng Cộng sản trở thành nhân tố chính định hình văn hóa Nga trong thế kỷ XX.

Văn hóa hiện đại: Giai đoạn này tiếp tục phát triển dựa trên nền tảng văn hóa Xô Viết và các ảnh hưởng từ quá khứ.

Đề cập đến văn hóa Nga là nói về nền nghệ thuật truyền thống lâu đời, nổi bật đặc biệt là công trình kiến trúc, hội họa, nghi lễ, kho tàng văn học, triết học, âm nhạc, phong tục, ẩm thực, tập quán lâu đời, được định hình bởi tính lịch sử phức tạp và địa lý Âu-Á rộng lớn của 185 sắc tộc đa dạng.

Cổng Khải Hoàn Mát-Xcơ-va uy nghi trên Quảng trường Chiến Thắng – nơi ghi dấu sự quả cảm của người Nga trong việc bảo vệ đất nước, chụp ngày 11/08/2025

Các đặc điểm chính của văn hóa Nga có thể được hiểu như sau:

3.1.Nghệ thuật và Văn học

3.1.a.Công trình kiến trúc:

Kiến trúc Nga nổi bật với các công trình lịch sử, tôn giáo và hiện đại, phản ánh ảnh hưởng đa dạng của văn hóa phương Đông và phương Tây hay nói cách khác là sự pha trộn giữa ảnh hưởng của Byzantine, châu Âu và phong cách riêng biệt của Nga. Một số công trình nổi tiếng nhất bao gồm Nhà thờ Thánh Basil ở Quảng trường Đỏ.với mái vòm củ hành nhiều màu độc đáo như lâu đài của công chúa trong truyện cổ tích, Điện Kremli và Cung điện Mùa Đông (Moskva) với kiến trúc hoàng gia lộng lẫy hoành tráng, Bảo tàng Hermitage (St. Petersburg), Cung điện Mùa Hè Peterhof (do Peter Đại đế xây), Nhà thờ Hồi giáo Kul-Sharif đẹp mắt (ở Kazan, thành phố thủ phủ của Cộng hòa Tatarstan), Đại học Tổng hợp Quốc gia Moskva (một trong những tòa nhà cao nhất ở Moskva và là một ví dụ điển hình của kiến trúc Stalinist)....

Cung điện Kremli, các nhà thờ Kremli, và phần tường thành Kremli với các tháp Kremli, chụp ngày 11/08/2025.

Điện Kremlin của Moskva là trung tâm địa lý và lịch sử của Moskva, nằm trên bờ trái sông Moskva, trên đồi Borovitskii, là một trong những phần cổ nhất của thành phố, là nơi làm việc của các cơ quan tối cao của chính quyền Nga và là một trong những kiến trúc lịch sử-nghệ thuật chính của quốc gia này. Là một tổ hợp pháo đài lịch sử nhìn ra Quảng trường Đỏ tại Moskva, nó bao gồm các cung điện Kremli, các nhà thờ Kremli, và phần tường thành Kremli với các tháp Kremli.

Nhà thờ Đấng cứu thế trên Máu (St. Peterburg) chụp ngày 15/08/2025 và Nhà thờ chính tòa Chúa Kitô Đấng Cứu Độ (Moscow) chụp ngày 11/08/2025 mang vẻ đẹp tráng lệ, thu hút ánh nhìn với phần mái vòm dát vàng, hiện là trụ sở của Toà Thượng phụ Chính thống Giáo Nga

Chùa Gunzechoinei Datsan (tại Saint Petersburg tức Leningrad cũ, xây năm 1908) chùa đầu tiên và xưa nhất ở nước Nga, chụp ngày 18/08/2025 và chùa Tubden Shedubling (Moscow, xây năm 2000), chụp ngày 18/08/2025

Kiến trúc Nga chịu ảnh hưởng mạnh mẽ từ tôn giáo và có sự giao thoa giữa truyền thống Chính thống giáo (qua các biểu tượng ikon) và các trào lưu nghệ thuật hiện đại. Kiến trúc nhà thờ mái vòm mới xuất hiện ở Nga vào thế kỉ 17.

Nhiều những kiệt tác kiến trúc và hội họa dưới lòng đất, mỗi nhà ga của hệ thống tàu điện ngầm khá đặc biệt của Moscow là những trang sử tái hiện lại lịch sử hào hùng của nước Nga, chụp ngày 13/08/2025

Tranh "Cuộc trấn áp cuộc nổi dậy của lực lượng cấm vệ Streltsy" (Vasily Surikov) và "Người đàn bà xa lạ" (Ivan Kramskoy)

Về phía kiến trúc Phật giáo, các hình tượng Phật, Bồ tát, tháp chuông, trần mái cong của nhà Chùa mái cong mang phong cách Tây Tạng và Mông Cổ cũng xuất hiện từ thế kỷ XVII cho đến nay như kiến trúc mài vòm cổ kính của Chùa Gunzechoinei Datsan (tại Saint Petersburg tức Leningrad cũ)**,** xây vào năm 1908 là ngôi chùa đầu tiên và xưa nhất ở nước Nga**),** chùa Tubden Shedubling (Moscow, xây năm 2000), tu viện Ivolginsky Datsan (Buryatia), Tubten Shedrub Ling Datsan (Tuva), Burkhan Bakshin Altan Sume **Datsan** (Kalmykia)...

3.1.b.Hội họa mỹ thuật: Hội họa Nga là một trường phái nghệ thuật đa dạng, nổi tiếng với các tác phẩm miêu tả lịch sử, văn hóa, con người và phong cảnh Nga.

Những bức tranh tiêu biểu của Nga thường có chủ đề lịch sử và chân dung, với những bức tranh nổi tiếng như "*Người đàn bà xa lạ*" (Ivan Kramskoy,1883, mô tả vẻ bí ẩn của người phụ nữ), "*Cô gái bên những trái đào*" (Valentin Serov, 1887, tác phẩm kinh điển khắc họa vẻ đẹp trong sáng của một cô gái trẻ), "*Trấn áp cuộc nổi dậy của lực lượng cấm vệ Streltsy*" (Vasily Surikov, 1881, lịch sử hoành tráng miêu tả một sự kiện quan trọng của Nga)... Các tuyệt tác mô tả tính cách con người và đất nước Nga này thường được treo nơi công cộng viện bảo tàng, nhà ga, khách sạn, nhà hàn, trên lịch, hộp bánh....Nhìn ngắm những bức tranh sống động này phần nào hình dung được tâm hồn và hoàn cảnh của người dân Nga như từ cuộc sống bước ra.

3.1.c.Văn học thơ ca: Văn học Nga đã trải qua một thời kỳ vàng son, rực rỡ, bắt đầu từ thế kỷ 19 với nhiều kiệt tác kinh điển thơ ca tiểu thuyết nổi tiếng thế giới như *Chiến tranh và Hòa bình* (Leo Tolstoy miêu tả xã hội Nga trong thời kỳ Chiến tranh Napoléon.), *Tội ác và trừng phạt* (Fyodor Dostoyevsky nói về tâm lý xã hội sâu sắc, khám phá các vấn đề về đạo đức và tâm lý con người.), *Anna Karenina* (**Leo Tolstoy nói về** bi kịch về tình yêu và sự phản bội, thường được xem là một trong những tiểu thuyết vĩ đại nhất mọi thời đại), *Sông Đông êm đềm* (Mikhail Sholokhov mô tả cuộc sống của người Cossack trong giai đoạn biến động của

Cách mạng tháng Mười Nga và Nội chiến, tác phẩm này đã mang về cho Sholokhov giải Nobel Văn học) và *Evgeny Onegin* (do Pushkin sáng tác bằng thơ. Tác phẩm tiểu thuyết này được coi là kiệt tác của thi ca Nga thế kỷ 19)...

Các tác phẩm kinh điển của các đại văn hào này đã đi sâu vào nội tâm con người, triết học và mô tả sâu sắc đời sống xã hội Nga. Nhiều tiểu thuyết, kịch... được dựng thành phim và được giảng dạy trong các giảng đường đại học tại Nga, Việt Nam và các nước khác. Hệ thống giáo dục của Nga cũng nổi tiếng, bởi lẽ Nga là chiếc nôi của hệ thống giáo dục Hàn lâm, nơi đào tạo nhiều nhân tài, chuyên gia tài giỏi trong nhiều lĩnh vực cho nước Nga và trên thế giới.

NT Giới Hương và cô Hạnh
trước tượng đại văn hào Pushkin và phu nhân,
chụp ngày 13/08/2025

3.1.d.Nghệ thuật sân khấu: Nga là cái nôi của nghệ thuật múa ballet, dàn opera, và nhạc cổ điển đẳng cấp thế giới với những nhà hát nổi tiếng như Bolshoi và Mariinsky. Đàn Balalaika cũng là một loại nhạc cụ truyền thống có hình tam giác, là biểu tượng văn hóa Nga. "Hồ Thiên Nga", "Cinderella", "Don Quixote"... là những tác phẩm ballet có sức sống, được yêu thích trên mọi sân khấu vũ kịch thế giới. Pyotr Ilyich Tchaikovsky, Sergei Rachmaninoff là những nhà soạn nhạc vĩ đại. Nước Nga cũng luôn là quốc gia có chất lượng đào tạo múa, hát nhạc kịch, opera và ballet chất lượng nhất trên thế giới nên thu hút rất nhiều sinh viên và nghệ sĩ trong và ngoài nước đến tham học.

Hội họa Nga, chụp ngày 14/08/2025

3.1.f.Ngôn ngữ: Có ba ngôn ngữ chính được sử dụng ở Liên bang Nga này là tiếng Nga, Tatar và Ukraina. Ngoài ra, còn có rất nhiều ngôn ngữ địa phương, thổ ngữ của từng vùng miền, ít nhất 27 ngôn ngữ khác đồng chính thức theo từng vùng trong các nước cộng hòa hợp thành. Du khách và sinh viên có thể sử dụng tiếng tiếng Anh.

3.2. Truyền thống và phong tục

3.2.a. Phong tục hiếu khách và tặng bánh mì muối Russian

Người Nga nhìn chung rất tốt bụng, rộng rãi và hiếu khách. Khi đến thăm nhà, khách thường được chào đón nồng hậu với nhiều thức uống và đồ ăn, đặc biệt món bánh mì muối Russian là chính. Chủ sẽ cầm một khay bánh thơm phức, nóng dòn với muối trắng ngay cửa đón khách. Khách hãy cúi xuống hôn lên chiếc bánh mì để đáp lại sự thân thiện của gia chủ. Đây là một nét văn hóa độc đáo tại Nga. Đối với xứ sở bạch dương này, bánh mì tượng trưng sư mong muốn sự giàu có và sung túc, muối là sức mạnh tình yêu, bảo vệ con người cứng cáp, vững chải.

Khay bánh mì Nga và muối

Hãy ăn một mẩu bánh để tỏ lòng cảm kích. Đây là nghi lễ mà người khách phải thực hiện xem như là cách chào hỏi để bắt đầu một mối quan hệ thân thiện mở ra. Văn hóa "Tặng bánh mì muối" là một phần không thể thiếu tại xứ sở bạch dương này.

3.2.b.Truyền thống ẩm thực

Ẩm thực thường dùng hàng ngày của dân Nga là soup củ

cải đỏ Borsch với thịt lợn, bánh hạnh phúc Pelmeni, bánh cuốn Leningrad, bánh mì đen, salad Nga, soup lạnh Okroshka, cháo Kasha, cá Hồi và trứng cá hồi, thịt nướng Shashlik, Bánh Pirozhki, bánh Blini, bánh kếp ăn kèm với mật ong hoặc trứng cá,...Trong các bữa tiệc hay đã khách là luôn có rượu vodka và bánh mì "karavai". Đối với các cư dân ở vùng lạnh như Sebiria thì thường dùng phô-mai hun khói, thịt ngựa, lừa, dê... và những món giúp dân núi no lâu và tăng năng lượng. Đối với du khách, cũng có nhiều siêu thị bán thức ăn nhanh, có nhà hàng Việt, Ấn độ, Trung Quốc... Ít thấy có nhà hàng chay, tức họ ít có phong tục ăn chay như đạo Phật Việt Nam, Hàn quốc, Đài Loan....

Thực đơn buổi trưa tại lều du mục Altai, ngày 01/10/2025

Cơm chay gồm có rau đậu, mì xào, Salad, phô mai và bánh chiên chấm mật ong tại Chùa Ni Zungun Darzhaling, Ulan-ude, chụp ngày 18/08/2025

3.2.c. Truyền thống gia đình: Gia đình là trung tâm trong văn hóa Nga, với mối quan hệ liên thế hệ chặt chẽ. Một đứa bé sinh ra đời, là tất cả người thân có trách nhiệm lo chung, mua quần áo tặng, nên cha mẹ ít khi đi mua sắm. Ông bà thường đóng vai trò quan trọng trong việc nuôi dạy đứa bé mới sinh và chăm sóc cho đến tuổi đi học sẽ được quay về ở với cha mẹ. Điều này trở thành truyền thống của người Nga. Gia đình có trách nhiệm rèn luyện cho các con cháu có tính tự lập. 18 đến 23 tuổi là con gái trưởng thành, nên đi lập gia đình, tự chăm lo gia đình riêng của mình.

Gia đình Nga tại Viện bảo tàng Kremlin Izmailovo,

ngày 13/08/2025 và bà cháu tại trại ngựa Altai, chụp ngày 02/10/2025

Bố thí và chúc nguyện cho chim bồ câu là một truyền thống Phật giáo về lòng từ bi, chụp ngày 20/08/2025 tại Mát-xcơ-va

3.2.d.Truyền thống Tôn giáo: Chính thống giáo Đông phương đóng vai trò quan trọng trong việc định hình các giá trị văn hóa và tinh thần Nga. Tùy theo tôn giáo mà có các ngày lễ chính thứ của họ như lễ Phục sinh và Giáng sinh Chính thống giáo, cũng có hình tượng ông già Noel có ít nhiều khác biệt với phương Tây. Lễ Phật đản, Tết, các ngày vía của Phật giáo... Tôn giáo và các nghi lễ cúng tụng là "di sản quốc gia phi vật thể" và ở Nga có bốn tôn giáo truyền thống được công nhận vào năm 1997 là Chính thống giáo, Phật giáo, Hồi giáo và Do Thái giáo. Dân Nga kính trọng người có đức tin khác. Mọi người ai cũng có quyền tự do tôn giáo hay không tôn giáo.

3.2.e. Các ngày lễ truyền thống dân tộc:

Ngày năm mới, 1 tháng 1.

Giáng sinh chính thống, ngày 7 tháng 1.

Lễ hội Maslenitsa, vào tháng 2 hoặc tháng 3, vào tuần trước của Mùa Chay (theo Lịch Julian) để tiễn mùa đông (kéo dài một tuần đánh dấu sự kết thúc mùa đông, nổi bật với các hoạt động ngoài trời và ăn bánh kếp (blini).

Ngày quốc tế phụ nữ, 8 tháng 3.

Ngày quốc tế lao động, 1 tháng 5.

Phục sinh chính thống, vào mùa xuân sau Mùa Chay (theo Lịch Julian).

Ngày Chiến thắng, ngày 9 tháng 5 (ngày kỷ niệm chiến thắng trước Đức Quốc xã trong cuộc Chiến tranh Vệ quốc vĩ đại. Một cuộc duyệt binh quân sự khổng lồ được tổ chức vào ngày này hàng năm trên Quảng trường Đỏ tại Moskva).

Ngày của bảng chữ cái và văn hóa Slavic, ngày 24 tháng 5.

Lễ Quốc khánh (12/6/1990 Ngày Liên Bang Nga Tuyên bố chủ quyền).

Ngày Ivan Kupala mùa hạ, ngày 7 tháng 7) từ thời pagan giáo đã có lễ này và dân thường đốt lửa trại và ca múa theo âm nhạc dân gian.

Ngày Hải quân, chủ nhật cuối cùng của tháng Bảy (lễ kỷ niệm lớn bao gồm diễu hành hải quân ở St Petersburg và Vladivostok).

Mùa thu Altai (sáng) và mùa đông Altai (chiều), Liên bang Nga chỉ trong một ngày 01/10/2025

Ngày đoàn kết toàn dân, ngày 4 tháng 11.

Ngày người bảo vệ Tổ quốc, ngày 23 tháng 2.

Lễ hội chăn cừu, lễ hội Cô Dắc và nhiều lễ khác.

Các lễ hội là dịp để cộng đồng Liên bang Nga nhớ về cội nguồn văn hóa dân tộc, tri ân công đức tổ tiên, chiến sĩ anh hùng và hướng về các tôn giáo truyền thống, tín ngưỡng dân gian của họ.

3.2.f.Thời tiết bốn mùa: Nga thuộc lục địa ẩm, cận Bắc Cực, một phần của bờ Biển Đen có khí hậu cận nhiệt đới, nên mùa đông lạnh nhất trong năm là tháng 1 và kéo dài nửa năm, trong khi mùa hè nóng nhất là tháng 7 và kéo dài nửa năm. Mùa hè không cao hơn 26 độ C-27 độ C.

Mùa đông khoảng 20 độ C-22 độ C, càng giảm càng lạnh. Mùa hè và mùa đông là chính kéo dài đến gần 6 tháng, trong khi mùa thu và mùa xuân chỉ ngắn 1,2 tuần để chuyền đổi như transit (giai đoạn chuyển mùa). Đặc biệt ở các vùng núi, như nước Cộng hòa tự trị Altai (Altai Republic in southern Siberia, Russia) ở phía nam Siberia, vào buổi sáng dưới chân núi là mùa thu lá vàng rực rỡ và chiều chạy lên đỉnh núi, khí lạnh dưới âm độ thì tuyết rơi phủ trắng rừng thông vàng. Vậy trong vòng một ngày, chúng ta có thể trải nghiệm hai mùa thu đông.

3.3. Giao tiếp và đạo đức xã hội

3.3.a.Trang phục đặc trưng nước Nga: Sắc phục của người Nga bao gồm trang phục truyền thống như áo kosovorotka cho cả nam và nữ, sarafan và kokoshnik cho phụ nữ, cùng với các loại áo choàng như kaftan. Các trang phục thường được làm từ nhiều lớp, có màu sắc rực rỡ và hoa văn thêu thủ công, với các phụ kiện như khăn choàng, mũ ushanka, và giày lapti hoặc valenki.

Tác giả TN Giới Hương gánh nước với hướng dẫn viên (trong trang phục Nga truyền thống), chụp ngày 13/08/2025

Nước Nga có rất nhiều loại trang phục tùy theo từng vùng miền khác nhau. Đặc điểm chung là có nhiều lớp: Trang phục thường được mặc nhiều lớp để giữ ấm và tăng tính thẩm mỹ. Vải màu đỏ là màu quan trọng, tượng trưng cho vẻ đẹp, niềm vui và sự may mắn. Các họa tiết thêu thường mang ý nghĩa bùa hộ mệnh và được lấy cảm hứng từ thiên nhiên, thần thoại.

Trang phục theo thời tiết như các vùng phía Bắc (Siberia) thường làm từ lông thú dày, trong khi trang phục của các vùng phía Nam có nhiều hoa văn thêu phức tạp và màu sắc rực rỡ hơn.

3.3.b. Tập quán về nhà ở ngoại ô cuối tuần hay nghỉ dưỡng mùa hè

Nông thôn Altai, Liên bang Nga, chụp ngày 01/10/2025

Người Nga có truyền thống vừa làm vừa nghỉ dưỡng hưởng thụ cuộc sống đồng quê như nếp sống truyền thống của quê cha đất tổ. Nếu có ở thị trấn hay thủ đô Nga để làm việc thì cuối tuần họ cũng về nhà nở ngoại ô để trồng trọt, vui thú điền viên, nên thường họ có hai nhà: nhà nhỏ hay căn phòng để làm việc tiện lợi và nơi ở đồng quê thoáng mát sống chậm, thong thả. Hoặc Nga cũng có truyền thống thuê hẳn nhà nghỉ vào suốt mùa hè (nếu không có nhà thứ hai tại quê) cho các con nhỏ được nghỉ hè ở thôn dã trước khi vào về phố xá đi học lại.

Gia đình rất mong chờ mỗi khi mùa hè, để cùng gia đình tận hưởng những khoảng thời gian nghỉ ngơi tuyệt vời bên nhau. Đây là thời gian quý báu, sống chậm, đoàn tụ với gia đình, gần gũi với thiên nhiên yên bình, bên cánh đồng lúa chín, rừng cây lá vàng, suối chảy róc rách, thông reo với gió, núi non trùng điệp. Đây là một truyền thống khá đẹp, khá phổ biến và cần thiết trong tâm hồn và đời sống Nga.

3.3.c.Quà tặng giao tiếp: Khi đến thăm nhau, khách thường không đến chơi tay không mà thường mang quà theo. Đây là luật bất thành văn. Các món quà phổ biến như tặng bánh gato, chai rượu vang (vodka), sô-cô-la, hoa... Khi tặng hoa, nên tặng 1,3 5, 7... cành, số lẻ, vì số chẵn thường dùng cho đi phúng điếu ở đám tang. Hoa cẩm chướng đỏ hoặc hoa vàng là hoa đẹp ở các nước khác thì với người Nga là tượng trưng cho sự không may mắn, nên đừng mua tặng nhau.

Bảo tàng rượu Vodka, Kremlin Izmailovo, chụp ngày 13/08/2025

3.3.d. Quà lưu niệm Búp bê Nga (Matrioshka) biểu tượng của quốc gia: Búp bê Nga (Matrioshka) biểu tượng của phái nữ Nga. Một cô gái hay em bé choàng khăn đủ sắc màu xinh sắc biểu trưng cho một nước Nga xinh tươi, dễ mến và hiếu khách. Đây là quà du lịch độc đáo của nước Nga, nên khách tourist thường mua Búp bê Nga về tặng bạn bè hay để trong nhà lưu niệm.

Búp bê Nga (Matrioshka) tại Kremlin Izmailovo,
chụp ngày 13/08/2025

8.3.e. Văn hóa chúc tụng sức khỏe

Có sức khỏe, mọi việc đều có thể dễ dàng thực hiện, và người Nga cũng luôn dành những lời chúc sức khỏe dồi dào đến với mọi người.

Người Nga cũng như nhiều dân tôc khác luôn coi trọng sức khỏe là trên hết, nên lời tốt đẹp đầu tiên là chúc sức khỏe dồi dào. Khi khách vô tình hắt hơi, đối với văn hóa nước khác như Việt nam, Ấn Độ, Hoa Kỳ là hơi bất lịch sự, phải xin lỗi; trong khi người Nga sẽ dùng câu nói "Budte Zdorovy" để chúc mừng sức khỏe bạn. Đây là hình thức giao tiếp khá đặc biệt và phản ứng dễ chịu.

Mall trưng bày các quà lưu niệm độc đáo của Nga, chụp ngày 13/08/2025

3.3.f.Biểu tượng văn hóa (không chính thức)

Búp bê Matryoshka là một biểu tượng dễ nhận của nước Nga, trong khi các đỉnh tháp điện Kremlin Moskva và nhà thờ Thánh Basil ở Moskva là những biểu tượng kiến trúc quan trọng nhất. Cheburashka là linh vật của đội tuyển Olympic quốc gia Nga. Mary, Thánh Nicholas, Thánh Andrew, Thánh George, Thánh Alexander Nevsky, Thánh Sergius của Radonezh, Thánh Seraphim của Sarov là những vị thánh bảo trợ nước Nga. Hoa cúc La Mã (Chamomile) là loại hoa thường gợi người Nga nhớ về Đất Mẹ, còn cây bạch dương là loại cây biểu tượng quốc gia. Gấu Nga là loài vật thường đi liền với nước Nga, cho dù hình ảnh này có nguồn gốc từ Tây Âu và bản thân người Nga không coi đó là biểu tượng gì đặc biệt. "Родина мать" - Mẹ Tổ quốc (Đất Mẹ) là sự nhân cách hóa nước Nga bản địa, cũng thường được gọi là Nước Mẹ Nga ở phương Tây.

Văn hóa, sắc phục và ca nhạc Elista, nước Phật giáo Cộng hòa tự trị Kalmykia, Liên bang Nga, chụp ngày 24/09/2025

4. Tôn giáo tín ngưỡng Liên bang Nga

Chính thống giáo, Phật giáo, Hồi giáo và Do Thái giáo được chính phủ Nga công nhận là bốn tôn giáo truyền thống gắn kết lâu đời với lịch sử và văn hóa nước Nga.

Năm 1997, chính quyền Liên bang Nga xác định chỉ có bốn "tôn giáo truyền thống", trong đó Phật giáo là một, bên cạnh Chính thống giáo, Hồi giáo và Do Thái giáo.[13]

Theo thống kê tôn giáo (cập nhật đến năm 2024) tại Nga khảo sát có khoảng 68% người Nga theo Chính thống giáo, 7% Hồi giáo, khoảng 5% Phật giáo, Do Thái giáo và các tôn

13 TS. Evgenii Vlasov, Hiệu phó Hợp tác Quốc tế, Đại học Tổng hợp Liên bang Viễn Đông, Liên bang Nga. Phật giáo tại Liên Bang Nga. https://tnti.vnu.edu.vn/phat-giao-tai-lien-bang-nga/

giáo khác.[14]

Tôn giáo chính và phổ biến nhất tại Liên bang Nga là Kitô giáo Chính thống (Giáo hội Chính thống giáo Nga). Tôn giáo này được coi là tôn giáo truyền thống và có tầm ảnh hưởng sâu rộng đến văn hóa, lịch sử nước Nga.

Chính sách tôn giáo hiện nay dưới thời Tổng thống Vladimir Vladimirovich Putin đã xác định Phật giáo, Chính thống giáo, Hồi giáo và Do Thái giáo là "bốn tôn giáo truyền thống"[15] của Liên bang Nga bởi lẽ các tôn giáo này có tổ chức tôn giáo độc lập, nội địa, không chịu sự chỉ đạo, hay phối thuộc từ giáo hội nước ngoài. Quan hệ với giáo hội cùng tôn giáo ở nước ngoài là quan hệ đẳng lập, giao lưu và các tôn giáo này có lịch sử gắn bó lâu đời với các dân tộc thuộc Liên Bang Nga.

Kitô giáo, Hồi giáo, Phật giáo và Do Thái giáo là những tôn giáo truyền thống ở nước Nga, là một phần của "di sản lịch sử" Nga đã được luật pháp công nhận năm 1997. Ước tính số lượng tín đồ khác nhau theo từng nguồn, một số báo cáo cho biết số lượng người không tôn giáo ở Nga chiếm từ 16 đến 48% dân số. Chính thống giáo Nga là tôn giáo phổ biến nhất ở Nga. 95% số giáo xứ Chính thống giáo đã đăng ký thuộc về Giáo hội Chính thống Nga, ngoài ra còn khá nhiều giáo hội Chính thống giáo nhỏ hơn. Tuy nhiên, nhiều người Chính thống giáo Nga không đi nhà thờ thường xuyên. Dù vậy, nhà thờ luôn được cả người theo đạo, với người không theo đạo kính trọng, coi đó như một biểu tượng của di sản và văn hóa Nga. Các giáo phái Kitô giáo nhỏ hơn gồm có Công giáo Rôma, Chính thống giáo

---

14 Nguyễn Đức Kha, Kinh nghiệm của Liên bang Nga trong ứng phó với các thách thức an ninh phi truyền thống vùng dân tộc thiểu số. https://www.tapchicongsan.org.vn/web/guest/the-gioi-van-de-su-kien/-/2018/819649/kinh-nghiem-cua-lien-bang-nga-trong-ung-pho--voi-cac-thach-thuc-an-ninh-phi-truyen-thong-vung-dan-toc-thieu-so.aspx

15 Chính sách "tôn giáo truyền thống" Nga và những kinh nghiệm có thể tham khảo. https://giacngo.vn/chinh-sach-ton-giao-truyen-thong-nga-va-nhung-kinh-nghiem-co-the-tham-khao-post14928.html

Armenia, và nhiều hệ phái Tin Lành.

Tổ tiên của nhiều người Nga hiện nay theo đạo Chính thống giáo trong thế kỷ 10. Báo cáo Tôn giáo Quốc tế năm 2007 do Bộ ngoại giao Hoa Kỳ công bố cho thấy gần 100 triệu người tự coi mình là tín đồ Chính thống giáo Nga. Theo một cuộc khảo sát của Trung tâm Nghiên cứu Quan điểm đại chúng Nga, 63% người trả lời coi mình là tín đồ Chính thống giáo Nga, 6% coi mình là tín đồ Hồi giáo và chưa đầy 1% coi mình theo Phật giáo, Công giáo, Tin lành và Do Thái giáo. Ngoài ra, 12% người được hỏi cho biết họ tin vào Chúa nhưng không theo tôn giáo nào cả, và 16% nói họ là người không tôn giáo.

Hội nghị Phật giáo Quốc tế tại Elista, Kalmykia, ngày 26-28/09/2025, nơi có nhiều tôn giáo tại Liên bang Nga và thế giới về tham dự

Quan điểm "tôn giáo truyền thống" Nga[16] là một góc nhìn sâu sắc, cho thấy sự khéo léo của Nga trong việc xây dựng ý thức độc lập, tự chủ trong hoạt động tôn giáo. Theo đó, việc Tổng thống Medvedev và Tổng thống Putin yểm trợ tài chính

16 Chính sách "tôn giáo truyền thống" Nga và những kinh nghiệm có thể tham khảo.
https://giacngo.vn/chinh-sach-ton-giao-truyen-thong-nga-va-nhung-kinh-nghiem-co-the-tham-khao-post14928.html

cho các tôn giáo truyền thống được coi là những khoản đầu tư chiến lược, tinh tế vào ý thức độc lập, tự chủ và bản sắc Nga trong lĩnh vực tôn giáo.

Chính sách "tôn giáo truyền thống" là một đường lối nhất quán của Nga trong suốt ba nhiệm kỳ tổng thống. Vì thế, cách Nga đề ra và thực hiện chính sách này trong hơn một thập kỷ qua có thể trở thành mô hình mẫu trong việc hoạch định chính sách tôn giáo, phục vụ cho quan điểm độc lập, tự chủ và dân tộc.

Hiến pháp Liên bang Nga đảm bảo quyền tự do tôn giáo và tín ngưỡng cho mỗi người dân, bao gồm quyền theo hoặc không theo bất kỳ tôn giáo nào.

Chính sách của Tổng thống Nga Dmitry Medvedev (2008-2012), vị tổng thống thứ ba của Liên Bang Nga, đối với lĩnh vực tôn giáo, đây là sự tiếp nối, phát triển sâu sắc và cụ thể hóa chính sách tôn giáo của hai vị tổng thống tiền nhiệm là Boris Yeltsin (1991 -1999) và Vladimir Putin (2000 -2008).

Dưới thời Tổng thống Putin, Giáo hội Chính thống Nga được coi là có vị thế ưu tiên hơn so với các tôn giáo truyền thống khác ở Nga. Mặc dù sự ưu đãi này không được thể hiện qua văn bản pháp luật cụ thể, nhưng đã có những phản ứng khác nhau đối với chính sách này. Một số người ủng hộ việc tăng cường vai trò của Giáo hội Chính thống Nga trong đời sống xã hội và văn hóa, coi đây là một phần quan trọng trong bản sắc dân tộc và lịch sử Nga. Ngược lại, những người khác bày tỏ quan ngại về sự ưu đãi này, cho rằng nó có thể gây ảnh hưởng đến sự bình đẳng giữa các tôn giáo và tính thế tục của nhà nước, đặc biệt là trong giới trí thức và những người có quan điểm đa dạng hơn về vị thế của Nga trong bối cảnh toàn cầu.

Vào ngày 23 tháng 7 năm 2007, mười nhà khoa học Nga, bao gồm hai viện sĩ Viện Hàn lâm Khoa học Nga từng đoạt giải Nobel, đã gửi thư ngỏ tới Tổng thống Vladimir Putin, bày tỏ sự lo ngại về xu hướng giáo quyền hóa đất nước. Cụ thể, họ quan ngại về vai trò ngày càng gia tăng của Giáo hội Chính thống

Nga trong xã hội.

Đáp lại, Tổng thống Dmitry Medvedev đã điều chỉnh lại sự mất cân bằng này và đưa chính sách bốn "tôn giáo truyền thống" đi vào chiều sâu. Hành động cụ thể đầu tiên là sự ủng hộ tài chính chung, đồng đều cho tất cả các "tôn giáo truyền thống" được công nhận.

Ngày 24 tháng 8 năm 2009, Tổng thống Nga Dmitry Medvedev đã có chuyến thăm tới Chư tôn đức Giáo phẩm chức sắc Phật giáo Nga tại Trung tâm Phật giáo Ivolginsk Datsan ở nước Phật giáo Cộng hòa tự trị Buryatia.

Tại cuộc gặp đó, Tổng thống Nga đã khẳng định sự ủng hộ về tài chính của nhà nước và nhấn mạnh rằng, do có sự hỗ trợ này, sự giúp đỡ từ nước ngoài là không cần thiết.

Tiếp theo đó, vào ngày 21 tháng 7 năm 2009, Tổng thống Medvedev đã ban hành quyết định đưa bốn "tôn giáo truyền thống" của Nga vào giảng dạy trong hệ thống giáo dục quốc gia. Việc giảng dạy được triển khai từ học kỳ II (mùa xuân năm 2010). Đây là một bước cụ thể hóa rất đáng kể chủ trương "tôn giáo truyền thống". Tổng thống Nga cho rằng sự hỗ trợ tài chính là chưa đủ để thể hiện chủ trương này, mà cần phải làm sâu sắc hơn bằng quyết định đưa các "tôn giáo truyền thống" vào giảng dạy trong nhà trường, tạo cơ hội cho Phật giáo được truyền bá rộng rãi hơn ở Nga dưới sự hậu thuẫn của nhà nước Liên bang Nga.

Quan điểm "tôn giáo truyền thống" thể hiện sự tinh tế của Nga trong việc xây dựng ý thức độc lập, tự chủ trong các hoạt động tôn giáo. Theo đó, việc Tổng thống Medvedev yểm trợ tài chính cho các tôn giáo truyền thống được xem là những khoản đầu tư khéo léo nhằm củng cố ý thức độc lập, tự chủ và bản sắc Nga trong lĩnh vực tôn giáo.

Chính sách "tôn giáo truyền thống" là một đường lối nhất quán của Nga qua ba đời tổng thống Boris Yeltsin (1991 - 1999), Vladimir V. Putin (2000 -2008) và Dmitry Medvedev (2008-

2012), Vladimir V. Putin (2012-đến nay).

Mặc dù, có những sự thiên lệch và điều chỉnh nhất định, nhưng tất cả đều nằm trong khuôn khổ của bốn "tôn giáo truyền thống" đã được xác định. Chính sách này không hề thay đổi định nghĩa, không có sự bổ sung hay xác định lại các tôn giáo mới. Do đó, sự đúng đắn và tính gắn bó của chính sách này với mục tiêu chung là xây dựng một nước Nga độc lập, tự chủ đã được làm sáng tỏ.

Vì những lý do trên, việc đề ra và thực hiện chính sách "tôn giáo truyền thống" ở Nga trong hơn một thập kỷ qua có thể được coi là một hình mẫu cho việc hoạch định và thực thi chính sách tôn giáo, phục vụ cho quan điểm độc lập, tự chủ và dân tộc.

Tóm lại, Nga là một đất nước có nền văn hóa vật chất phong phú và truyền thống tôn giáo mạnh mẽ. Những nét văn hóa đặc trưng của Nga bao gồm phong tục (như chào đón bằng bánh mì và muối), nghệ thuật (ballet, opera, búp bê Matryoshka), kiến trúc và hội họa (Nhà thờ Thánh Basil, Chùa Tubten Shedrub Ling Datsan), các nghi lễ thờ phượng của bốn tôn giáo truyền thống (Chính thống giáo, Phật giáo, Hồi giáo, Do Thái giáo), trang phục truyền thống với hoa văn độc đáo (sarafan, kokoshnik), âm nhạc (đàn Balalaika, opera, ballet), các lễ hội và ẩm thực đặc sắc. Đến với nước Nga, du khách sẽ có cơ hội chiêm ngưỡng lịch sử lâu đời, truyền thống tôn giáo và văn hóa nghệ thuật độc đáo đó.

Nhà thờ Đấng cứu thế trên Máu (St. Peterburg) nổi bật với họa tiết trang trí bằng đá, khảm gạch men cùng vị trí xây dựng đặc biệt, Ni trưởng TN Giới Hương, chụp ngày 16/08/2025

Chương 2

LỊCH SỬ PHẬT GIÁO LIÊN BANG NGA

1. Nguồn gốc Phật giáo tại Nga
2. Sự xuất hiện Phật giáo ở nước Nga thế kỉ XVII – XVIII
3. Phật giáo ở nước Nga thế kỷ XIX – đầu thế kỉ XX
4. Phật giáo ở nước Nga giai đoạn sau Cách mạng Tháng Mười năm 1917
5. Tình hình Phật giáo sau chiến tranh Vệ quốc
6. Sự phục hưng Phật giáo Nga vào cuối thế kỷ XX
7. Phật Giáo Nga vào thế kỷ XXI

***

Phật giáo, mặc dù là một tôn giáo thiểu số ở Nga, tự hào có một lịch sử phong phú và đã để lại dấu ấn đáng kể trong văn hóa Nga. Không phải là một tôn giáo mới du nhập gần đây, mà nó đã hòa quyện vào nền văn hóa của đất nước này qua nhiều thế kỷ, trải qua các thời kỳ bảo trợ của đế quốc, đàn áp tôn giáo, và cuối cùng là sự hồi sinh.

Câu chuyện của Phật giáo ở Nga là một câu chuyện về sự kiên cường, thích nghi tương tác giữa các thế lực chính trị, văn hóa, và tâm linh để tồn tại và phát triển đến ngày nay.

Văn phòng làm việc Ivolginsky Dastan itigil khambo lama Dugan của Đức Tăng thống Phật giáo Truyền thống Liên bang Nga, Buryatia, chụp ngày 19/09/2025

1. Phật giáo du nhập vào Nga thế kỷ I -VIII

Phật giáo xuất hiện ở Ấn Độ từ khoảng năm 566–473 trước Công nguyên, nhưng du nhập vào Nga theo truyền thuyết, bắt đầu từ khoảng giữa thế kỷ thứ nhất Tây lịch.[17] Sự kiện này diễn ra chủ yếu ở Trung Á, dọc theo Con đường tơ lụa. Phật giáo lan tỏa mạnh mẽ, từ Khoroza ra khắp khu vực rộng lớn ven biển Caspi, biển Aral đến Thái Bình Dương.

Tuy nhiên, cũng có nhiều ý kiến khác liên quan đến thời điểm xuất hiện sớm hơn của Phật giáo tại Nga. Các nhà nghiên cứu tại Viện Nghiên cứu Đông phương thuộc Viện Hàn lâm Khoa học Nga cho rằng Phật giáo đã xuất hiện ở Nga từ thời kỳ tiền Ki-tô giáo tại khu vực Viễn Đông.

17 Phật Giáo tại Nga, Thích Nguyên Tạng tổng hợp. https://www.tuvienquangduc.com.au/quocte/01pgkhaptg-nga.html

Một học giả hàng đầu của Viện Nghiên cứu Phương Đông thuộc Peoples' Friendship University of Russia, Giáo sư Baatr Kitinov,[18] cho biết Phật giáo đã du nhập vào Nga từ Trung Quốc theo ba đợt khác nhau.

Đợt đầu tiên, Phật giáo đến lãnh thổ nước Nga từ thế kỷ thứ 7 đến thế kỷ thứ 8, sau đó Phật giáo Trung Quốc lan rộng đến vùng vương quốc Bohai (Bột Hải) ở Viễn Đông nước Nga ngày nay.

Các nhà khảo cổ khi nghiên cứu về vương quốc Bột Hải đã khai quật được một cây trượng kim loại *Vaijra* với các họa tiết hoa sen, giống như của người Tây Tạng. Cây trượng này chỉ ra rằng nó thuộc về Phật giáo Kim cương thừa, tức Phật giáo Tây Tạng. Các nhà khoa học Nga cũng đã phát hiện nền móng của một tu viện Phật giáo với nhiều giảng đường, phòng ốc phụ cận nằm trên diện tích hơn 2.000m² ở mũi Obzvistom (quận Shkotovsky, Primorye) được xây dựng từ thời Trung Cổ.

Với sự ảnh hưởng của người Triều Tiên đối với vương quốc Bột Hải và các kết quả khai quật nền móng chùa, có thể suy đoán rằng Phật giáo đã được truyền đến nước Nga khoảng từ thế kỷ VIII đến thế kỷ X thông qua ngả Triều Tiên.

Sự phát triển: Nhiều Trung tâm Phật giáo được xây dựng. Vào đầu thời kỳ Trung cổ, các thành phố lớn ở Trung Á đều có tự viện.

Các trung tâm nổi bật: Các Trung tâm Phật giáo ở Koutcha và Khotan đặc biệt nổi tiếng. Thậm chí, nhiều cao tăng Ấn Độ đã đến Khotan để sưu tầm lại những kinh sách Phật giáo quý hiếm bị thất lạc tại Ấn Độ.

Trái ngược với truyền thuyết, các tài liệu sử liệu hiện có cho thấy:

Phật giáo Tây Tạng là hệ phái mạnh nhất tại Nga, du nhập qua Mông Cổ. Sự tiếp xúc này được cho là bắt nguồn từ thế kỷ 13 khi người Mông Cổ tiếp xúc với Phật giáo Tây Tạng. Ngoài

18 The Tribune, Sự du nhập và phát triển của Phật giáo tại Nga. https://phatsutanvien.vn/su-du-nhap-va-phat-trien-cua-phat-giao-tai-nga/

ra, Phật giáo từ các cộng đồng di dân châu Á (Trung Quốc, Việt Nam, Nhật Bản, Triều Tiên) cũng có mặt tại Nga

Cũng theo sử liệu, hình ảnh những tăng sĩ Tây Tạng và Mông Cổ đến Nga sớm nhất vào giữa thế kỷ XVII. Địa điểm đầu tiên họ đến là phía Đông hồ Baikal, gần biên giới Mông Cổ, nơi sau này phát triển thành một trong những trung tâm Phật giáo lớn nhất nước Nga.

Sau Cách mạng tháng Mười (1917), công tác khảo cổ ở Trung Á đã phát hiện nhiều bằng chứng vật chất về sự hiện diện lâu đời của Phật giáo tại đây:

Phát hiện ở Termez: Nhiều tượng Phật bằng đá thuộc trường phái Gandhara và di tích chùa với tượng sư tử đồng đen.

Phát hiện ở Bắc Kingizie (thung lũng sông Tchou): Nhiều di tích chùa và tranh tượng Phật.

Phát hiện ở thành phố cổ Djoul: Một tu viện lớn với các thiền thất nhỏ.

Phát hiện ở Bắc Bairamalia (Turkmenistan): Một đền thờ Phật và một bình gốm chứa nhiều tượng Phật nhỏ bằng đá.

Những năm gần đây, công tác khảo cổ tiếp tục phát lộ thêm nhiều TTPG ở Seniretchié, Krasnoretchenskoie, và thung lũng Ferghara (thuộc Tadjikistan). Đáng chú ý, hai mươi văn kiện Phật giáo cổ viết bằng chữ Brahmi và Kharoshti cũng đã được tìm thấy tại đây.

Những bằng chứng này xác nhận Phật giáo đã có mặt tại Nga từ giữa thế kỷ thứ nhất Tây lịch, hoạt động mạnh mẽ ở Trung Á. Tuy nhiên, phải đến thế kỷ 18, Phật giáo mới bắt đầu có ảnh hưởng sâu rộng trong đời sống tinh thần của người Nga.

Các phát hiện khảo cổ gần đây đã bổ sung thêm bằng chứng về sự hiện diện của Phật giáo tại Nga:

Địa điểm mới: Nhiều Trung tâm Phật giáo được tìm thấy tại Seniretchié (Krasnoretchenskoie), miền Nam Tadjikistan và thung lũng Ferghara.

Tư liệu văn bản: Khám phá quan trọng gồm hai mươi văn kiện cổ Phật giáo viết bằng chữ Brahmi và Kharoshti.

Kết quả nghiên cứu khẳng định Phật giáo đã tồn tại ở Trung Á thuộc Nga từ giữa thế kỷ thứ nhất Tây lịch.

Mặc dù lịch sử lâu đời, ảnh hưởng sâu rộng của Phật giáo đến đời sống tinh thần của dân tộc Nga chỉ thực sự được ghi nhận từ khoảng thế kỷ thứ 18.

Ni trưởng TN Giới Hương trước chánh điện Tahaah Datsa, Ulan Ude, ngày 19/09/2025

2. Sự xuất hiện phật giáo ở Nga thế kỷ XVII – XVIII

Quá trình du nhập chính thức của Phật giáo vào Nga diễn ra vào thế kỷ XVII–XVIII, [19] chủ yếu qua các sự kiện sau:

Sự di cư của các dân tộc: Các bộ tộc Mông Cổ Oirat (Kalmyk) và Buriat mang theo Phật giáo khi đến định cư tại hạ lưu sông Volga và Zabaikalie.

19 Sự du nhập và phát triển của Phật giáo ở Liên bang Nga. Trong cuốn: Nguyễn Văn Dũng. Tôn giáo và đời sống chính trị - xã hội ở một số nước trên thế giới. NXB Chính trị quốc gia, Hà Nội 2012, tr.339 – 356.
https://btgcp.gov.vn/nghien-cuu-khoa-hoc-va-trao-doi-y-kien/Khai_quat_ve_Phat_giao_o_Lien_bang_Nga-
Sự du nhập và Phát triển của Phật giáo ở Cộng hòa Liên bang Nga phattuvietnam.net

Sáp nhập lãnh thổ: Năm 1914, vùng Tuva sáp nhập vào Nga, bổ sung thêm cộng đồng dân cư theo đạo Phật.

Sự công nhận của nhà nước: Năm 1741, Nữ hoàng Nga Elizaveta Petrovna ban bố sắc lệnh công nhận Phật giáo là một trong những tôn giáo chính thức của Đế quốc Nga.

Giai đoạn đầu, do lối sống du mục, người Buriat chỉ dựng bàn thờ Phật tạm bợ trong các lều trại.

Việc xây dựng các tự viện cố định bắt đầu vào giữa thế kỷ XVIII:

1753-1758: Tự viện Xongolski (sau Khilgantuiski) được xây dựng bằng gỗ, là tự viện Phật giáo cố định đầu tiên tại Nga. Tự viện Gusinoozerski cũng sớm được xây dựng sau đó.

Trung tâm Khorinski: Năm 1752, dưới sự hướng dẫn của Lạt Ma Tây Tạng Luvsan Shirab, một tự viện được thành lập. Ông Luvsan Shirab trở thành người cai quản các tự viện trong vùng. Tự viện này sau đó được chuyển đến Kuđun vào năm 1778 do hỏa hoạn.

Phật giáo xuất hiện ở Kalmykia (phần lãnh thổ Châu Âu của Nga) vào đầu thế kỷ XVII, gắn liền với sự di cư của bộ tộc Oirat từ Dzungaria đến hạ lưu sông Volga và sông Don. Tại Nga, họ được gọi là Kalmyk.

Tôn giáo chính thức: Vào nửa sau thế kỷ XVII, Phật giáo trở thành tôn giáo chính thức trong lãnh địa phong kiến Kalmyk mới thành lập.

Lịch sử tôn giáo: Mặc dù người Oirat biết đến Phật giáo từ thế kỷ XIII, đạo Phật chỉ phát triển mạnh vào đầu thế kỷ XVII.

Biến cố lịch sử: Năm 1771, do áp lực, đa số người Kalmyk hồi hương về Trung Quốc; chỉ một phần nhỏ ở lại và di cư đến các vùng lân cận.

Hình thức tự viện: Ban đầu, họ dùng Khurula (Chánh điện chùa di động làm từ xe Kibitka). Sau đó, các tự viện cố định bằng gỗ được xây dựng, ví dụ tự viện Darkhan-Dorgin-kit (trước 1616).

Thống kê: Cuối thế kỷ XVIII, người Kalmyk ở Nga có 14 tự viện Phật giáo.

Một điểm đáng chú ý là Saman giáo, tín ngưỡng cổ xưa của người Kalmyk, Buriat và Tuvin, vẫn tồn tại song song với Phật giáo.

Lệnh cấm: Năm 1640, Đại hội các lãnh chúa Mông Cổ và Oirat đã chính thức ban hành luật cấm Saman giáo.

Thực tế: Bất chấp lệnh cấm và sự phổ biến rộng rãi của Phật giáo ở Siberia, Saman giáo vẫn tiếp tục tồn tại.

Sự giao thoa: Thậm chí, hai tín ngưỡng này đôi khi còn kết hợp với nhau, tạo ra những nghi lễ pha trộn kỳ lạ giữa Saman giáo và Phật giáo Đại thừa.

3. Phật giáo ở nước Nga thế kỷ XIX – đầu thế kỷ XX

Cuộc cải cách ruộng đất và hành chính của Nga hoàng tại Buryatia (cuối thế kỷ XIX – đầu thế kỷ XX) đã tạo ra những biến động lớn:

Tác động xã hội: Cải cách, có ý nghĩa ngang với việc xóa bỏ chế độ nông nô, đã chia rẽ xã hội Buryatia thành hai phe đối lập rõ rệt: giới phong kiến chống lại và phe tiến bộ (phú nông, trí thức) ủng hộ.

Tác động tôn giáo: Tình hình này cũng ảnh hưởng đến tăng đoàn Phật giáo.

Hệ quả: Điều kiện sống khó khăn của tăng lữ cấp dưới dẫn đến sự xuất hiện của "Lạt Ma thảo nguyên"—những người rời bỏ đời sống tu viện để sống giữa cộng đồng dân du mục.

Phong trào cải cách: Barađin lãnh đạo chiến dịch "đổi mới" Phật giáo, hướng tới lý tưởng nguyên thủy.

Tình hình Kalmykia:

Sau khi lãnh địa Kalmyk bị xóa bỏ, vùng này thuộc quyền kiểm soát của Nga hoàng.

Quy chế năm 1834 đặt các tự viện Phật giáo hoàn toàn dưới quyền chính phủ Nga.

Tình hình Tuva:

Người Tuvin (tộc người Turk theo Phật giáo) gia nhập tổ chức Phật giáo Nga trước 1917.

Phật giáo phát triển mạnh ở Tuva từ thế kỷ XVII–XIX.

Năm 1914, Tuva chính thức đặt dưới sự bảo hộ của Nga.

Phật giáo đã không thể gạt bỏ Saman giáo—tín ngưỡng cổ xưa của người Tuvin. Tuy nhiên, khi Tuva thuộc về Đế quốc Nga, Phật giáo vẫn phát triển mạnh mẽ với 22 tự viện và 4.000 tăng ni.

Đầu thế kỷ XX, sự hòa hợp tôn giáo rất rõ rệt ở Tuva:

Khoảng 2.000 thầy cúng Saman giáo sống chung hòa bình với các Lạt Ma.

Một số cá nhân đảm nhận vai trò kép: vừa là thầy Saman, vừa là Lạt Ma.

Tự viện Phật giáo Gunzetroinei tại Sankt Peterburg được xây dựng vào năm 1915 với mục đích phát triển quan hệ ngoại giao giữa Nga và các nước phương Đông (Mông Cổ, Tây Tạng):

Nguồn tài trợ: Công trình được tài trợ bởi Đạt Lai Lạt Ma XIII, Bogd Gegen (người đứng đầu Phật giáo Mông Cổ), cùng tiền cúng dường của các Phật tử Buryatia và Kalmykia.

Người điều hành: Ngài Agvan Dorjiev (1853 –1938), đại diện Phật giáo Tây Tạng và là Lạt ma nổi tiếng người Buryatia, đã chỉ đạo xây dựng và là sư trụ trì đầu tiên của tu viện Gunzetroinei tại Saint Peterburg.

Chùa Gunzechoinei Datsan (tại Saint Petersburg tức Leningrad cũ, xây năm 1908) chùa đầu tiên và xưa nhất ở nước Nga, chụp ngày 16/08/2025

4. Phật giáo ở nước Nga giai đoạn sau Cách mạng Tháng Mười năm 1917

Cách mạng Tháng Mười 1917 là một sự kiện bước ngoặt đối với cả nước Nga và Phật giáo Nga, mở ra một giai đoạn lịch sử đầy thăng trầm:

Sự công nhận chính quyền: Cuối cuộc nội chiến, lãnh đạo Giáo hội Phật giáo Nga (đứng đầu Lạt ma Agvan Dorjiev) công nhận Chính quyền Xô Viết.

Chiến lược thích nghi: Họ nhấn mạnh sự tương đồng giữa chủ nghĩa Cộng sản và Phật giáo, kêu gọi tăng ni, Phật tử sống theo lý tưởng đạo đức cổ xưa.

Mâu thuẫn nội bộ: Các tự viện xảy ra cuộc đấu tranh giữa:

Phe "đổi mới": Muốn tổ chức lại tăng đoàn để tồn tại dưới chế độ mới.

Phe "bảo thủ": Cố giữ sự giàu sang và đặc quyền cũ.

Đại hội Phật giáo Liên Xô lần 1 (1/1927): Phe "đổi mới"

thắng thế. Phe "bảo thủ" chỉ ngăn được việc thành lập Giáo hội toàn Liên bang.

Thành lập Cơ quan đại diện: "Cơ quan đại diện" lâm thời được lập ra, gồm Aragva Nasankiev và Dagdan Dambayev, đặt trụ sở tại tự viện Gunzetroinei, Sankt Peterburg.

Sự tán đồng: Đại hội Phật tử Buryatia lần 3 (8/1928) ủng hộ các quyết định trên.

Bước ngoặt lịch sử: Mặc dù Phật giáo ủng hộ chính quyền Xô Viết, cuộc đấu tranh văn hóa – tư tưởng của nhà nước chống lại tôn giáo đã bắt đầu. Mục tiêu lúc này chuyển từ phát triển sang cứu vãn sự tồn tại của Phật giáo Nga.

Cổng trước Tu viện Burkhan Bakshin Altan Sume Datsan tại nước Phật giáo cộng hòa tự trị Kalmykia, chụp ngày 24/09/2025

Giai đoạn tập thể hóa nông thôn chứng kiến sự đàn áp mạnh mẽ Phật giáo tại Nga:

Phá hủy và trưng dụng: Nhiều chùa chiền bị phá dỡ hoặc chuyển mục đích sử dụng.

Thiếu hụt tín đồ: Đến năm 1935, 1/3 tự viện bỏ trống do tăng ni, Phật tử bị trấn áp hoặc chạy trốn.

Đóng cửa hàng loạt (1936): Lấy lý do an ninh biên giới, chính quyền đóng cửa toàn bộ 22-29 tự viện còn hoạt động. Các Lạt ma bị quy chụp là "kẻ thù của nhân dân" và "gián điệp Nhật Bản".

Hậu quả tại Kalmykia và Tuva: Chùa chiền bị đốt cháy hoàn toàn. Chỉ sót lại tòa nhà đá ở Kalmykia và một bức tường ở Tuva.

5. Tình hình Phật giáo sau Chiến tranh Vệ quốc

Vào cuối Chiến tranh Vệ quốc Vĩ đại năm 1945: một số điều khoản trong chính sách tôn giáo của Liên Xô đã được sửa đổi, mềm mỏng với tôn giáo hơn. Các tổ chức và địa điểm tôn giáo được phép hoạt động. Sự đóng góp yêu nước của Phật tử Buryatia (353.100 Rúp) đã được ghi nhận.

Cho phép khôi phục: Chính quyền cho phép Phật giáo khôi phục các tự viện.

Năm 1946: Các tu viện Ivolginsky và Aginsky ở Buryatia được mở cửa trở lại, góp phần tạo nên hình ảnh tự do tôn giáo dưới chế độ Xô Viết. Các tu viện này vẫn chịu sự kiểm soát và giám sát chặt chẽ của nhà nước.

Bidiya Dandaron: một tín đồ của Tsydenov, nổi lên như một nhân vật nổi bật. Ông đã nỗ lực khôi phục truyền thống Mật tông dưới chế độ vô thần và phát triển "Tân Phật giáo", tìm cách kết hợp giáo lý Phật giáo với triết học và khoa học phương Tây. Ông và những người theo ông đã phải đối mặt với sự đàn áp, và cuối cùng Dandaron đã chết trong trại tù. Tuy nhiên, các học trò của ông sau này sẽ đóng một vai trò quan trọng trong việc khôi phục Phật giáo ở nước Nga hậu Xô Viết.[20]

Hội nghị năm 1946: Dưới sự dẫn dắt của Lama A. Galsanov (vị đứng đầu Phật giáo ở Buryatia thời Liên Xô. Vào mùa hè năm 1946, ngài cùng với các lạt ma và Phật tử tổ chức Hội nghị Phật giáo tại Ulan-Ude.

Quy chế mới: Hội nghị đã thông qua Điều lệ của Giáo hội Phật giáo và Quy chế về giới tu hành Phật giáo Liên Xô, trong đó quy định các Lạt Ma "Tôn trọng tổ quốc của những người lao động ngang với sự tôn trọng tín ngưỡng Phật giáo thiêng liêng của mình, ra sức góp phần củng cố và làm cho tổ quốc phồn vinh."

Cơ quan lãnh đạo: Hội đồng Trung ương Giáo hội Phật giáo Liên Xô là cơ quan tối cao, người đứng đầu có giáo phẩm Pandito Khambo Lạt ma.

Trụ sở chính: Đặt tại chùa Khambin Sume (nay là tự viện Ivolginsky, Tuva), cách Ulan-Ude 30 km.

Khambo Lạt ma đầu tiên: Lobsan-Nima Darmayev được bầu vào vị trí này.

Tự viện thứ hai: Tự viện Aginsky được phép hoạt động tại tỉnh Chita.

Hoạt động: Hai tự viện này duy trì sinh hoạt tôn giáo truyền thống dưới sự kiểm soát chặt chẽ của nhà nước cho đến khi bắt đầu "công cuộc cải tổ" của nhà lãnh đạo Xôviết Mikhail Gorbachev.

Chỉ có 20 Lạt ma được cấp phép hoạt động tại các trung tâm Phật giáo chính thức, trong khi nhiều Lạt ma khác hoạt động bán công khai ở các vùng khác:

Hoạt động bí mật: Hàng trăm Lạt ma´mãn hạn cải tạo trở về, thực hiện nghi lễ cho dân làng và hành nghề y học cổ truyền.

---

20 Alexandre Andreyev & Irina Garri. Buddhism in Buryatia 17th – beginning of the 21st century. Dharamsala: Library of Tibetan Works and Archives. 2023. trang 61.

Mở rộng phạm vi: Một số Lạt ma tuyển chọn Lạt ma mới ở ngoài các vùng truyền thống Phật giáo.

Lạt ma Dandaron: Nhóm của Lạt ma Bidia Dandaront ở Buryatia thu hút tín đồ từ khắp Liên Xô (Nga, Ukraine, Pribaltika...).

Hậu quả: Năm 1972, Lạt ma Dandaron bị bắt vì tội tổ chức "giáo phái" và viên tịch trong trại cải tạo năm 1974.

Tình hình tôn giáo: Cuối thập niên 1970, số lượng Lạt ma ở Kalmykia và Tuva rất ít, trong khi ở Buryatia vẫn bí mật hoạt động.

Sự kiện ở Tuva: Do Phật giáo được hoạt động tích cực trở lại, nên Lạt ma Genden Ceren chuyển đến tự viện Ivolginsky tu tập và viên tịch tại đó vào năm 1985.

Lấy Phật giáo làm chính sách đối ngoại (giữa 1950s): Phật giáo hợp pháp[21] ở Liên Xô được phát triển do chính sách "tự do tín ngưỡng" và phục vụ ngoại giao ở Châu Á.

Hòa nhập quốc tế:

Năm 1956: Hội đồng Trung Ương Giáo Hội Phật Giáo Liên Xô gia nhập Hội Phật giáo Thế giới.

Năm 1969: Triệu tập "Hội nghị Phật giáo Châu Á" do các nước thân Liên Xô làm chủ đạo.

Giao lưu quốc tế: Nhiều phái đoàn và giảng sư Phật giáo nước ngoài đến thăm hai tự viện chính ở Zabaikalie, thúc đẩy tinh thần tu học cho Phật tử Nga.

Vấn đề nhân sự: Hoạt động Phật giáo thời kỳ này phụ thuộc hoàn toàn vào các chức sắc cũ đã được đào tạo trước năm 1930 và không có người kế thừa, thiếu hụt các chức sắc.

Nhiều Tăng ni sinh Buryatia đến trường Đại học Phật giáo Ulan Bator, Mông Cổ, tu học để nâng cao khả năng hoằng pháp

---

21 Đây là Giáo hội Phật giáo được Nhà nước Xô Viết công nhận tư cách pháp nhân. Ngoài ra, ở Nga còn tồn tại nhiều giáo phái Phật giáo hoạt động không đăng ký với chính quyền và vì thế không được sự bảo hộ của Nhà nước.

và phục vụ nước nhà Buryatia. Chương trình đào tạo năm năm có những đặc điểm sau:

Chương trình học: Gồm Phật giáo cổ truyền, tiếng Tây Tạng, tiếng Anh, và chủ nghĩa Mác.

Ngôn ngữ và yêu cầu: Giảng dạy bằng tiếng Mông Cổ. Tuyển sinh giới hạn cho người tốt nghiệp phổ thông, có phẩm chất lý lịch chính trị "đáng tin cậy".

Hạn chế: Chương trình chỉ bằng một phần tư, so với khóa học 20 năm trước đây. Các Lạt ma trẻ phải học tiếng Tây Tạng từ đầu khi nhập học.

Kết quả: Dù có những hạn chế, trường vẫn đào tạo được các Lạt ma có kiến thức cơ bản để hành lễ cúng tế.

Đạt chức sắc Khambo Lạt ma sau khi tốt nghiệp: Tsyden Dorjiev Budaev (1993); Damba Ayusheev (từ 1995 đến nay).

Lạt ma Dozhen Tarba và NT Giới Hương trước tượng các Lạt ma tổ sư, thờ tại Datsan Divajin Dugan, Buryatia, chụp ngày 20/09/2025

6. Sự phục hưng Phật giáo Nga vào cuối thế kỷ XIX

Phật học Nga: Hình thành một ngành khoa học độc lập gọi là *Buddhology* (Phật học Nga), tách biệt với *Sinology* (Trung Quốc học) và *Indology* (Ấn Độ học).

Các trí thức hàng đầu của Nga: đặc biệt là các viện sĩ hàn lâm và giới quý tộc, có ảnh hưởng lớn đến quan điểm và chính sách của chính phủ Sa hoàng. Mối quan hệ đặc biệt giữa Phật giáo Nga với Viện Hàn lâm Khoa học Saint Petersburg (sau này là Viện Hàn lâm Khoa học Liên Xô) đã được thiết lập, ghi nhận rõ nét và định hình quan hệ giữa Phật giáo và nhà nước Liên Xô trong những năm sau đó.

Sau Cách mạng Tháng Mười (ngày 7 ***tháng*** 11 năm 1917), về cơ bản, Phật giáo tại Liên Xô vẫn nhận được sự đối xử tôn trọng nhất định, mặc dù không tránh khỏi một số vấn đề trong bối cảnh nhiễu nhương của nội chiến.

Năm 1919: Dân ủy Phụ trách Giáo dục Liên Xô (tương đương Bộ trưởng), Giáo sư Anatoly Vasileyvich Lunacharsky (1875 - 1933), đã chỉ đạo Viện Bảo tàng mở cuộc triển lãm về nghệ thuật Phật giáo vào tháng 8/1919.

Các nhà khoa học Nga đã đóng vai trò quan trọng trong sự kiện này với các bài thuyết trình chuyên sâu:

Oldenburg: trình bày về cuộc đời Đức Phật.

Shtchebatsky: nói về giáo lý Phật giáo.

Vladimoztsov: đề cập đến Phật giáo Tây Tạng và Mông Cổ.

Rosenberg: phân tích về thế giới quan Phật giáo hiện đại ở Viễn Đông.

Năm 1921: Chính quyền địa phương thành phố Petrograd cũng đáp ứng yêu cầu của Lạt ma Agvan Dorzhiev về việc bảo vệ và tái thiết tu viện Phật giáo tại đây.

Ông Giorgy Visilievich Chicherin (1872-1936) – vốn là một

quý tộc tham gia cách mạng – lại là đại diện ngoại giao chính thức của Tây Tạng tại nước Nga. Điều này mang lại cho Lạt ma lãnh đạo Phật giáo Nga một vị thế đặc biệt và được bảo vệ.

1916: Vùng này có tất cả 36 ngôi chùa, 16.000 Lamas, con số này được tăng lên cao gấp bội. Vùng Trans Baikal "Nhiều ngôi chùa mới được xây dựng và rất nhiều thanh niên xuất gia thành Lạt ma."[22]

Lê-nin: Trong suốt thời gian lãnh đạo, Lê-nin cũng nhìn nhận và đối xử với Phật giáo thông qua sự tự vấn của Viện Hàn lâm Khoa học. Mối quan hệ giữa Lê-nin và viện sĩ Oldenburg còn có tình cảm riêng: anh trai của Lê-nin, Alesandr Ulyanov (*bị chính phủ Sa hoàng xử tử năm 1887 vì chỉ trích và ám sát Nga hoàng Aleksandre III)*, từng là bạn đồng môn với viện sĩ Oldenburg. Lê-nin đã giao cho viện sĩ Oldenburg nhiệm vụ khôi phục lại hoạt động của Viện Hàn lâm Khoa học Nga.

Năm 1921: Dân ủy Phụ trách Giáo dục Lunacharsky, người cũng được biết đến là có nghiên cứu về Phật giáo, đã cử Shtchebatskoy đến châu Âu để mua sách tham khảo cho Viện Hàn lâm Khoa học Nga. Mối quan hệ nghiên cứu Phật học giữa Viện Hàn lâm Khoa học Nga với các học giả phương Tây từ đó phát triển thêm một bước.

Dân ủy Giáo dục Lunacharsky cũng nhận xét về Oldenburg (theo Wikipedia bản tiếng Nga) rằng: "[Oldenburg] là một trong những kết nối mạnh nhất, cần thiết nhất giữa Liên Xô với giới trí thức trên thế giới và đã hoạt động trong vai trò này với sự nổi bật đáng tôn trọng".

Năm 1924: Lê-nin từ trần.

Năm 1929: Oldenburg cũng thôi giữ chức vụ Tổng thư ký Viện Hàn lâm Khoa học Liên Xô. Cũng trong năm này, đã có những xáo trộn lớn về mặt nhân sự tại Viện Hàn lâm Khoa học.

Năm 1929: Trước khi bãi nhiệm, Oldenburg đã phải vất vả

22 Professor Trần Quang Thuận, Russian Buddhism, nhà xuất bản Tôn giáo, Hà Nội, 2008.

can thiệp để trọn bộ *Luận lý học Phật giáo* viết bằng tiếng Nga của Shtchebatsky được xuất bản.

Năm 1934: Viện Hàn lâm Khoa học Liên Xô (đổi tên từ năm 1925) chuyển về Moskva. Vào những thời gian này, việc các ông Oldenburg và Lunacharsky lần lượt qua đời, đã khiến mối quan hệ ba bên Phật giáo - Viện Hàn lâm Khoa học - Nhà nước coi như không còn.

Năm 1929: Ngôi chùa đầu tiên Alar (xây dựng năm 1814 ở tỉnh Irkutsk) bị đóng cửa.

Năm 1930: Những ý kiến về việc giữ gìn và bảo tồn ở mức tối thiểu các bộ sưu tập cổ vật nghệ thuật và thư viện Phật giáo chỉ được giải quyết hạn chế. Mục từ "Phật giáo tại Nga" trên phiên bản tiếng Nga của Wikipedia cho biết: "Trong gần hai thập kỷ, tại Nga, việc nghiên cứu Phật giáo bị ngưng hoàn toàn."

Năm 1934: Tự viện Gunzechoinei Datsan tại Leningrad (nay là Saint Peterburg) bị đóng cửa.

Năm 1953: Stalin từ trần, dưới thời Tổng Bí thư Khrushchev, quan điểm về Phật giáo dần có sự chuyển biến. Điều này diễn ra song song với sự khởi sắc trở lại của Viện Nghiên cứu Đông Phương, Viện Hàn lâm Khoa học Liên Xô. Tuy nhiên, về phía chính phủ vẫn còn những ý kiến khác biệt.

Năm 1957: Nhà nghiên cứu Phật giáo Tây Tạng và Mông Cổ Yuri Roerich (1902 - 1960) đã trở về Liên Xô để giảng dạy tại Viện Nghiên cứu Đông phương, thuộc Viện Hàn lâm Khoa học Liên Xô. Tại đây, ông đã tập hợp một nhóm các nhà nghiên cứu Phật học người Nga, bao gồm Aleksandr Moisevich Piatigorsky, Skirm, Gerasimov Glagov và Elizarenkova hồi phục Phật giáo, nhưng kết quả chỉ đạt khiêm tốn.

Một phần nhỏ của tủ sách Phật học do Oldenburg và Shtchebatskoy khởi xướng, trong đó có quyển Kinh Pháp Cú bản dịch tiếng Nga, đã được tái bản.

Tu viện Tubten Shedrub Ling, Kyzyl, Tuva,
lớn nhất Liên bang Nga hiện nay, chụp ngày 22/09/2025

Khó xây dựng: Ý kiến của một số nhà ngoại giao Liên Xô cho rằng Phật giáo Liên Xô có thể đóng vai trò trong việc xây dựng quan hệ với các nước Phật giáo thuộc thế giới thứ ba như Tích Lan và Miến Điện cũng có một số tác động. Tuy nhiên, theo truyền thống chung của nước Nga, tiếng nói từ Viện Hàn lâm Khoa học vẫn giữ vai trò quyết định. Lần này, vai trò quan trọng thuộc về Viện sĩ Valery Isaevich Rudoy (1940-2009).

1980: Các tác phẩm nghiên cứu Phật học của I. Rudoy đã tạo ra một bầu không khí thuận lợi cho Phật giáo Liên Xô.

1989: Trường phái Oldenburg – Shtchebatskoy chính thức được khẳng định lại vị trí trong Viện Nghiên cứu Đông phương, thuộc Viện Hàn lâm Khoa học Liên Xô.

Kinh Kim Cương xuất hiện: Tại phân viện ở Leningrad, tên tuổi của Evgeny Alekseevich Torchinov (1956-2003) cũng nổi lên. Nhà nghiên cứu Phật học này đã công bố các bản dịch Kinh Kim Cương và Bát Nhã Tâm Kinh.

1980 và 1990: Mối quan hệ Phật giáo – Viện Hàn lâm Khoa học – Nhà nước đã được tái lập và nhà nước Liên Xô bắt đầu nhìn nhận Phật giáo như một tôn giáo trí tuệ và có ích.

Sự kiện cuối cùng của tiến trình chuyển đổi quan điểm của

nhà nước Liên Xô đối với Phật giáo là việc hoàn trả tu viện Quan Âm Gunzechoney, Leningrad (tức Saint Peterburg bây giờ) vào năm 1990.

Năm 1980: Các cơ sở Phật giáo bắt đầu được xây dựng lại, kinh sách tôn giáo được dịch, các nhà sư Lạt ma được đào tạo hoằng pháp và cúng tế.

Ngoại giao quốc tế: Quan hệ quốc tế của Phật giáo Nga với Tây Tạng, Ấn Độ, Nepal và các quốc gia khác lại nở rộ. Các mối liên hệ với các trung tâm Phật giáo bên ngoài nước Nga được thiết lập lại.

Năm 1988: Các tự viện Phật giáo đầu tiên ở Tuva và Kalmykia đăng ký hoạt động.

Năm 1989-1990: Lạt ma Kushok Bakula Rinpoche cử hành các nghi lễ quan trọng tại Elista và Saint Peterburg khi các tự viện được hoàn trả.

Tình hình hiện tại: Hơn 200 tổ chức Phật giáo đang hoạt động trên toàn Liên bang Nga.[23]

Sự đa dạng: Ngoài Phật giáo Tây Tạng, Nga đã tiếp nhận nhiều tông phái khác như Theravada (Nam tông), Phật giáo Trung Quốc, Phật giáo Việt Nam và Thiền tông Nhật Bản, với cả các nhóm có đăng ký, chưa hoặc không đăng ký hoạt động.

Phật giáo Tây Tạng hiện đại ở Nga không còn độc tôn Tông Gelugpa (Tông phái Mũ vàng Mông Cổ).

Sự đa dạng hóa: Giai đoạn "hậu cải tổ" chứng kiến sự xuất hiện của hầu hết các tông phái khác như Nyingma (Ninh Mã, mũ vàng) và Kagyu.

Kagyu phát triển: Các khuynh hướng Karm Kagyu và Shangpa Kagyu xuất hiện sau chuyến thăm của Lạt ma Tretsang Rinpoche (1995), được thiết lập bởi các môn sinh phương Tây

---

23 Tiến sĩ Nguyễn Văn Dũng, Khái quát về Phật giáo ở Liên bang Nga. https://btgcp.gov.vn/nghien-cuu-khoa-hoc-va-trao-doi-y-kien/Khai_quat_ve_Phat_giao_o_Lien_bang_Nga-postmrRXyBPaD6.html

như Lạt ma Denis và Drigung Kagyu (*một trong tám "nhánh" Phật giáo Mật Tông Tây Tạng lớn nhất của trường phái Kagyu*).

Sakya hiện diện: Tông phái Sakya có mặt ở Moskva, Elista, Saint Peterburg sau chuyến thăm của Lạt ma Sakya Trizin (1996), đứng đầu trường phái Sakya Tây Tạng (đắp y đỏ sậm và để tóc dài).

Lạt ma Sakya Trizin.[24]

Các khuynh hướng khác: Nhiều bộ phái Phật giáo ngoài truyền thống Tây Tạng cũng bắt đầu hoạt động tại Nga.

Xu hướng phát triển: Khuynh hướng bí truyền Dzogchen ("Sự hoàn thiện vĩ đại") đang phổ biến mạnh mẽ trong giới trí thức Nga và là nhóm đông nhất trong các tổ chức Phật giáo mới.

Xu hướng tập trung hóa: Nhiều tự viện hợp nhất thành các tổ chức lớn:

Thành lập Hội Liên hiệp Phật giáo Kalmykia (1991) do ngài Telo Rinpoche lãnh đạo.

24 His Holiness Sakya Trizin Ngawang Kunga, photograph, Wikimedia Commons, https://upload.wikimedia.org/wikipedia/commons/4/4b/Sakya_Trizin_Ngawang_Kunga_2.jpg.

Hơn 20 tự viện Tông Kagyu hợp nhất thành Hội Phật giáo tông phái Karm.

1997: Thành lập "Giáo hội Khambo Lạt ma Tuva" độc lập tại Tuva.

Ni giới: Nữ Phật tử xuất gia thành Chư Ni bắt đầu có dấu hiệu khởi sắc và được khuyến khích dù truyền thống Nga chưa có nổi bật hình ảnh Ni giới như ở Việt Nam, Đài Loan, Hàn Quốc.... Nhiều Chư Ni ở Buriyatia, Tuva và Kalmykia được xuất gia và được qua Mông Cổ, Ấn Độ, Tây Tạng để tu học và đào tạo về lễ nghi và giới luật. Số lượng này rất ít.

Năm 1995: Ni viện Datsan Zungon Darzhaling - trung tâm Phật giáo dành cho Ni giới Nga, tọa lạc tại thủ đô Ulan-Ude, thuộc Cộng hòa Dân chủ Buryatia dưới sự gợi ý và gia trì của Đức Đạt Lai Lạt Ma thứ 14. Các vị Ni này chỉ giữ 5 giới, để tóc, đắp y đỏ đậm khi tụng kinh, tối về gia đình. Truyền thống, chưa có Chư Ni thọ tỳ-kheo-ni như Bắc truyền ở Việt Nam, Hàn Quốc, Đài Loan...

Ninh Hải (áo dài xanh), Ni trưởng TN Giới Hương (đắp y), cùng các Nữ Lạt ma Chùa Zungun Darzhaling, Ulan Ude, Buryatia, chụp ngày18/09/2025

Thách thức: Sự phục hưng Phật giáo được chính quyền địa phương Buryatia, Kalmykia và Tuva ủng hộ và gắn liền với việc bảo tồn văn hóa dân tộc. Tuy nhiên, quá trình này gặp nhiều thách thức:

Thiếu hụt tăng ni: Gần 20.000 nhà sư đã "mất đi" trong giai đoạn trước. Ngân quỹ đào tạo còn hạn chế.

Giải pháp đào tạo tìm kiếm nhân tài: Hàng chục Lạt ma đang được gửi đi học dài hạn tại các trường Phật giáo Tạng truyền ở Ấn Độ và Mông Cổ.

Thiếu tài liệu: Kinh sách và tài liệu học tập, đặc biệt bằng ngôn ngữ dân tộc, rất khan hiếm.

Vấn đề thương mại hóa: Nhiều nhóm trục lợi, in sách "bí truyền" gây hiểu lầm, làm sai lệch hình ảnh Phật giáo.

Trường Đại học Phật giáo Dashi Choinkhorling ở Buryatia gặp nhiều rào cản phát triển:

Thiếu nguồn lực: Thiếu kinh phí, thiếu giảng viên chuyên môn cao và thiếu phiên dịch giỏi tiếng Tây Tạng.

Phụ thuộc giảng sư nước ngoài: Việc giảng dạy chủ yếu do các giảng sư Tạng truyền từ Ấn Độ đảm nhiệm.

Tình hình chung: Phân viện ở Elista cũng gặp vấn đề tương tự.

Hiện trạng: Giảng sư Tây Tạng hiện đang thuyết giảng rộng rãi tại các khu vực Phật giáo Nga, bao gồm Moskva và Sankt Peterburg.

Nhiều tôn giáo khác ở Nga thiếu chức sắc cao cấp và Phật giáo đang khắc phục được tình trạng này:

Cải thiện nhân sự: Nga đã có đội ngũ giảng sư nội địa, không còn phụ thuộc hoàn toàn vào Ấn Độ và Mông Cổ.

Trình độ chuyên môn: Các nhà sư trẻ giỏi ngoại ngữ, có kiến thức sâu về triết học Phật giáo, y học, chiêm tinh và yoga.

Lập trường chính trị: Đức Lạt ma Damba Ayusheev

Khambo, Tăng thống Giáo hội Phật giáo Truyền thống Nga, phủ nhận nghi ngờ chính trị đối với các nhà sư Lạt ma đào tạo ở nước ngoài. Ngài tin rằng việc tu tập sâu sắc sẽ giúp các tu sĩ Lạt ma thoát khỏi sự ràng buộc của chính trị và vật chất.

Chuyến thăm lịch sử (1991): Tenzin Gyatso, Đức Đạt Lai Lạt ma XIV lần đầu thăm Nga, được đón tiếp long trọng (rải hoa hồng ở Kalmykia, quỳ đón ở Tuva) với sự tham dự của gần 30.000 tín đồ Phật tử.

7. Phật giáo Nga vào thế kỷ XXI

Lạt ma Dr. Bayashalan, Ni trưởng TN Giới Hương và Ninh Hải tại Đại tu viện Khambyn Khure Tsogchen Dugan, Buryatia, chụp ngày 19/09/2025

Tỷ lệ tín đồ: Hiện có khoảng 3 triệu người Nga thuộc tín ngưỡng Phật Giáo trên khắp Liên Bang Nga. 78% là Chính Thống Giáo, khoảng 2% là Phật giáo. Có nhiều nước Phật giáo nhập cư tại Liên Bang Nga như nước Việt Nam (Chùa Thảo Đường và Niệm Phật Đường Moscow), Hàn Quốc (Seoul), Tích

Lan, Burma, Miến Điện (hai chùa nhỏ, hai chư Tăng)… có 1,2 vị tăng. Ở Moscow có khoảng 10 vị Tăng, Buriatya có khoảng 500 vị tăng và 5 vị ni, Kalmykia có khoảng 70 tăng và Tuva có khoảng 50 vị tăng. [25]

Tỷ lệ tín đồ Phật tử theo dân tộc:

Buryat: Khoảng 20% dân số, tức hai triệu (2.000.000) người hầu như đều là Phật Tử.

Kalmyk: Khoảng 38% dân số.

Tuva: Khoảng 62% dân số.

Năm 1997: Phật giáo được chính thức công nhận là một trong bốn tôn giáo truyền thống của Nga, bên cạnh Chính thống giáo, Hồi giáo và Do thái giáo.[26]

Năm 2017: Theo thống kê, Tăng đoàn bao gồm hơn 80 cộng đồng phật giáo trên toàn nước Nga. Các trung tâm này không chỉ tham gia vào các hoạt động tôn giáo mà còn tham gia vào việc nghiên cứu và phổ biến Phật giáo, qua bài pháp thoại, các sự kiện văn hóa, các lớp học hội họa, triển lãm nghệ thuật.

Năm 2023: Một tu viện Phật giáo Tubten Shedrub Ling mới cao 56 mét đã được khánh thành tại thủ đô Kyzyl, Tuva.

Với sự sụp đổ của Liên Xô và chế độ quản lý tôn giáo tập trung, Phật giáo được sinh hoạt theo ranh giới sắc tộc và quốc gia. Tổ chức lớn nhất và có ảnh hưởng nhất là Giáo hội Phật giáo Truyền thống Nga (the Buddhist Traditional Sangkha of Russia), do đức Tăng thống Khambo Lama Damba Ayushev, lãnh đạo và thống nhất các tự viện trên toàn liên bang Nga. Ngài

25 Trong buổi phỏng vấn với tác giả TN Giới Hương ngày 19/8/2025 tại văn phòng làm việc của ngài (Barykovsky Pereueok, Dom 9, Moscow), Đức Ngài Phó Tăng Thống Phật giáo Truyền thống Nga Did Khambo Lama Sodnomdorzhiev Dashinima Vladimirovich đã nói "Hiện có khoảng 3 triệu người Nga thuộc tín ngưỡng Phật Giáo..."

26 TS. Evgenii Vlasov, Phó Hiệu phó Hợp tác Quốc tế, Đại học Tổng hợp Liên bang Viễn Đông, Liên bang Nga. Phật giáo tại Liên Bang Nga. https://tnti.vnu.edu.vn/phat-giao-tai-lien-bang-nga/

là thành viên của Hội đồng tôn giáo dưới quyền Tổng thống Liên bang Nga.[27]

Ngài D.B. Ayusheev Tăng thống Phật Giáo Nga (thứ hai bên trái), Tổng thống Nga Dmitry Medvedev (chính giữa), Did Khambo Lama Phó Tăng Thống Phật giáo Nga (thứ hai bên phải) ngày 24-8-2009. (Google)[28]

Dưới sự chỉ đạo của Giáo hội Truyền thống Nga, ba nước công hòa Phật giáo tự trị (Buryatia, Tuva và Kalmykia) đã luân phiên tổ chức hội nghị khoa học về Phật giáo như sau:

Năm 2023: ngày 17/8 đến 19/8/2023 hội thảo quốc tế tại Buriyatia.

Năm 2024: Forum Phật giáo truyền thống và thách thức của thời đại (traditional Buddhism and Modern Challenges (ngày 12 đến 14-8-2024) tại Buriyatia.

---

27 Ostrovskaya E.A. – Phật giáo Nga// Tuyển tập Phật giáo tại Nga: Lịch sử và hiện đại, Saint Petersburgs 2009, trang 50.

28 Văn phòng Báo chí và Thông tin Phủ Tổng thống, Dmitry Medvedev tại Buryatia, tháng 8 năm 2009 (ảnh), Wikimedia Commons, https://commons.wikimedia.org/wiki/File:Dmitry_Medvedev_in_Buryatia_August_2009-1.jpg.

Năm 2025: Hội nghị Phật giáo Thế giới trong thiên niên kỷ mới (The Buddhist World in the New Millennium) (ngày 24-28 tháng 9 năm 2025), tại Elista, Kalmykia.

Một số lượng lớn các kỷ yếu hội nghị và tài liệu về Phật giáo đã được xuất bản, các bộ phim về lịch sử Phật giáo đã được thực hiện.

Tổ chức Phật giáo Liên Bang Nga: Did Khambo Lama Sodnomdorzhiev D. V. (*Đức Phó Tăng Thống Giáo hội Phật giáo Truyền thống Nga và Trưởng ban Ngoại giao Phật giáo Quốc tế*) đã chia sẻ:

"Ban lãnh đạo tối cao của Liên Bang Nga gồm 6 vị: một Tăng thống, phó Tăng thống, và bốn vị Lạt ma Thượng thủ ở bốn nơi: Buryatia, vùng ngoài Baikal, vùng Irkutska, Saint Peterburg."[29]

Việc bầu cử lãnh đạo được tiến hành bốn năm một lần tại Đại hội tăng lữ và tín đồ Phật tử.

Giáo hội Phật Giáo Truyền thống toàn Liên Bang Nga đặt trụ sở tại tu viện Ivolginsky Datsan (Cộng hòa Buryat) và vị *Tăng Thống của Giáo hội Phật giáo toàn Liên Bang Nga,* quyền lực cao nhất thuộc về Đức Damba Badmaevich Ayusheev (*the head of the Buddhist Traditional Sangha of Russia*).[30]

---

29 Did Khambo Lama Sodnomdorzhiev D. V. (Đức Phó Tăng Thống Giáo hội Phật giáo Truyền thống Nga và Trưởng ban Ngoại giao Phật giáo Quốc tế) đã chia sẻ trong ngày 6/10/2025 khi Ni trưởng Giới Hương thỉnh hỏi về Tăng đoàn tối cao.

30 Tiểu sử: Đức Damba Badmaevich Ayusheev
là Damba Aiusheev, với giáo phẩm Panditô Khambo – Lạt Ma.
Damba Badmaevich Ayusheev[a] (sinh ngày 1 tháng 9 năm 1962) là một tu sĩ Phật giáo Kim Cương thừa người Nga, vị Pandito Khambo Lama thứ 24 và người đứng đầu Giáo hội Phật giáo Truyền thống toàn Liên bang Nga hiện nay (2025)
Damba Aiusheev sinh năm 1962 tại tỉnh Trichinskaia. Ngài tốt nghiệp trường Trung cấp Sư phạm và sau đó làm giáo viên tiểu học. Năm 1983, ngài theo học tại Trường Đại học Phật giáo Zanabazar ở thành phố Ulan Bator, Mông Cổ, tốt nghiệp năm 1988 và chuyên sâu về y học cổ truyền Tây Tạng.
Sau khi tốt nghiệp, Damba Aiusheev làm người hướng dẫn cho các sinh viên Nga học tại trường này trong vòng một năm, sau đó trở về nước tu tập tại tự viện

Giáo hội có một văn phòng trung ương ở Moscow chuyên trách quan hệ đối ngoại do ngài Did Khambo Lama Sodnomdorzhiev Dashinima Vladimirovich là *Phó Tăng Thống Phật giáo Nga và trưởng ban Ngoại giao Phật giáo quốc tế* phụ trách.

LÃNH ĐẠO BA NƯỚC PHẬT GIÁO CỘNG HÒA TỰ TRỊ

Buryatia: Lama Damba Badmaevich Ayusheev là vị *Tăng Thống của Giáo hội Phật giáo toàn Liên Bang Nga và Thượng thủ nước cộng hòa tự trị Buryatia.*

Tuva: Đức Natsyk Dorju (Sergek Olegovich Saryglar) (Lạt ma *Thượng thủ nước cộng hòa tự trị Tuva*) và trụ trì Tu viện Tubten Shedrub Ling Datsan (Tuva).

Đức Natsyk Dorju, vị Kamby Lama đời thứ 9,
Lạt ma thượng thủ lãnh đạo cao nhất
của nước Phật giáo cộng hòa tự trị Tuva

Kalmykia: Đức Geshe Tezin Choidak (*Lạt ma Thượng thủ nước cộng hòa tự trị Kalmykia*), trụ trì tu viện Burkhan Bakshin Altan Sume **Datsan** (Kalmykia).

Ivôlginski (Burytia). Năm 1991, Ngài trụ trì tự viện Murotrinski.
Ngày 28 tháng 4 năm 1995, Ayusheev được bầu làm Lạt ma Khambo thứ 24 và vị Tăng thống Giáo hội Phật giáo Truyền thống toàn Liên bang Nga.
Ngài được tái đắc cử vào năm 2023 và tiếp tục đảm nhiệm vai trò này cho đến năm 2028.

Lạt ma Thượng thủ Geshe Tezin Choidak (lãnh đạo cao nhất Phật giáo Kalmykia) tặng quà kinh sách tiếng Kalmykia cho Ni trưởng TN Giới Hương, ngày 25/09/2025

Altai: Altai (tiếng Nga: Респу́блика Алта́й) là một nước cộng hòa tự trị ở phía tây Siberia, trực thuộc Liên bang Nga. Họ nói tiếng Turk và theo truyền thống chủ nghĩa Burkhan.

Altai (diện tích: 92.900 km², dân số: 210.700 người) có nhiều cảnh quan đa dạng, bao gồm thảo nguyên và rừng lá kim (taiga). Kể từ thời kỳ Xô viết, khu vực này đã nổi tiếng với hoạt động chèo xuồng, chèo thuyền kayak, leo núi, cưỡi ngựa, câu cá và săn bắn.

Cộng hòa miền núi Altai này giáp với Trung Quốc, Mông Cổ và Kazakhstan, tự hào sở hữu những vùng đất rộng lớn của các khu bảo tồn thiên nhiên và ảnh hưởng Phật giáo du nhập.

Phật giáo ở Altai là một phần của Phật giáo Trung Á, chịu ảnh hưởng từ sự phát triển dọc theo Con đường Tơ lụa. Do Altai nằm ở biên giới giữa Trung Quốc, Mông Cổ, Kazakhstan và Nga, nên có sự hiện diện của các trường phái Phật giáo, chủ yếu là Đại thừa, cùng với tôn giáo bản địa Shaman giáo và Chính thống giáo (Ki-tô giáo).[31]

---

31 Phật giáo ở Altai.
https://www.google.com/search

Phật giáo Trung Á: Khu vực Altai từng nằm trên các tuyến đường thương mại quan trọng, nơi Phật giáo được các thương nhân và nhà sư truyền bá.

Sự đa dạng tôn giáo: Vì Altai là nơi giao thoa văn hóa và địa lý, Phật giáo tồn tại song song với các tôn giáo bản địa và sau này là Chính thống giáo Nga.

Ảnh hưởng lịch sử: Các dấu tích và văn hóa Phật giáo có thể được tìm thấy trong khu vực, cho thấy sự ảnh hưởng sâu sắc của tôn giáo này trong lịch sử.

Núi đồi trùng điệp Altai trong mùa thu, chụp ngày 29/09/2025

KẾT LUẬN:

Lịch sử: Phật giáo Nga đã trải qua 400 năm thăng trầm và vẫn còn nhiều vấn đề tồn đọng.

Tôn giáo truyền thống: Phật giáo là một trong bốn tôn giáo truyền thống chính thức được công nhận tại Nga, cùng với Chính thống giáo, Hồi giáo và Do Thái giáo. Phật giáo có lịch sử lâu đời và sự phát triển đa dạng trên lãnh thổ Nga, được pháp luật

Nga (đạo luật 1997) công nhận[32] là các tôn giáo truyền thống, cấu thành "di sản lịch sử" của quốc gia.

Giáo hội Phật giáo Truyền thống Nga: là tổ chức Phật giáo lớn nhất và có vai trò trung tâm trong các hoạt động Phật giáo tại Nga, thống nhất các tự viện trên toàn quốc.

Vị thế pháp lý: Phật giáo là tôn giáo truyền thống và có vị trí quan trọng trong đời sống tinh thần của dân tộc Nga, đặc biệt ở các vùng thiểu số.

Các khu vực chính: Trung tâm của Phật giáo Nga tập trung ở "tam giác linh thiêng" gồm ba nước cộng hòa tự trị: Buryatia, Kalmykia và Tuva. Đặc biệt, Kalmykia là nước cộng hòa Phật giáo duy nhất ở châu Âu.

Quá trình phục hưng và phát triển Phật giáo diễn ra mạnh mẽ qua thời gian. Các trung tâm Phật giáo mới (Mật, Thiền, Tịnh...) và các cộng đồng Phật giáo không chỉ xuất hiện ở các nước cộng hòa truyền thống mà còn ở các thành phố lớn khác như Moscow và St. Petersburg, Altai, Chita Vladivostok, Irkusk, Novosibirsk, Ekaterinburg, Ulyanaovsk, v.v...

- Trường phái chính Phật giáo Nga: Phật giáo ở Nga chủ yếu thuộc trường phái Kim cương thừa (Vajrayana), Mật tông Gelugpa, du nhập từ Mông Cổ và Tây Tạng. Ngoài ra ,cũng có nhiều chùa tu theo tịnh độ và thiền tông nhất là những người nhập cư từ Việt Nam, Hàn Quốc, Tích Lan, Thái Lan, Miến Điện...

Xu hướng:

Giáo dục: Các trường đại học và học viện Phật giáo, như Đại học Phật giáo Dashi Choinkhorlin ở Buryatia, được thành lập để đào tạo tăng sĩ Lạt ma và nghiên cứu Phật học.

Cộng đồng các nước nhập cư: Cộng đồng người Việt Nam,

---

32 Ostrovskaya E.A. Phật giáo Nga- Tuyển tập Phật giáo tại Nga: Lịch sử và hiện đại, Saint Petersburgs 2009, trang 50.
Rustam Sabirov, "Buddhism in Russia: History and Modernity," Buddhistdoor Global, November 4, 2019, https://www.buddhistdoor.net/features/buddhism-in-russia-history-and-modernity

Hàn quốc, Miến điện... tại Nga cũng có những hoạt động Phật giáo riêng, xây dựng các ngôi chùa để đáp ứng nhu cầu tâm linh của dân tộc mình.

Trong thập niên đầu tiên của thế kỷ XXI, xu hướng tăng cường đối thoại để trở thành liên minh giữa nhà nước và các tôn giáo truyền thống (trong đó có Phật giáo) đã phát triển mạnh.

Chính quyền của Tổng thống Putin cũng đã theo đuổi các chính sách bảo hộ rõ rệt đối với Chính thống giáo, Hồi giáo và Phật giáo, thậm chí Nhà nước còn hỗ trợ kinh phí cho các hoạt động tôn giáo.

Tuy nhiên, chính quyền Nga luôn muốn hạn chế tối đa mọi nỗ lực can thiệp từ bên ngoài vào các vấn đề tôn giáo nội bộ cũng như sự ảnh hưởng của các chính sách đối ngoại, đặc biệt là trong quan hệ Nga – Trung Quốc nên sự hỗ trợ từ Đức Đạt Lai Lạt Ma đối với Phật giáo Nga cũng sẽ gặp nhiều cản trở.

Tại Nga, có Giáo hội Phật giáo Truyền thống Nga (Buddhist Traditional Sangha of Russia) do Đức Damba Badmaevich Ayusheev làm *Tăng Thống của Giáo hội Phật Giáo Truyền thống toàn Liên Bang Nga*, văn phòng tại tu viện Ivolginsky Datsan (Buryatia), trực thuộc quyền quản lý của chính phủ Putin. Tuy nhiên, có một số chùa tự do, không có đăng ký với chánh quyền và không nằm trong Giáo hội Truyền thống Nga.

Tóm lại, Phật giáo Nga còn nhiều khó khăn trong hiện tại và tương lai. Trải qua lịch sử thăng trầm, Phật giáo tại Liên bang Nga cho đến nay đã có số lượng Phật tử chiếm 1% dân số cho thấy rằng Phật giáo chưa có chỗ đứng mạnh mẽ trong xã hội Nga. Không giống như tại các nước Phật giáo phương Đông, Phật giáo ở Nga chưa bao giờ là tôn giáo lớn do sức mạnh tuyệt đối của Chính thống giáo. Tuy nhiên, Phật giáo đang ngày càng ít bị coi là một tôn giáo của các dân tộc thiểu số và ngày càng khẳng định mình như một tôn giáo cho trí thức tự do, có những bước phát triển nhất định.

Phật giáo Nga có sự kết hợp giữa truyền thống lâu đời tại

một số khu vực và sự phát triển năng động của cộng đồng Phật tử hiện đại trên khắp cả nước. Phật giáo đang dần đi theo hướng hiện đại hóa, Âu hóa để phù hợp và dễ tiếp cận với người dân bản địa và phát triển theo chiều hướng tích cực vì lợi ích và hạnh phúc cho toàn Liên bang Nga.

Viện bảo tàng Phật giáo Elista, Kalmykia, nơi có nhiều tranh tượng Phật rất đẹp, ngày 25/09/2025

Chương 3

PHẬT GIÁO TẠI THỦ ĐÔ MÁT-XCƠ-VA

1. Thủ đô Mát-xcơ-va (Moscow)
2. Phật giáo tại Thủ đô Mát-xcơ-va
3. Các Chùa Phật giáo
   - 3.1. Tubden Shedubling- Ngôi Chùa đầu tiên tại Mát-xcơ-va
   - 3.2. Chùa Thảo Đường
   - 3.3. Niệm Phật Đường Moscow
   - 3.4. Thiền Phái Quan Âm Kwan Um Hàn quốc
   - 3.5. Đạo tràng Liên Hoa sanh (Padmasambhava Buddhist Center – Padma Samye Ling)
   - 3.6. Trung tâm Dzogchen Shri Singha Dharma Center Moscow
   - 3.7. Trung tâm Thiền Moscow (Moscow Buddhist Centre)
   - 3.8. Chùa Drikung Kagyu Ratna Shrina Moscow
   - 3.9. Trung tâm thiền Dhamma Dullabha Vipassana

3.10. Trung tâm Phật học của Giáo hội Phật giáo Truyền thống Nga

3.11. Văn phòng của Đức Phó Tăng Thống Phật giáo Truyền thống Nga Did Khambo Lama Sodnomdorzhiev D. V.

3.12. Viện Bảo Tàng Phật Giáo Nicholas Roerich

3.13. Địa chỉ các Trung Tâm Phật Giáo tại Moscow.

***

1. Thủ đô Mát-xcơ-va (Moscow)

Mát-xcơ-va (Moscow, tiếng Việt: Mạc Tư khoa) là thủ đô, trái tim của Liên bang Nga, đồng thời là trung tâm chính trị, văn hóa, kinh tế, khoa học và giáo dục của cả liêng bang Nga gồm có với 85 chủ thể (nước cộng hòa, tỉnh, tỉnh tự trị…)[33] và 185 sắc tộc[34] (người Nga Đông Slav, Tatar, Sami, Bashkir, Chuvash, Chechen...)

---

33 Liên bang Nga (Russian Federation) gồm 85 chủ thể liên bang (sau khi sáp nhập Krym vào năm 2014), bao gồm 22 nước cộng hòa, 9 vùng, 46 tỉnh, 3 thành phố liên bang, 1 tỉnh tự trị và 4 khu tự trị.
Trí tuệ nhân tạo "Thời đại AI": Lịch sử nước Nga.
https://tulieuvankien.dangcongsan.vn/ho-so-su-kien-nhan-chung/cac-nuoc-vung-lanh-tho/chau-au/lien-bang-nga-russian-federation-147

34 Nga là một quốc gia đa sắc tộc với 185 dân tộc; dân số của các dân tộc khác nhau rất lớn, từ hàng triệu người (người Nga, người Tatar) đến dưới 10.000 (người Sami). Thành phần các dân tộc của Nga rất đa dạng. Người dân tộc Nga chiếm tỷ lệ 81,53% tổng dân số, Tatar 3,76%, Ukraina 2,97%, Chuvash 1,21%, Bashkir 0,92%, Belarus 0,82%, Moldova 0,73%, Chechnya 0,61%, Đức 0,57% và các dân tộc khác. Trong 85 chủ thể tạo thành Liên bang Nga, có 21 vùng dân tộc thiểu số, 5 khu tự trị và 1 vùng tự trị (chủ yếu là dân tộc thiểu số).
Nguyễn Đức Kha, Kinh nghiệm của Liên bang Nga trong ứng phó với các thách thức an ninh phi truyền thống vùng dân tộc thiểu số.
https://www.tapchicongsan.org.vn/web/guest/the-gioi-van-de-su-kien/-/2018/819649/kinh-nghiem-cua-lien-bang-nga-trong-ung-pho--voi-cac-thach-thuc-an-ninh-phi-truyen-thong-vung-dan-toc-thieu-so.aspx

Lịch sử hình thành

Lịch sử của Mát-xcơ-va gắn liền với tên tuổi của Quốc công Iuri Dolgoruki (còn được mệnh danh là "Quốc công Cánh tay dài"). Ông là con trai của Quốc công Vladimir Monomakh, người trị vì công quốc Suxdal và đã mở rộng lãnh thổ tới tận bờ sông Moskva.

Thủ đô Moscow trong bản đồ Liên bang Nga.[35]

Năm 1147: Con trai ông, Iuri Dolgoruki, được cho là người đã đổi tên làng Kutskovo nằm bên bờ sông Moskva thành Mát-xcơ-va (Moscow). Do đó, năm 1147 được coi là năm thành lập chính thức của thành phố.

Phật giáo ở Mát-xcơ-va có một lịch sử phát triển từ đầu thế kỷ 20, với sự kiện nổi bật là Hội nghị Phật giáo Liên Xô (Congress of Soviet Buddhists) năm 1927 do Lạt ma Agvan Dorzhiev và nhà nghiên cứu Nikolai Konstantinovich Rerikh

35 Ezilon Maps. "Political Map of Russia." © 2015 Ezilon.com Regional Maps. Accessed December 31, 2025. https://www.ezilon.com/maps/images/europe/political-map-of-Russia.gif

chủ trì. Hội nghị này đã góp phần phổ biến tư tưởng về sự tương hợp giữa Phật giáo và chủ nghĩa cộng sản, đồng thời khẳng định định hướng quốc tế của Phật giáo Nga.

Mát-xcơ-va là một thành phố có lịch sử hình thành và phát triển lâu đời, với bề dày lịch sử được thể hiện rõ qua các công trình kiến trúc, chiến tích lịch sử và những địa điểm văn hóa nổi tiếng.

Vị trí địa lý

Mát-xcơ-va ngày nay nằm trên bờ sông Moskva, thuộc khu Trung tâm Nga (phần châu Âu của nước Nga). Thành phố nằm giữa lưu vực của hai con sông lớn là Volga và Oka, có diện tích khoảng 2.562 km².

Nhà thờ St. Basil, Moscow.[36]

36 David Crawshaw, St. Basil's Cathedral, photograph, 500px, CC BY-SA 3.0, via Wikimedia Commons, https://commons.wikimedia.org/wiki/File:St_Basils_Cathedral-500px.jpg

Nhân khẩu học và Tôn giáo

Hiện nay, dân số của Mát-xcơ-va vào khoảng 12,6 triệu người, trong đó có khoảng 3 triệu dân nhập cư tạm trú. Mát-xcơ-va là một thành phố đa tôn giáo, nhưng phần lớn người dân theo Cơ đốc giáo chính thống hay Chính thống giáo[37] và ba tôn giáo khác là Phật giáo, Hồi giáo và Do thái giáo. Nhà thờ chính của thành phố là Nhà thờ Chúa Cứu Thế. Trước đây, thành phố có gần 800 nhà thờ, nhưng trong thời kỳ Xô Viết, gần 400 nhà thờ đã bị phá hủy.

Văn hóa

Mát-xcơ-va là một trung tâm văn hóa lớn với hơn 180 viện bảo tàng và hơn 100 nhà hát. Nhiều tổ chức văn hóa nổi tiếng thế giới có trụ sở tại đây, bao gồm:

Viện bảo tàng lịch sử quốc gia Nga (Государственный исторический музей)

Phòng trưng bày Tretyakov (Государственная Третьяковская галерея), nổi tiếng với bộ sưu tập nghệ thuật Nga.

Khoa học và Giáo dục

Mát-xcơ-va là trung tâm lớn nhất về khoa học và giáo dục của Nga. Thủ đô hiện có 85 trường đại học, bao gồm 31 trường đại học tổng hợp và 19 viện nghiên cứu. Cơ sở giáo dục lớn nhất và nổi tiếng nhất là Đại học Tổng hợp Quốc gia Moskva mang tên Lomonosov (Московский Государственный Университет имени М.В.Ломоносова, viết tắt: MGU).[38]

Tác giả TN Giới Hương và Hướng dẫn viên Laura tại trường

37 Cơ đốc giáo là một tôn giáo lớn, trong khi đó, Chính thống giáo là một nhánh quan trọng của Cơ đốc giáo, còn gọi là Giáo hội Chính thống giáo Đông phương. Chính thống giáo có lịch sử lâu đời, tách ra khỏi Giáo hội Công giáo Rôma sau cuộc Đại Ly giáo Đông-Tây vào năm 1054. Do đó, Chính thống giáo là một phần của Cơ đốc giáo, chứ không phải là một tôn giáo riêng biệt. https://www.google.com/search

38 Москва - Mátxcơva và những thông tin thú vị. https://www.paprichi.vn/blogs/van-hoa/matxcova-va-nhung-thong-tin-thu-vi

Đại học tổng hợp quốc gia Lômônôsốp (xây 1775), Mát-Xcơ-va, có hơn 5.000 phòng học, nơi đã đào tạo rất nhiều nhân tài trên thế giới, chụp ngày 11/08/2025

Khí hậu: Khí hậu Mát-xcơ-va có sự chênh lệch rõ rệt giữa mùa đông và mùa hè.

Mùa hè: Nhiệt độ trung bình dao động từ 19°C đến 24°C. Nhiệt độ cao nhất từng được ghi nhận là 36,8°C.

Mùa đông: Mùa đông ở Mát-xcơ-va thường khô, tháng Một và tháng Hai là những tháng lạnh nhất, nhiệt độ trung bình có thể xuống tới -25°C.

Giao thông

Hệ thống giao thông của Mát-xcơ-va phát triển mạnh mẽ và rất đa dạng.

Thành phố có 4 sân bay quốc tế lớn: Sheremetyevo, Domodedovo, Vnukovo và Zhukovsky.

Đường sắt: Có 9 nhà ga xe lửa chính kết nối Mát-xcơ-va với các thành phố khác của Nga và châu Âu.

Giao thông mặt đất: Ô tô là phương tiện phổ biến (trung bình cứ 3 người dân thì có 1 chiếc ô tô). Ngoài ra, hệ thống giao thông công cộng rất phát triển với xe buýt, xe điện và xe điện bánh hơi.

Tàu điện ngầm (Metro): Hệ thống Tàu điện ngầm Moskva là một niềm tự hào của người Nga. Không chỉ là phương tiện di chuyển hiệu quả, các nhà ga còn nổi tiếng với kiến trúc tuyệt đẹp, được trang trí bằng tranh treo tường và tranh khảm có giá trị nghệ thuật rất cao.

Địa điểm nổi bật

Những ai đã từng đến Mát-xcơ-va chắc chắn sẽ không quên được những thắng cảnh nổi tiếng trên thế giới của Nga của Điện Kremlin, Quảng trường Đỏ, Nhà thờ thánh Basil, nhà thờ chính toà Chúa Kito Đấng Cứu Thế, Cung điện Kolomenski bằng gỗ xinh xắn, dinh thự Kuskovo của bá tước Sheremetievs vào thế kỷ thứ XVIII, trung tâm mua sắm GUM, thành phố kiến trúc cao tầng Moscow (như khu thương mại của London và New York), Phố đi bộ Arbat, những bảo tàng quốc gia đồ sộ và hệ thống Metro tráng lệ... và nhiều nữa với hàng nghìn công trình lịch sử nổi bật về kiến trúc, nghệ thuật, văn hóa đặc thù có một không hai trên thế giới.

2. Phật giáo Mát-xcơ-va (Moscow)

Mát-xcơ-va và Phật giáo: Mặc dù không phải là một nước Phật giáo truyền thống như ở ba nước cộng hòa Kalmykia, Buryatia và Tuva, Moscow vẫn có một cộng đồng Phật giáo đa dạng với các Lạt ma, tăng ni, phật tử, các chùa và đạo tràng tu tập theo nhiều truyền thống.

Phật giáo đã tồn tại ở Nga từ lâu đời và phát triển đa dạng qua các thời kỳ, đặc biệt là ở các nước cộng hòa Phật giáo tự trị như Kalmykia, Buryatia và Tuva.

Phật giáo ở Nga: Phật giáo đã được du nhập vào Nga từ thế kỷ 17 và ngày càng phát triển, với các hệ phái chính như Phật giáo Tây Tạng (Mật tông), Phật giáo Nguyên thủy, Thiền và Tịnh độ.

Hoạt động Phật giáo: Các sinh hoạt tu tập ở Mát-xcơ-va bao gồm giảng pháp, thiền định, tụng kinh, cúng tế và các hoạt động từ thiện, giúp lan tỏa tinh thần từ bi và trí tuệ của Phật giáo đến với cộng đồng.

Sự phát triển và hiện diện của Phật giáo tại Moscow, góp phần làm cho thủ đô của một Liên bang Nga đã hùng mạnh và càng hùng mạnh hơn về lịch sử lâu đời và đa dạng về văn hóa.

3. Các chùa Phật giáo tại Mát-xcơ-va

Việc chọn Mát-xcơ-va làm nơi sinh sống mang lại nhiều lợi thế do đây là trung tâm kinh tế, giáo dục và văn hóa hàng đầu của Nga, kết hợp hài hòa giữa nét cổ kính và sự hiện đại, năng động. Điều này giải thích tại sao dân nhập cư thường chọn thành phố này làm điểm đến để định cư, học tập, làm việc hoặc buôn bán.

Những lý do chính để cân nhắc sống ở Mát-xcơ-va bao gồm:

Cơ hội việc làm và phát triển kinh tế: Là thủ đô và trung tâm kinh tế, Mát-xcơ-va tập trung nhiều tập đoàn, doanh nghiệp, ngân hàng lớn và các cơ hội việc làm phong phú, khiến nơi đây trở thành một trong những thành phố tốt nhất ở Nga để phát triển sự nghiệp.

Chất lượng giáo dục: Thành phố có nhiều trường đại học nghiên cứu quốc gia hàng đầu, thu hút sinh viên trong nước và quốc tế, mang lại cơ hội giáo dục chất lượng cao.

Đời sống văn hóa và giải trí đa dạng: Mát-xcơ-va có lịch sử hơn 800 năm, với nhiều địa điểm văn hóa, kiến trúc độc đáo (như Quảng trường Đỏ), công viên xanh mát (công viên Gorky), và cuộc sống về đêm sôi động.

Cơ sở hạ tầng hiện đại: Thành phố sở hữu hệ thống giao

thông công cộng hiệu quả, đặc biệt là hệ thống tàu điện ngầm nổi tiếng thế giới, giúp việc đi lại dễ dàng.

Môi trường sống toàn diện: Chính quyền thành phố nỗ lực cung cấp mọi thứ cần thiết cho cuộc sống thoải mái và phát triển tài năng của người dân.

Do lượng dân nhập cư lớn, nhu cầu tâm linh cũng gia tăng, dẫn đến sự xuất hiện của nhiều cơ sở tín ngưỡng đa dạng:

Phật giáo: Nhiều cộng đồng Phật tử từ các quốc gia và khu vực khác nhau đã thành lập các địa điểm thờ tự, ví dụ: Chùa Tubden Shedubling (*cộng hòa tự trị Buryatia, Nga*), Chùa Thảo Đường (*do Giáo Hội Phật Giáo Việt Nam Thống Nhất Âu Châu điều hành*), Niệm Phật Đường Moscow (*thuộc Trung tâm văn hóa, thương mại Incentra Hà Nội – Mát-xcơ-va do đạo hữu Lĩnh pháp danh Quảng Pháp làm trưởng ban hộ tự*), Trung tâm Thiền Quan Âm Kwan Um (*Hàn Quốc, Seoul*), Trung tâm Thiền Vipassana Miến Điện (*S.N. Goenka*), Đạo tràng Liên Hoa Sanh (*Padmasambhava Buddhist Center – Padma Samye Ling*), và nhiều Trung tâm thiền Moscow khác do các Lạt ma Tây Tạng lãnh đạo.

Nhìn chung, Moscow là một lựa chọn hấp dẫn cho những ai tìm kiếm sự năng động, cơ hội phát triển sự nghiệp và trải nghiệm một nền văn hóa phong phú, đa dạng như Đức Ngài Phó Tăng Thống Phật giáo Truyền thống Nga Did Khambo Lama Sodnomdorzhiev Dashinima Vladimirovich[39] đã chia sẻ rằng: "Có nhiều nước Phật giáo nhập cư tại Liên Bang Nga như nước Việt Nam (*Chùa Thảo Đường và Niệm Phật Đường Moscow*),

---

39 Đức Ngài Phó Tăng Thống Phật giáo Truyền thống Nga Did Khambo Lama Sodnomdorzhiev Dashinima Vladimirovich đã chia sẻ thông tin trong buổi phỏng vấn với tác giả TN Giới Hương vào ngày 19/8/2025 tại văn phòng làm việc của ngài (Barykovsky Pereueok, Dom 9, Moscow): có nhiều nước Phật giáo nhập cư tại Liên Bang Nga như nước Việt Nam (Chùa Thảo Đường và Niệm Phật Đường Moscow), Hàn Quốc (Seoul), Tích Lan, Burma, Miến Điện (hai chùa nhỏ, hai chư Tăng)… có 1,2 vị tăng. Ở Moscow có khoảng 10 vị Tăng, Buriatya có khoảng 500 vị tăng và 5 vị ni, Kalmykia có khoảng 70 tăng và Tuva có khoảng 50.

Hàn Quốc (*Seoul*), Tích Lan, Burma, Miến Điện (*hai chùa nhỏ, hai chư Tăng*)…. Ở Moscow có khoảng 10 vị Tăng và đặc biệt, một ngôi đại tự viện nguy nga do Giáo hội Phật giáo Truyền thống Nga tại Mát-xcơ-va đang xây dựng cùng nhiều cơ sở Phật giáo thuộc các Lạt ma Tây Tạng khác.

3.1. Tubden Shedubling – ngôi chùa đầu tiên tại Thủ đô Mát-xcơ-va

Địa chỉ: Novovladykinskiy Proyezd, вл. 15, Moscow, Russia, 127273

Phone: +7 916 673-00-06

Website: https://www.mantra.ru.

Mặt trước Chùa Tubden Shedubling, chụp ngày 18/08/2025

Tọa lạc trong khu Otradnoye, Tubden Shedubling (xây năm 2000), thuộc Phật giáo Kim Cương thừa Karma Kagyu, là một ngôi chùa Phật giáo đầu tiên ở Mát-xcơ-va, nơi nổi tiếng về các nhà thờ Chính Thống giáo. Hệ phái Tubden Shedubling này có hơn 100 chi nhánh trên khắp nước Nga và thường tổ chức các khóa tu học, hội thảo về thiền và nghệ thuật Phật giáo phục vụ đại chúng.

Hội Phật giáo Moscow đã khởi xướng và đóng vai trò chủ chốt trong việc xây dựng quần thể Phật giáo Tubden Shedubling đầu tiên tại thủ đô Mát-xcơ-va do kiến trúc sư Teryoshkin P.G., Ryazanov N., Arzhayeva V.D phụ trách[40]. Dự án này đã nhận được sự ủng hộ rộng rãi từ các cấp chính quyền Mát-xcơ-va, văn phòng Tổng thống Liên bang Nga, Đại biểu Duma Quốc gia Iosif Davydovich Kobzon, cũng như sự đồng thuận của cư dân quận Otradnoye.

Chánh điện Chùa Tubden Shedubling, chụp ngày 18/08/2025

Tọa lạc tại công viên Otrada, ngôi chùa này là một phần của khu phức hợp tâm linh và giáo dục của các tôn giáo truyền thống như gần một nhà thờ Chính thống giáo, một nhà thờ Hồi giáo và một giáo đường Do Thái hiện có. Điều này, thể hiện sự đa dạng của bốn tôn giáo truyền thống Chính thống giáo, Phật

40 Tubden Shedubling. https://en.wikipedia.org/wiki/Tubden_Shedubling
Tubden Shedubling," Wikipedia, last modified April 1, 2025, https://en.wikipedia.org/wiki/Tubden_Shedubling

giáo, Hồi giáo và Do Thái được pháp luật Nga (đạo luật 1997) công nhận.[41]

Tên gọi và ý nghĩa

Trong chuyến thăm tới Cộng hòa Kalmykia vào tháng 11 năm 2004, Tenzin Gyatso, Đức Đạt Lai Lạt Ma XIV đã ban tên cho ngôi chùa là "Tubden Shedubling", có nghĩa là "Khu vườn để nghiên cứu triết lý và đạo đức Phật giáo".[42] Ngài nhấn mạnh rằng ngôi chùa nên trở thành nơi quy tụ tất cả các tông phái Phật giáo, tạo ra một không gian cho việc tu học và hành trì.

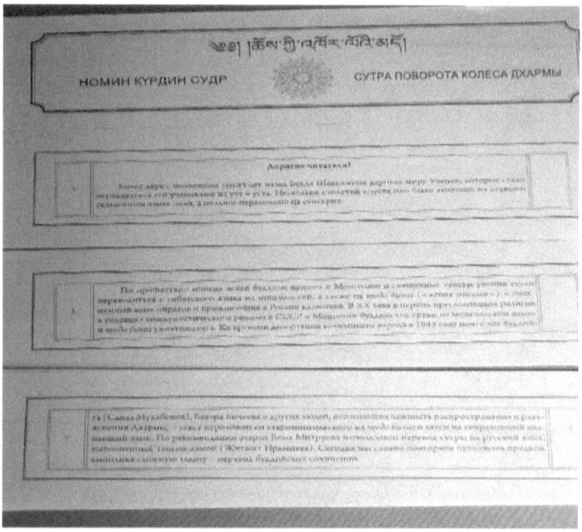

Một bản kinh tụng tại Chùa Tubden Shedubling, chụp ngày 18/08/2025

---

41 Ostrovskaya E.A, Phật giáo Nga- Tuyển tập Phật giáo tại Nga: Lịch sử và hiện đại, Saint Petersburgs 2009, trang 50.

42 The First Buddhist Temple In Moscow. https://moscowbuddhatemple.ru/en/first-buddhist-temple-with-a-stupa-in-moscow

E. A. Ostrovskaya E.A, , Collection of Works about Buddhism: Vajrayana Buddhism in Russia: History and Modernity

Mặc dù, Moscow không phải là khu vực truyền thống theo đạo Phật như các nước cộng hòa tự trị Burytia, Tuva and Kalmykia, nhưng Đức Đạt Lai Lạt Ma khẳng định việc xây dựng một Trung tâm Phật giáo hoặc Chùa tại thủ đô Mát-xcơ-va của Liên bang Nga là điều hoàn toàn hợp lý, vì Phật giáo là một trong những tôn giáo quan trọng tại quốc gia này, nơi sẽ đón tiếp các cộng đồng Phật giáo địa phương cũng như du khách từ các khu vực và quốc gia khác, được Ngài xem là điều "hoàn toàn tự nhiên".

Ngài xem việc xây dựng ngôi chùa Tubden Shedubling là một "công trình vĩ đại" mang ý nghĩa lớn lao bởi vì nơi đây sẽ là nơi hòa hợp các truyền thống Phật giáo khác nhau—Nguyên thủy, Nhị thừa, Mật thừa, và Thiền tông—được kết hợp hài hòa trong cùng một trung tâm Tubden Shedubling. Điều này nói lên tinh thần đoàn kết và không phân biệt tông phái trong Phật giáo.

Thông điệp của Ngài đóng vai trò như một lời động viên và chỉ dẫn cho dự án xây dựng Trung tâm Phật giáo Tubden Shedubling, khuyến khích sự hòa hợp và cùng chung sống giữa các truyền thống Phật giáo khác nhau.

Thông điệp này định hướng rõ ràng mục tiêu của Tubden Shedubling vượt ra ngoài khuôn khổ nhỏ hẹp:

Chức năng kép: Ngôi chùa phải hoạt động như một trung tâm học thuật, giáo dục, nơi mà kiến thức và triết lý Phật giáo cần được giảng dạy một cách sâu rộng.

Hòa nhập và đối thoại liên tôn: Ngài đề cao sự cởi mở, chào đón tất cả mọi người thuộc các tín ngưỡng khác nhau (Chính thống giáo, Do Thái giáo, Hồi giáo).

Tầm quan trọng của sự hiểu biết lẫn nhau: Mục tiêu cuối cùng là thúc đẩy sự hòa hợp giữa các dân tộc và tôn giáo thông qua việc tìm hiểu và tôn trọng truyền thống của nhau, coi đây là một nhu cầu thiết yếu trong thế giới hiện đại.

Vài hình Chùa Tubden Shedubling

Cổng tam quan

Ni trưởng TN Giới Hương dâng quà cúng dường Lạt ma Haaapta^ (Hạnh Phúc), ngày 18/08/2025

Ni trưởng TN Giới Hương và Lan Hương chiêm bái tháp chuông và bảo tháp trắng Mạn-đà-la, ngày 18/08/2025

3.2. CHÙA THẢO ĐƯỜNG

Chùa Thảo Đường Moscow, Nga.

Trụ trì: Ni sư Tuệ Đàm Hương

Địa chỉ: Moscow Region, Cottage Village Marusin Lug,

Urban District Lyubertsy, Village Marusino. Dom 14, Moscow, Nga.

Điện thoại: +7 964 530 34-56; +7 968 467 19-70; +45 31 60 13 68

Email: tuedamhuong@gmail.com; thaoduongmoscow@mail.ru

Facebook: Chùa Thảo Đường Moskva

a.Nhân duyên khởi đầu của Hội Phật giáo Thảo Đường và Chùa Thảo Đường

Năm 1991, một Hội nghị Tôn giáo toàn cầu đã được tổ chức tại Mát-xcơ-va, Nga.

Đại diện cho phái đoàn Âu Châu là cố Hòa thượng Thích Minh Tâm, Trụ trì chùa Khánh Anh (Pháp). Về phía Hoa Kỳ, cố Hòa thượng Thích Trí Chơn và Hòa thượng Thích Minh Tuyên cũng đã đến tham dự đại hội này.

Vào thời điểm đó, cộng đồng người Việt tại Nga rất đông đảo và đa dạng. Đa phần là sinh viên từ miền Bắc Việt Nam sang du học. Sau khi tốt nghiệp, nhiều người đã không về nước mà ở lại làm ăn, buôn bán, kết hôn với người Nga, hoặc xin tị nạn chính trị. Cộng đồng này rất lớn mạnh, không chỉ ở Mát-xcơ-va mà trên toàn Liên bang Nga.

Cũng tại đại hội này ở Nga, có hai vợ chồng người Việt đã tham gia: ông Nguyễn Minh Cần và bà Inna (*một người Nga du học từ năm 1958, chuyên về Việt Nam học*). Cả hai đã đến tham vấn cố Hòa thượng Thích Minh Tâm về việc tổ chức Hội Phật giáo Thảo Đường và mua đất thành lập Chùa Thảo

Đường tại Nga.[43]

Đúng vào dịp Tết và Rằm tháng Giêng năm 1994, ông Nguyễn Minh Cần và bà Inna đã có mặt tại chùa Viên Giác Hannover, Đức Quốc, để xin Hòa thượng Thích Như Điển làm lễ Quy y Tam Bảo. Ông Cần được đặt pháp danh là Thiện Mẫn, còn bà Inna là Thiện Xuân.

Kể từ sự kiện này, Hòa thượng Thích Minh Tâm và Hòa thượng Thích Như Điển đã trở thành hai vị lãnh đạo tinh thần của hội Phật giáo Thảo Đường và chùa Thảo Đường, duy trì vai trò này từ năm 1994 cho đến nay.

Hòa thượng Thích Minh Tâm và Hòa Thượng Thích Như Điển

Trong thời gian ở Liên Xô, Đạo hữu Thiện Mẫn Nguyễn Minh Cần làm nghề biên tập viên và phiên dịch cho Nhà xuất bản Tiến Bộ từ năm 1965 đến khi về hưu năm 1990. Trong 25 năm làm việc cho nhà xuất bản, ông đã dịch, biên tập gần 130 cuốn sách của các nhà văn, nhà báo, nhà chính trị nổi tiếng của

43 Hòa thượng Thích Như Điển và Ni sư TN Tuệ Đàm Hương, Lịch sử về sự thành lập Chùa Thảo Đường, Moscow. Ngày 18 tháng 11 năm 2016. https://quangduc.com/a61444/lich-su-ve-su-thanh-lap-chua-thao-duong

Liên Xô và thế giới ra tiếng Việt.[44] Đạo hữu Inna Thiện Xuân, tuy là người Nga, nhưng lại nói tiếng Việt một cách tuyệt vời. Bà từng có thời gian sang Việt Nam du học, hoàn thành luận án cao học viết bằng tiếng Pháp và tiếng Việt về chủ đề nông nghiệp Việt Nam. Sau khi tốt nghiệp, bà trở về Nga và giảng dạy tại một trường đại học quan hệ quốc tế của Nga.

Hai ông bà (Đạo hữu Thiện Mẫn và Thiện Xuân) đã cùng biên soạn một quyển tự điển Nga-Việt với hàng trăm nghìn từ, một tài liệu vô cùng cần thiết cho nhiều thế hệ sinh viên Việt Nam, cả trong lẫn ngoài nước Nga.

Bên cạnh đó, đạo hữu Inna Thiện Xuân cũng chịu ảnh hưởng sâu sắc từ tư tưởng của đại văn hào Lev Tolstoy. Bà đã dày công khảo sát tư tưởng Phật học của Lev Nikolayevich Tolstoy, và tìm tòi giá trị của Đạo học Đông phương qua nhiều góc độ khác nhau và đã chọn Phật giáo Việt Nam làm điểm tựa cho đời sống tâm linh khi về già. Chính bà là người đã đề xuất danh xưng "Thảo Đường" để đặt tên cho ngôi chùa tại Mát-xcơ-va, với hai dụng ý:

1)Thảo Đường là để vinh danh vị Thiền sư Việt Nam, Tổ thứ ba của Thiền phái Thảo Đường, thế kỷ thứ 11, thời Vua Lý Thánh Tông (1054-1072).

2) Thảo Đường là để gợi hình ảnh một "am tranh bằng cỏ" mộc mạc giản dị nơi tu hành của các bậc chân tu, là nơi nương tựa tinh thần cho người Phật tử Việt xa xứ.

b. Hai nhân vật đầu tiên sáng lập lên Hội Phật giáo Thảo Đường và Chùa Thảo Đường

Trong suốt những năm đầu đầy khó khăn, cứ mỗi tháng hai kỳ (vào ngày Rằm và Mùng Một), đạo hữu Inna Thiện Xuân lại một mình vượt qua quãng đường hàng chục kilômét bằng nhiều phương tiện công cộng. Trên vai bà là tôn tượng Phật bằng đồng nặng 15 kg, mượn từ Hội Phật giáo Nga để mang về nơi hành lễ.

Đồng thời, đạo hữu Nguyễn Minh Cần Thiện Mẫn cũng

44 Nguyễn Minh Cần (ngày 31 tháng 12 năm 1928 – ngày 13 tháng 5 năm 2016). https://vi.wikipedia.org/wiki/nguyen-minh-can

không kém phần vất vả, vai vác balô đựng thảm, tay xách túi đồ trang trí bàn thờ, tổng trọng lượng cũng không dưới 15 kg, lầm lũi đi bộ từ nhà đến địa điểm tổ chức buổi lễ Phật.

Trong hoàn cảnh thiếu thốn trăm bề, hai đạo hữu Thiện Mẫn và Thiện Xuân đã tận dụng tất cả những gì quý giá, đẹp đẽ nhất có trong nhà—từ thảm, hoa, lọ, cốc, bát—để trang hoàng bàn thờ. Có thể nói, hai đạo hữu đã dốc cạn tấm lòng, gửi gắm cả trái tim và tâm trí vào công việc chung của Hội, cùng vui buồn, cùng sống chết với sự phát triển của Đạo pháp nơi xứ người.

Ngay từ những ngày đầu thành lập, khi Hội Phật giáo Thảo Đường tại Mát-xcơ-va còn chưa có địa điểm sinh hoạt ổn định—vẫn phải đi thuê chỗ cho Phật tử về tụng kinh, cầu nguyện—và thiếu thốn nhiều về tài chính, đạo hữu Inna Thiện Xuân đã gieo vào lòng mỗi thành viên một giấc mơ lớn: **xây dựng một ngôi chùa Phật giáo ngay giữa lòng thủ đô Mát-xcơ-va, nước Nga.**

Liên bang Nga, với dân số hơn 146 triệu người, [45] công nhận Phật giáo là một trong bốn truyền thống tôn giáo lớn,[46] và có ba nước cộng hòa tự trị (Buryatia, Tuva và Kalmykia) xem Phật giáo là quốc giáo. Tuy nhiên, trải qua nhiều thế kỷ, Mát-xcơ-va, một thủ đô có nền văn hóa nghệ thuật bấc nhất của thế giới, vẫn chưa có một ngôi chùa Phật giáo chính thức nào được xây dựng. Ngôi chùa Quan Âm Kuntsechoinei Datsan ở Saint Petersburg, xây dựng năm 1908 là ngôi chùa đầu tiên và xưa nhất ở Nga nói riêng và ở Tây phương nói chung. Điều này cho thấy việc hiện thực hóa dự án xây chùa tại thủ đô Nga là vô cùng khó khăn.

---

45 Theo dự báo của Trading Economics: Dân số Nga dự kiến đạt 146,10 triệu người vào cuối năm 2025.

46 Phật giáo là một trong bốn tôn giáo truyền thống chính thức được công nhận tại Nga, cùng với Chính thống giáo, Hồi giáo và Do Thái giáo. Phật giáo có lịch sử lâu đời và sự phát triển đa dạng trên lãnh thổ Nga, được pháp luật Nga (đạo luật 1997) công nhận là các tôn giáo truyền thống, cấu thành "di sản lịch sử" của quốc gia.

Ostrovskaya E.A. – Phật giáo Nga// Tuyển tập Phật giáo tại Nga: Lịch sử và hiện đại, Saint Petersburgs 2009, trang 50.

Với quyết tâm cao độ, bà Inna Thiện Xuân đã dành nhiều công sức đi khắp các cơ quan công quyền để xin cấp đất. Bà nghiên cứu luật xây dựng, tìm hiểu vật liệu, và khảo sát kỹ lưỡng thiết kế chùa chiền Phật giáo để tự mình thiết kế một ngôi chùa hai tầng. Thiết kế này vừa giữ được nét kiến trúc truyền thống Việt Nam, vừa thích ứng hoàn hảo với điều kiện khí hậu khắc nghiệt của Nga. Bà còn tỉ mỉ dùng vỏ hộp kẹo để làm mô hình ngôi chùa tương lai đẹp đẽ, trang nghiêm, và chia sẻ rằng mình đã sống với ước mơ đó mỗi ngày.

Mặc dù đã nỗ lực hết sức trong việc xin chính quyền thành phố cấp phép và cấp đất, Hội dần hiểu ra rằng việc này gần như là điều không thể thực hiện được. Giấc mơ về một ngôi chùa tưởng chừng như sẽ mãi mãi chỉ là một giấc mơ.

Thế nhưng, *giấc mơ có một năng lực và sự nhiệm mầu lớn hơn người ta tưởng; nó hun đúc tâm trí mỗi con người, để biến những khát vọng cháy bỏng thành hiện thực.*[47]

Tháng 8 năm 2011, tại một thành phố nhỏ bé của nước Áo, trong khuôn khổ khóa tu học Phật pháp Âu châu lần thứ 23, một ý tưởng mang tính đột phá bất ngờ xuất hiện: Mua đất ở ngoại ô Mát-xcơ-va để xây chùa. Tại đây, một Phật tử đã phát tâm hứa cúng dường 20 ngàn đô la Mỹ để mua đất và cho vay thêm 100 ngàn đô la Mỹ không lấy lãi để phục vụ việc xây dựng.

Những lời hứa đầy tâm huyết này đã thổi bùng ước mơ ấp ủ bấy lâu thành một ngọn lửa lớn, sưởi ấm những tấm lòng khắc khoải chờ đợi. Ngay khi trở về Mát-xcơ-va và chia sẻ thông tin này với các đạo hữu trong Hội Thảo Đường, ai nấy đều vô cùng háo hức bắt tay vào việc tìm đất xây chùa Thảo Đường. Đây chính là một thắng duyên lớn, khởi đầu cho sự hình thành của ngôi chùa Thảo Đường.

---

47 Hòa thượng Thích Như Điển và Ni sư TN Tuệ Đàm Hương, Lịch sử về sự thành lập Chùa Thảo Đường, Moscow. Ngày 18 tháng 11 năm 2016. https://quangduc.com/a61444/lich-su-ve-su-thanh-lap-chua-thao-duong

Chùa Thảo Đường lập bàn thờ hai vị sáng lập Chùa Thảo Đường, hương linh ông Thiện Mẫn (Nguyễn Minh Cần mất ngày 13 tháng 5 năm 2016) và bà Thiện Xuân (Inna Malkhanova, mất Ngày 18/5/2019)

c. Công đức của chư tôn đức Châu Âu và quý phật tử đóng góp

Với sự gia trì của Tam Bảo cùng tình yêu sâu đậm dành cho ngôi chùa đã được hun đúc qua bao năm tháng, chư tôn đức Tăng Ni tại Châu Âu và các Phật tử gắn bó với chùa đã cùng nhau vượt qua mọi khó khăn, chướng ngại, góp từng viên gạch để xây dựng nên ngôi chùa Thảo Đường tại Moskva thân yêu này.

Chùa đã chính thức làm lễ động thổ vào ngày 25 tháng 9 năm 2013. Đúng 40 người đã trang trọng đặt 40 viên gạch đầu tiên xuống mảnh đất này, làm nền móng vững chắc cho ngôi chùa Thảo Đường.

Tiếp đó, vào ngày 16 tháng 4 năm 2014, dưới sự chứng minh của Hòa thượng Phương trượng Thích Như Điển và Đại đức Thích Hạnh Giới (Trụ trì chùa Viên Giác, Đức Quốc), các Phật tử chùa Thảo Đường đã long trọng tổ chức lễ khởi công xây dựng ngôi chùa.

Vấn đề nan giải nhất trong quá trình xây dựng là làm sao có đủ kinh phí để trả công thợ và mua nguyên vật liệu. Tuy nhiên, nhờ sự đồng lòng chung sức, chư tôn đức Tăng Ni, Phật tử trên khắp thế giới, đạo hữu Phạm Đức Chính (*Hội trưởng đầu tiên của Hội*), cùng toàn thể Phật tử của Hội đã hết lòng đóng góp công sức, cúng dường tiền bạc, và thậm chí cho chùa vay không lấy lãi. Mỗi khi có khóa tu học hoặc cơ hội đến thăm các chùa tại Âu Châu, chư Tôn đức và bà con Phật tử lại hết lòng ủng hộ cho việc xây dựng ngôi chùa Thảo Đường tại Moscow.

Có thể nói, ngôi chùa Thảo Đường này là hiện thân của tình yêu thương không biên giới, vượt qua mọi rào cản chính trị hay đẳng cấp, của những người con Phật. Điều này hoàn toàn đúng với tinh thần của cái tên "Thảo Đường" mà hai đạo hữu Thiện Xuân và Thiện Mẫn đã đặt nền móng cho Hội từ những ngày đầu.

Sau gần một năm thi công, với tổng kinh phí gần 350 ngàn đô la Mỹ, vào ngày 01 tháng 3 năm 2015, chùa Thảo Đường đã chính thức chuyển về địa điểm mới để sinh hoạt. Ngay trong ngày lễ Phật đầu tiên, nhằm ngày Rằm tháng Giêng năm 2015, đã có gần 200 Phật tử quy tụ về đây tham dự buổi lễ.

Từ tháng 5 năm 2016, chùa bắt đầu bước vào giai đoạn hoàn tất các hạng mục của ngôi Già lam này.

Một sự kiện quan trọng nữa đã diễn ra vào ngày 26 tháng 10 năm 2016: Tất cả các Phật tử chùa Thảo Đường đã đồng lòng quỳ lạy, cung kính dâng lời tác bạch xin hiến ngôi chùa Thảo Đường này cho Giáo Hội Phật Giáo Việt Nam Thống Nhất Âu

Châu điều hành.

Ngày 28 tháng 10 năm 2016, Giáo hội Âu Châu đã chấp thuận lời thỉnh cầu của toàn thể Phật tử và công cử Ni sư TN Tuệ Đàm Hương làm vị Trụ trì đầu tiên của ngôi chùa Thảo Đường cho đến ngày nay.

Mười năm trôi qua (từ 2016 đến 2026), Ni sư Trụ trì cùng các Phật tử chùa Thảo Đường đã từng ngày, từng bướt bồi đắp, xây dựng, làm việc miệt mài, để hoàn thiện ngôi chùa ngày càng hoàn hảo, trang nghiêm, đúng như giấc mơ đẹp đẽ và cháy bỏng suốt thời gian qua của tất cả những ai từng mong ước có một ngôi chùa Phật giáo trên mảnh đất Mát-xcơ-va này.

d. Tác phẩm tiếng Nga

Thiện Xuân có tác phẩm cuốn "Dưới Bóng Từ Bi" hay các bài biên khảo về Phật giáo, đã cho thấy sự gắn bó sâu sắc của bà đối với Đạo Phật.

Hiện nay, quyển "Thiền Môn Nhật Tụng" đang được dịch từ tiếng Đức sang tiếng Nga. Tương tự, tác phẩm "Phật Giáo và Con Người" do Hòa thượng Thích Như Điển viết bằng tiếng Việt, đã được Thầy Hạnh Giới dịch sang tiếng Đức, và từ bản tiếng Đức này cũng đang được tiếp tục dịch sang tiếng Nga.

Đặc biệt, quyển Kinh Địa Tạng đã được đạo hữu Thiện Mẫn và Thiện Xuân dịch sang tiếng Nga từ lâu, và hiện đang được các Phật tử người Nga trì tụng trong các dịp tang lễ hay cầu siêu.[48]

Đây là những tín hiệu đầy khích lệ về sự lan tỏa của tôn giáo và văn hóa Phật giáo. Thông qua những hoạt động này, Phật giáo, đặc biệt là Phật giáo Việt Nam, đã bắt đầu cắm rễ và ăn sâu vào tiềm thức của những người con Phật tại Liên bang Nga.

e. Chùa Thảo Đường hiện nay

48 Hòa thượng Thích Như Điển và Ni sư TN Tuệ Đàm Hương, Lịch sử về sự thành lập Chùa Thảo Đường, Moscow. Ngày 18 tháng 11 năm 2016. https://quangduc.com/a61444/lich-su-ve-su-thanh-lap-chua-thao-duong

Chùa Thảo Đường hiện nay lịch sinh hoạt rất sinh động phong phú, phục vụ cho tất cả Phật tử mọi lứa tuổi từ già, trung niên và cho đến thiếu nhi trẻ nhỏ.

Mỗi cuối tuần, mồng một và rằm, vía Quan Âm khoảng 50 đến 70 Phật tử tinh tấn về chùa tụng kinh, ngồi thiền, tụng giới, nghe pháp, sám hối (thường là từ 4g chiều đến 9g tối)[49]; thọ bát quan trai mỗi tháng một lần (24 tiếng đồng hồ), mỗi tháng phóng sanh chim cá... hai lần. Các đại lễ như Tết Nguyên đán, Phật đản, Vu lan,... cả 300-400 Phật tử về cúng lễ. Hàng năm chùa còn tổ chức khóa tu mùa hè cho thanh thiếu niên (có khoảng 300-400 em đăng ký), lễ trung thu (khoảng hơn 200 em về rước lồng đèn và thi đố vui Phật pháp)...

Thời khóa biểu hàng ngày của chúng xuất gia thường trụ (Ni sư trụ trì Tuệ Đàm Hương, đệ tử Sa-di-ni Nhuận Phương và tập sự Nhuận Thư) như sau:

5g sáng: Hô chuông, ngồi thiền

5g30: Tụng Công phu khuya (Kinh Lăng Nghiêm)

8g: Điểm tâm

8-10g: Chấp tác

10g: Cúng ngọ

12g: Thọ trai.

3g chiều: Cúng Mông Sơn thí thực

7g tối: Tụng kinh, tọa thiền

9g: Chỉ tịnh

Chùa Thảo Đường đã cung đón rất nhiều chư Tôn đức ở Âu Châu, Úc Châu, Hoa Kỳ, Việt Nam, Tây Tạng và nhiều nước khác... đến dừng chân tại chùa và hoằng pháp tại Mát-xcơ-va và khắp Liên bang Nga.

---

49 Các khóa lễ tại chùa thường là từ 4g chiều đến 9g tối, vì buổi sáng phật tử còn phải đi tất bật buôn bán, đi làm tìm kế sanh nhai.

f. Một vài hình ảnh sinh hoạt của chùa Thảo Đường năm 2025

Từ phải: Lạt ma Phó Tăng Thống Phật giáo Liên Bang Nga Did Khambo Lama Sodnomdorzhiev D. V. , Hòa thượng T Hạnh Tấn và Ni sư TN Tuệ Đàm Hương (trụ trì Chùa Thảo Đường) cùng các Phật tử vào ngày Lễ Vu Lan tại Chùa Thảo Đường, ngày 06/09/2025

Toàn hội trường Lễ Vu Lan Hiếu, ngày 06/09/2025

Ni sư TN Tuệ Đàm Hương (trái) và Ni trưởng TN Giới Hương (phải) cùng các Phật tử Chùa Thảo Đường, ngày 19/08/2025.

Ni trưởng TN Giới Hương (chính giữa),
Ni sư TN Tuệ Đàm Hương (trái), Sa-di-ni Nhuận Phương (phải) cùng các Phật tử Chùa Thảo Đường,
tối ngày 19/08/2025.

Ni trưởng TN Giới Hương cùng các Phật tử Chùa Thảo Đường ngồi thiền, ngày 20/08/2025.

Quang cảnh Chùa Thảo Đường ngày Bố tát tụng giới, Chủ Nhật, ngày 20/08/2025

Chánh điện Chùa Thảo Đường, ngày 20/08/2025.

Chụp cùng các em trong lễ Trung thu thiếu nhi tại Chùa Thảo Đường, ngày 04/10/2025.

Trai đường Chùa Thảo Đường, ngày 04/10/2025.

3.3. Niệm Phật Đường Mát-xcơ-va

Địa chỉ: 146/2 Yaroslavskoye, Moscow, Russia.

Hướng dẫn tu tập: Ni trưởng TN Bảo Tâm và Chư Ni Chùa Tây Thiên, Phú Thọ

Hội trưởng: Đạo hữu Lĩnh, pháp danh Quảng Pháp

https://www.facebook.com/NiemPhatDuongMatxcova LienBangNga

Bảng hiệu Niệm Phật Đường Mát-xcơ-va

Cộng đồng người Việt trên khắp nước Nga có đời sống tín ngưỡng phong phú, đậm đà bản sắc dân tộc, với các nghi lễ thờ cúng tổ tiên, ông bà và nhiều hoạt động tâm linh mang ý nghĩa sâu sắc, giúp kết nối cộng đồng và giữ gìn văn hóa truyền thống Việt Nam. Theo thống kê của Ủy ban người Việt Nam tại nước ngoài,[50] cộng đồng người Việt tại Nga hiện có hơn 100.000 người, tập trung chủ yếu ở Mát-xcơ-va và các thành phố lớn.

Để đáp ứng nhu cầu tâm linh và các hoạt động tín ngưỡng ý nghĩa của cộng đồng, năm 2010, một số Phật tử mộ đạo đã cùng nhau thống nhất thành lập Niệm Phật đường Mát-xcơ-va.

Tác giả Ni trưởng TN Giới Hương đang đứng ở mặt trước Trung tâm văn hóa, thương mại Incentra Hà Nội – Mát-xcơ-va, ngày 18/08/2025

50 Phương Mai, Sinh hoạt tâm linh của cộng đồng người Việt tại Nga và Niệm Phật đường Mátxcova. https://phatgiao.org.vn/sinh-hoat-tam-linh-cua-cong-dong-nguoi-viet-tai-nga-va-niem-phat-duong-matxcova

Trung tâm văn hóa, thương mại Incentra Hà Nội – Mát-xcơ-va là một tổ hợp đa chức năng (thương mại, khách sạn) cao 22 tầng (như trong hình trên) tại Moscow (Incentra), thuộc Công ty Trách Nhiệm Hữu Hạn (TNHH) Incentra. Riêng tòa cao thứ 21, diện tích gần 1000 m^2 với sức chứa khoảng 500 người, công ty đã rất ưu ái ủng hộ Phật giáo, nên đã tôn trí thành một Niệm Phật đường gồm có chánh điện, nhà tổ, bàn thờ thánh Mẫu Hồng Phúc Linh Từ, gian thờ Hùng Vương, phòng nghỉ cho khách tăng, thư phòng, trai đường, khu vực sắp lễ, giữ đồ... để phục vụ tín ngưỡng cho cộng đồng. Đạo hữu Lĩnh (pháp danh Quảng Pháp) là trưởng ban Hộ trì tam bảo, Quảng Nguyện (Phó ban) cùng nhiều vị khác trong ban quản trị phụ trách điều hành Niệm Phật Đường này dưới sự cố vấn tinh thần của Ni trưởng TN Bảo Tâm cùng Chư Ni Chùa Tây Thiên, Phú Thọ, Việt Nam.

Vào ngày 19 tháng 4 năm 2014, lễ khởi công xây dựng Niệm Phật đường Mát-xcơ-va đã diễn ra. Đây là một sự kiện quan trọng đối với cộng đồng Phật tử Việt Nam tại Liên bang Nga.[51]

Chánh điện Niệm Phật Đường Mát-xcơ-va

51 Đạo tràng Phật Tích tại Mátxcơva đã làm lễ công bố xây dựng Niệm Phật đường Mátxcơva. https://phatgiao.org.vn/dao-trang-phat-tich-tai-matxcova-xay-dung-niem-phat-duong-d14194.html

Có nhiều nhân vật như Thượng tọa Thích Đức Thiện (Phó Tổng thư ký Hội đồng Trị sự (HĐTS) Giáo hội Phật giáo Việt Nam (GHPGVN), người sáng lập Niệm Phật đường Mát-xcơ-va, đại diện Trung ương GHPGVN, ông Nguyễn Hùng Anh (Trưởng ban công tác cộng đồng, đại diện Đại sứ quán Việt Nam tại Nga), ông Hữu Thuận (Phó chủ tịch thường trực Hội người Việt Nam tại Nga), đại diện Chùa Thảo Đường (Mát-xcơ-va) cùng nhiều hội đoàn và đông đảo Phật tử từ khắp Liên bang Nga về tham dự.

Niệm Phật đường Mát-xcơ-va là thành viên chính thức của Giáo Hội Phật giáo Việt Nam theo Quyết định số 688 QĐ/HĐTS/VP1 ngày 13/05/2010.

Trong những năm qua, Niệm Phật đường Mát-xcơ-va đã tổ chức các hoạt động Phật sự tuân thủ phương châm hoạt động của Giáo Hội Phật giáo Việt Nam. Đạo tràng đã thể hiện tinh thần đoàn kết, luôn hướng về quê hương Việt Nam, đồng thời tuân thủ tốt luật pháp của nước sở tại.

Đại chúng tụng kinh tại chánh điện
Niệm Phật Đường Mát-xcơ-va

Với hơn 100 Phật tử tham gia sinh hoạt đều đặn, Niệm Phật Đường ngày càng lớn mạnh và với tinh thần Đạo pháp đồng hành cùng dân tộc, hàng năm, đã tổ chức nhiều Phật sự có ý nghĩa cho cộng đồng người Việt tại Nga, bao gồm: Tết Nguyên đán, Lễ Thượng nguyên, Phật đản, Vu lan báo hiếu, Rằm, mùng Một hàng tháng, các buổi thuyết pháp, tu học, lễ giỗ tổ Hùng Vương (10/3 âm lịch), và lễ cầu siêu các anh hùng các liệt sỹ (27/7)...

Được biết ngày 24/08/2024, vào đúng mùa Vu lan báo hiếu của dân tộc Việt Nam, tại Tổ hợp Đa chức năng Hà Nội - Mát-xcơ-va, Ban Hộ Tự Niệm Phật Đường Mát-xcơ-va tổ chức Lễ kỷ niệm 10 năm xây dựng Ngôi Tam bảo Niệm Phật Đường Mát-xcơ-va và Đại lễ Vu lan báo hiếu, cùng hàng trăm phật tử tại Nga nhớ về cội nguồn dân tộc, tri ân công đức tổ tiên và hướng về đạo Phật. Niệm Phật Đường Mát-xcơ-va 10 năm song hành cùng đời sống văn hóa tâm linh của người Việt tại Nga.

Đại sứ đặc mệnh toàn quyền Việt Nam tại Nga Đặng Minh Khôi tham dự buổi lễ

Ông Cấn Văn Nam[52], người gắn bó suốt 10 năm với Niệm Phật Đường Mát-xcơ-va khẳng định, đã phát biểu:

"Niệm Phật Đường Mát-xcơ-va là một điểm tâm linh dành cho người Việt Nam tại Nga. Với bà con sang đây vừa học tập và làm việc thì đây là điểm thu hút. Đây là nơi để bà con luôn nhớ về cội nguồn, nhớ về dân tộc Việt Nam và nhớ về đạo Phật."

Vượt hàng trăm cây số đến Mát-xcơ-va, dự Lễ kỷ niệm 10 Năm thành lập Niệm Phật Đường Mát-xcơ-va, ông Nguyễn Đức Thính,[53] một phật tử từ thành phố Ufa chia sẻ:

"Mỗi lần có dịp lên Moscow tôi đều đến Niệm Phật Đường.

---

52 Niệm Phật Đường Moscow - 10 năm song hành cùng người Việt tại Nga. https://vov.gov.vn/niem-phat-duong-moscow-10-nam-song-hanh-cung-nguoi-viet-tai-nga-dtnew-991773

53 Niệm Phật Đường Moscow - 10 năm song hành cùng người Việt tại Nga. https://vov.gov.vn/niem-phat-duong-moscow-10-nam-song-hanh-cung-nguoi-viet-tai-nga-dtnew-991773

Tôi thấy Niệm Phật Đường như một trung tâm văn hóa tâm linh của người Việt. Mỗi người khi đến đây trong lòng đều mang tâm thiện. Đây cũng là nơi lan tỏa cho mọi người sống thiện tâm hơn. Mỗi lần đến đây cảm thấy như được về nhà, cảm giác rất ấm áp."

Thư mời Lễ Vía Quan Âm của Niệm Phật Đường Mát-xcơ-va

Trong thư chúc mừng gửi tới buổi lễ kỷ niệm 10 năm xây dựng Ngôi Tam bảo Niệm Phật Đường Moscow, Hội đồng trị sự Trung ương Giáo hội Phật giáo Việt Nam[54] khẳng định:

"Một thập kỷ qua, Niệm Phật Đường Mát-xcơ-va đã thực sự là ngôi nhà chung của đồng bào Phật tử Việt Nam tại Nga."

Vâng, đúng vậy. Niệm Phật Đường Mát-xcơ-va đã thực sự trở thành chốn tâm linh đi về của đông đảo bà con người Việt ở Mát-xcơ-va, các dân tộc nhập cư khác và ngay cả cư dân của Liên bang Nga.

54 Niệm Phật Đường Moscow - 10 năm song hành cùng người Việt tại Nga. https://vov.gov.vn/niem-phat-duong-moscow-10-nam-song-hanh-cung-nguoi-viet-tai-nga-dtnew-991773

Vài hình sinh hoạt năm 2025

Đức Pháp Vương Gyalwang Drukpa, tăng đoàn truyền thừa Drukpa và Chư Ni Chùa Tây Thiên, Phú Thọ, Việt Nam,chủ trì buổi lễ cầu nguyện quốc thái dân an đến nhân dân hai nước Việt Nam và Liên bang Nga tại Niệm Phật Đường Mát-Xcơ-va, ngày 09/10/2025

Ni trưởng TN Bảo Tâm, sư cô Chùa Tây Thiên, Đạo hữu Lĩnh – Quảng Pháp (Hội trường Niệm Phật Đường Mát-Xcơ-va) cùng quý Phật tử dâng lễ cúng dường Đức Pháp Vương Gyalwang Drukpa, ngày 09/10/2025

Lạt ma Did Khambo Lama Sodnomdorzhiev D. V. (Đức Phó Tăng Thống Giáo hội Phật giáo Truyền thống Nga), Ni trưởng TN Giới Hương cùng phái đoàn Chùa Thảo Đường dự lễ Vu Lan Báo Hiếu tại Niệm Phật Đường Mát-Xcơ-va, ngày 13/09/2025

Quang cảnh lễ Vu Lan Báo Hiếu tại
Niệm Phật Đường Mát-Xcơ-va, ngày 13/09/2025

Ni trưởng TN Giới Hương và quý Phật tử tại
Niệm Phật Đường Mát-Xcơ-va, ngày 13/09/2025

Từ phải: Đạo hữu Lĩnh - Quảng Pháp (Hội trường Niệm Phật Đường Mát-Xcơ-va), Lạt Ma Sergey Yogi (Liên Hoa Sanh), Did Khambo Lama Sodnomdorzhiev D. V. (Đức Phó Tăng Thống Giáo hội Phật giáo Truyền thống Nga), Ni trưởng TN Giới Hương và Lan Hương (Chùa Thảo Đường), ngày 13/09/2025

3.4. Thiền phái Quan âm Kwan Um Hàn quốc của người Nga (Korean Zen Buddhist Center hay Korean Kwan Um School of Zen)

Địa chỉ: 22, 7-1 Kedrova Street, gần trạm metro Akademicheskaya.

Người sáng lập: Thiền chủ Sùng Sơn (Seung Sahn)

Điều hành: Thiền sinh Maksim và cô Nadejga

http://dalma.ru/ (chỉ có tiếng Nga) thường xuyên cập nhật các buổi cầu nguyện và chương trình thiền định.

Đây là một trung tâm tu theo Thiền phái Quán Âm Kwam Um của Hàn Quốc và trường thiền này có 100 chi nhánh trên khắp thế giới.[55]

Lịch sử thiền phái Quan Âm

Theo trang website Wikipedia,[56] Thiền phái Quán Âm (관음선종회, 觀音禪宗會) (KUSZ) là một trường phái quốc tế gồm các trung tâm và nhóm thiền do Thiền sư Sùng Sơn (Seung Sahn) thành lập năm 1983.

Thiền sư Seung Sahn (1972-2004)

---

55 Korean Kwan Um School of Zen là một cộng đồng quốc tế với gần 100 địa điểm trên toàn thế giới. Vui lòng xem bản đồ bên dưới để tìm trung tâm Thiền gần nhất, hoặc truy cập trang Khu vực của chúng tôi để tìm thông tin liên hệ theo khu vực. Nếu không tìm thấy địa điểm gần bạn, bạn có thể tham gia Tăng đoàn Trực tuyến của chúng tôi. Vui lòng liên hệ với chúng tôi để biết thêm thông tin. https://kwanumzen.org/zen-centers

56 Kwan Um School of Zen.

Trung tâm Thiền Providence ở Cumberland, Rhode Island, được thành lập năm 1972. Trung tâm này là trụ sở của Thiền phái Quán Âm, một tổ chức Phật giáo Zen quốc tế do Thiền sư Sùng Sơn (Seung Sahn) sáng lập.

Thiền phái Quán Âm có các đặc điểm sau:

Kết hợp các truyền thống: Phong cách thực hành kết hợp các nghi lễ của Phật giáo Hàn Quốc và Thiền Lâm Tế.

Nghi lễ sáng và tối: Các buổi lễ bao gồm những yếu tố của Phật giáo Hoa Nghiêm và Tịnh Độ.

Thích nghi với người phương Tây: Dù thuộc dòng Tào Khê của Thiền phái Hàn Quốc, nhưng Thiền sư Sùng Sơn đã điều chỉnh để phù hợp với người phương Tây.

Trường phái lớn: Theo James Ishmael Ford, đây là trường phái Thiền lớn nhất ở phương Tây.

Trung tâm Thiền Providence ở Cumberland, Rhode Island.[57]

57 Brian Murtha. "Providence Zen Center & Pagoda." Photograph. Wikimedia Commons, uploaded ca. 2008. https://commons.wikimedia.org/wiki/File:Providence_Zen_Center_%26_Pagoda.jpg. Accessed January 1, 2026.

Thiền sư Sùng Sơn (Seung Sahn) đến Hoa Kỳ lần đầu năm 1972. Ban đầu, để kiếm sống, ngài làm công việc sửa chữa máy giặt tại một tiệm giặt ủi ở Providence, Rhode Island.

Sau đó, sinh viên từ Đại học Brown lân cận bắt đầu tìm đến học thiền với ngài. Sự kiện này đã dẫn đến việc thành lập Trung tâm Thiền Providence ngay trong năm 1972.

Các sách thiền do Thiền sư Seung Sahn và các vị khác biên soạn tại bàn Trung tâm Kwan Um tại Moscow, chụp ngày 18/08/2025

Năm 1974 là một năm quan trọng trong công cuộc truyền bá Phật giáo của Thiền sư Sùng Sơn tại Hoa Kỳ, với việc thành lập hai trung tâm thiền:

Trung tâm Thiền Dharma Zen (Los Angeles): Được thành lập như một nơi để cư sĩ tại gia có thể thực hành thiền mà không cần rời bỏ cuộc sống gia đình và không phân biệt xuất thân.

Trung tâm Thiền Cambridge: Cũng được thành lập trong cùng năm 1974.

Tiếp theo, các trung tâm khác tiếp tục được thành lập:

Năm 1975: Trung tâm Thiền Quốc tế Chogye tại Thành phố New York.

Năm 1977: Trung tâm Thiền Empty Gate tại Berkeley, California.

Từ phải: Thiền sinh Maksim, Lan Hương,
Ni trưởng TN Giới Hương, Thiền sinh Nga,
và cô Nadejga (quỳ), chụp ngày 18/08/2025

Năm 1979, Trung tâm Thiền Providence đã di chuyển từ Providence đến địa điểm hiện tại ở Cumberland, Rhode Island.

Những sự kiện chính sau đó bao gồm:

Năm 1983: Trường Thiền Quán Âm được thành lập.

Tháng 7/1983: Bắt đầu xây dựng một tu viện thiền theo phong cách Hàn Quốc ngay trong khuôn viên của Trung tâm Thiền Providence.

Tháng 7/1984: Lễ khánh thành tu viện được tổ chức.

Mùa hè 1984: Đã có bốn trung tâm thiền và ba nhóm thiền khác được thành lập tại Ba Lan.

Khi Thiền sư Sùng Sơn viên tịch vào năm 2004, ngài đã thành lập được gần 40 trung tâm thiền. Nhờ sự tiếp nối của các thế hệ đệ tử, con số này đã tăng lên đến 100 trung tâm thiền tính đến hiện nay.

Thư viện Kwan Um tại Trung tâm Kwan Um tại Moscow

Trung tâm thiền Quan Âm Kwan Um tại Moscow hiện nay

Trung tâm Kwan Um tại Moscow hiện do ông Maksim và cô Nadejga, hai thiền sinh người Nga, đại diện điều hành.

Cơ sở này là một căn hộ được bố trí bao gồm:

Chánh điện: Dùng làm phòng thiền, có sức chứa khoảng 30 người.

Các khu vực khác: Một phòng khách và một nhà bếp.

Nơi cửa phòng ghi số 22 và 3 chữ tàu "Đạt Ma Tự"
(Chùa Đạt Ma), chụp ngày 18/08/2025

Chủ nhân của căn hộ này (hay cả một tòa nhà với nhiều phòng) là một người Hàn Quốc. Ông đã dành riêng căn hộ này cho phái thiền Quán Âm sử dụng để tu tập hoàn toàn miễn phí, bao gồm cả việc cúng dường tiền điện, nước, gas, và các chi phí khác.

Chính vì sự hỗ trợ này, các thiền sinh tại gia sau khi tan sở có thể đến đây an tọa tĩnh tâm mà không cần phải lo lắng về gánh nặng tài chính.

Bảng hiệu phái thiền Quan Âm,
chụp ngày 18/08/2025

Chánh điện Kwan Um có thờ xá lợi
của Phật do Thiền sư Sùng Sơn (Seung Sahn)
thỉnh từ Ấn Độ về, chụp ngày 18/08/2025

Tại Trung tâm Kwan Um Moscow, lịch trình tu tập hàng tuần được tổ chức như sau:

Thứ Tư và Thứ Năm: Khoảng 10 đến 20 thiền sinh sau giờ làm việc đến tập thiền từ 6 giờ chiều đến 9 giờ tối.

Chủ Nhật: Số lượng thiền sinh đông hơn, khoảng trên 30 vị.

Trung tâm cũng cung cấp các lớp học trực tuyến trên website, cập nhật thông tin bằng tiếng Nga, phục vụ cho người Nga và người phương Tây muốn học thiền.

Hình thức tu tập

Mỗi buổi tu tập bao gồm hai lần tọa thiền, mỗi lần kéo dài 40 phút. Sau đó là thời gian uống trà, ăn bánh ngọt và pháp đàm. Trung tâm không đãi thức ăn chay như các chùa Việt Nam, Đài Loan...

Hàng năm, trung tâm tổ chức khóa tu mùa hè bằng cách thuê hội trường ở ngoại ô, thu hút số lượng lớn thiền sinh từ 100 đến 300 người.

Điểm đặc biệt: Hoạt động chính của trung tâm là ngồi tĩnh tâm và lắng đọng. Không có các nghi lễ tụng kinh cúng kiếng như ở Chùa Thảo Đường, Niệm Phật Đường Mát-xcơ-va, hay các Chùa Tây Tạng.

Bảng thông báo sinh hoạt của đạo tràng

Pháp đàm với sự thông dịch của cô Lan Hương, ngày 18/ 08/2025

Bàn thờ Đạo tràng Liên Hoa Sanh, Moscow

3.5. Đạo Tràng Liên Hoa Sanh (Padmasambhava Buddhist Center – Padma Samye Ling)

Địa chỉ: Ulitsa Festivalnaya Dom 13 Korp 2, Moscow.

Điều hành: Cư sĩ Lạt ma Sergey Yogi

Điện thoại: 917 588-55-66

Site: https://www.padmasambhava.org/,

www.padmasambhava.ru

Tại khu vực Ulitsa Festivalnaya, Moscow, tồn tại một đạo tràng Phật giáo tu học theo truyền thống Liên Hoa Sanh (Padmasambhava).

Cơ sở vật chất và hoạt động

Đạo tràng này là một căn hộ dưới tầng trệt do một cư sĩ người Nga tên là Sergey Yogi, thuê mỗi tháng khoảng $1000 (Mỹ kim):

Phòng thiền (Chánh điện): Một phòng nhỏ được dành riêng làm nơi mọi người đến học Phật pháp, tụng kinh, thiền định và nhận sự gia trì (ban phước) từ các Lạt ma.

Sinh hoạt: Mỗi tháng vào ngày 10, 15, 29, 30 âm lịch có khoảng 12 vị đến đạo tràng tu tập (sự tu tập này đã kéo dài hơn 5 năm năm rồi). Mỗi tháng 2 lần phóng sanh. Có tổ chức lễ Vesak (Phật đản), Vu Lan và tết thì Phật tử về đông hơn. Mỗi năm thầy của họ từ Mỹ về Ấn Độ, Nepal, thì Phật tử Nga cũng bay qua Ấn độ và Nga tu học (dễ và rẽ hơn là đi qua Mỹ).

Khu vực phát hành pháp khí: Một phòng lớn hơn do hai con trai của ông Sergey Yogi điều hành, chuyên kinh doanh, thỉnh các tượng Phật và pháp cụ thuộc nhiều tông phái khác nhau.

Đặc điểm của Cư sĩ Sergey Yogi

Điều đáng chú ý là Cư sĩ Sergey Yogi chỉ bắt đầu tu học theo thiền phái Liên Hoa Sanh sau khi đã lập gia đình và có hai con trai. Do đó, ông vẫn để tóc bình thường theo lối sống cư sĩ và đắp uy khi hành lễ.

Sergey Yogi (với y có vạch trắng), hai con trai cùng Ni trưởng TN Giới Hương và Sư cô Huệ Thủy, chụp ngày 06/10/2025

Truyền thống Lạt ma tại gia ở Nga

Đạo tràng này phản ánh một thực tế phổ biến trong Phật giáo Mông Cổ và Tạng truyền, đặc biệt là ở Liên bang Nga, nơi truyền thống lạt ma tại gia hoặc lạt ma du mục vẫn tồn tại.

Có hai dạng lạt ma chính:

Lạt ma xuất gia: Tuân thủ giới luật Tỳ-kheo (không gia đình, cạo tóc) ở trong tu viện.

Lạt ma tại gia: Có gia đình, sinh hoạt như cư sĩ nhưng vẫn thực hiện nghi lễ tại chùa và phục vụ nhu cầu tâm linh của Phật tử, cho nên họ cao hơn Phật tử bình thường một chút.

Phân biệt:

Một số lạt ma tại gia vẫn cạo tóc, trong khi số khác thì không (như Sergey Yogi).

Họ thường đắp y màu đỏ sẫm nhưng có thêm một tấm vải màu trắng bên ngoài để nhận biết đó là "bạch y lạt ma" (Lạt ma tại gia).

Sergey Yogi, một cư sĩ lạt ma người Nga, có mối quan hệ tốt và thường hoan hỉ tham gia các buổi lễ lớn tại Niệm Phật Đường Mát-xcơ-va và các ngôi chùa khác.

Dù các Phật tử người Việt thường tụng kinh bằng tiếng Việt, không phải tiếng Nga, Lạt ma Sergey vẫn kiên nhẫn ngồi lại cho đến khi kết thúc khóa lễ.

Với tư cách là một công dân Nga am hiểu sâu sắc về luật pháp địa phương, Lạt ma thường xuyên hỗ trợ các chùa trong các công việc hành chính quan trọng:

Giúp làm giấy tờ xin phép hoạt động hợp pháp.

Lo các thủ tục bảo lãnh cần thiết để mời các thầy, cô sang Nga giảng đạo hoặc sinh sống lâu dài.

Lạt ma Sergey Yogi, Ni trưởng TN Giới Hương, Sư cô Huệ Thủy và Lan Hương, chụp ngày 06/10/2025

Vị thầy sáng lập phái Liên Hoa Sanh (Padmasambhava)

Đạo tràng theo truyền thống Liên Hoa Sanh ở Moscow tu

học theo trường phái Ninh Mã (Nyingma).

Hai vị Lạt ma Tây Tạng là Rinpoche Khenchen Palden Sherab (1938-2010) và người anh trai Rinpoche Khenpo Tsewang Dongyal (sinh năm 1950) là những người lãnh đạo trung tâm. Cả hai đều có quá trình tu học ở Tây Tạng và sau đó sinh sống tại Ấn Độ và Nepal.

Trong Phật giáo Tây Tạng, Padmasambhava được tôn xưng là "Guru Rinpoche", có nghĩa là "đạo sư quý báu".

Hình các vị thầy Rinpoche tại Đạo tràng Moscow, chụp ngày 06/10/2025

Hai anh em Rinpoche Palden Sherab và Khenpo Tsewang Dongyal chào đời và lớn lên tại vùng Dhosul, thuộc tỉnh Kham, miền Đông Tây Tạng, gần ngọn núi linh thiêng Jowo Zegyal.

Gia đình của các ngài có nhiều đời tu theo Phật giáo Kim Cương thừa, với tổ tiên là những học giả và hành giả Mật tông lỗi lạc. Cha của các Rinpoche là Lạt ma Chimed Namgyal, và chính ông cũng là người thầy dạy đạo đầu tiên cho hai anh em.

Bước ngoặt lịch sử xảy ra vào năm 1959, khi Trung Quốc xâm lược Tây Tạng, buộc cả gia đình phải chạy sang Ấn Độ tị nạn. Hai Rinpoche đã sống ở Ấn Độ một thời gian trước khi bắt đầu hành trình hoằng pháp khắp thế giới, và cuối cùng đã chọn Hoa Kỳ làm nơi định cư vào những năm 1980.[58]

Các kinh tụng của phái Liên Hoa Sanh, Moscow, chụp ngày 06/10/2025

Hai vị Rinpoche Palden Sherab và Khenpo Tsewang Dongyal được biết đến là những bậc thầy tinh thông cả ba trường phái Phật giáo: Nguyên thủy (Theravada), Đại thừa (Mahayana) và Kim Cương thừa (Vajrayana). Các ngài cũng được tôn kính là những bậc thầy của Dzogchen – truyền thống thiền định cao nhất của Phật giáo Tây Tạng.

Sự nghiệp hoằng pháp và sáng tác:

Tác phẩm: Cùng nhau biên soạn hơn 30 tác phẩm Phật giáo uyên bác bằng tiếng Tây Tạng, bao gồm nhiều lĩnh vực như thơ ca, văn phạm, triết lý, thực hành, logic, mật tông và quan điểm lịch sử.

Hoằng pháp: Vào đầu những năm 80, theo lời mời của

58 Padmasambhava Buddhist Center – Padma Samye Ling. https://americanbuddhism.pages.wm.edu/padmasambhava-buddhist-center-padma-samye-ling/

Duchjom Rinpoche (người đứng đầu trường phái Ninh Mã), hai ngài đã đến châu Âu và Hoa Kỳ, sau đó trở thành người đứng đầu các trung tâm Phật giáo tại đây.

Thành lập Trung tâm: Sau khi vị đứng đầu trường phái qua đời, hai anh em Rinpoche đã thành lập Trung tâm Phật giáo Liên Hoa Sanh (Padmasambhava Buddhist Center - PBC) tại New York. Mục tiêu là bảo tồn trọn vẹn thông điệp chân thực của Đức Phật Thích Ca Mâu Ni và Đạo sư Padmasambhava, đồng thời truyền bá giáo lý này đến phương Tây.

Mở rộng: Năm 1991, một trung tâm Padmasambhava Buddhist Center cũng được thành lập tại Moscow, và hiện đã được sáp nhập với trung tâm Rime.

Trung tâm Phật giáo Liên Hoa Ssanh Padmasambhava được xây dựng dựa trên nền tảng truyền thống của trường phái Ninh Mã và Phật giáo Kim Cương thừa. Các cơ sở của trung tâm hiện có mặt tại các địa điểm như New York, Tennessee, Florida, Puerto Rico, cùng với các tu viện ở Liên bang Nga và Ấn Độ.

Các tịnh thất Padma Samye Ling ở phía bắc New York

3.6. Trung tâm Dzogchen Shri Singha Dharma Center Moscow (Northern Kunsangar)

Địa chỉ: Moscow Region, Pavlovo-Posadsky Urban District,

Bolshie Dvory Work Settlement, Mayakovskogo Street, 2V, 142541

Hội trưởng: George Kusanga: + 7 925 142 45 06

Email: DzogchenConnect@gmail.com,

eugene.golyuk@gmail.com

Website: http://www.dzogchenlineage.ru/,

https://dzogchen.net/

Chánh điện Dzogchen, Moscow, chụp ngày 07/10/2025

Cộng đồng Dzogchen Sangha Kunsangar North do Sergey Doudko thành lập năm 1997 và do Sergey Gladkih làm chủ tịch, và Lạt ma Dzogchen Khenpo Choga là vị thầy hướng dẫn tinh thần.

1. Tông phái Dzogchen

Dzogchen, hay 'Đại Viên Mãn', được coi là đỉnh cao của tất cả các trường phái Phật giáo Tây Tạng, là con đường cao nhất và trực tiếp nhất dẫn đến sự tiến bộ tâm linh.

Phương pháp của Dzogchen

Hệ thống đi vào nội tâm: Thay vì là một giáo lý tôn giáo truyền thống, Dzogchen được định nghĩa là một hệ thống kiến thức nội tâm, nhấn mạnh tầm quan trọng to lớn của việc phát triển nhận thức cá nhân.

Tự do và không ràng buộc: Con đường tâm linh này mở ra cho tất cả mọi người và hướng đến sự tự nhận thức. Tự do cá nhân là một khía cạnh thiết yếu, do đó, người thực hành không bị ràng buộc bởi các nghĩa vụ tuân theo quy tắc hay thọ giới xuất gia như ở các chùa Phật giáo truyền thống khác.

Thực hành cơ bản

Thực hành cơ bản của Dzogchen bao gồm việc đạt được sự hiểu biết sâu sắc về bản thân và sự tồn tại thiết yếu của một người thông qua những trải nghiệm khác nhau của cuộc sống hàng ngày. Các phương pháp thực hành cụ thể bao gồm:

*Tập Yantra Yoga (Yoga Chuyển hóa)

*Múa Vũ điệu Vajra (Vajra Dance)

*Múa Vũ điệu Khaita (Khaita Joyful Dances)

2.Thầy giáo thọ Dzogchen Shri Singha

Vị thầy giáo thọ chính của trung tâm thiền này là Lạt ma Namkhai Norbu Rinpoche (tiếng Tây Tạng: ནམ་མཁའི་ནོར་བུ་; 8 tháng 12 năm 1938 – 27 tháng 9 năm 2018). Do đó, cộng đồng này được đặt tên là Cộng đồng Truyền thống Dzogchen (Dzogchen Community).

Thông tin về Lạt ma Namkhai Norbu

Xuất thân: Ngài là người Tây Tạng.

Hoạt động tại Ý: Ngài chuyển đến Ý vào những năm 1960.

Sự nghiệp giảng dạy: Ngài là giáo sư ngôn ngữ và văn học Tây Tạng và Mông Cổ tại Đại học Naples Eastern, đồng thời là một bậc thầy Phật giáo Tây Tạng uyên thâm về Dzogchen,

Tôn giáo truyền thống (Phật giáo Tây Tạng và Bon), và y học cổ truyền Tây Tạng, đã viết nhiều sách và bài báo khoa học về các chủ đề này.

Lạt ma Namkhai Norbu Rinpoche[59]

Được công nhận là một Lạt ma tái sinh: Lúc mới sinh bé Norbu, hai người chú của Norbu, các bậc thầy Dzogchen Palyul Karma Yangsid và Shechen Rabjam, tin rằng cậu bé Norbu là tái sinh của bậc thầy của họ, Adzom Drugpa Rinpoche (1841–1934). Khi Norbu được hai tuổi, điều này đã được xác nhận bởi một tulku cao cấp của trường phái Nyingma. Adzom Drugpa là đệ tử của cả Jamyang Khyentse Wangpo (1820–92) và Patrul Rinpoche (1808–81). Hơn nữa, khi Norbu được năm tuổi, Gyalwa Karmapa thứ mười sáu và Situ Rinpoche đã cùng nhau công nhận Norbu là hiện thân của tâm trí dòng tâm trí của một vị thầy nổi tiếng khác, người này lại là hiện thân của Shabdrung Ngawang Namgyel, người sáng lập và lãnh đạo tinh thần của Bhutan vào thế kỷ 17 sinh ra ở Tây Tạng.

59 Garab, Professor Namkhai Norbu La of Tibet, Born 8 December 1938 in Derge, Tibet - Died 27 September 2018 in Arcidosso, Italy (cropped), 2015, photograph, Wikimedia Commons, CC BY-SA 4.0, https://creativecommons.org/licenses/by-sa/4.0, https://commons.wikimedia.org/wiki/File:Professor_Namkhai_Norbu_La_of_Tibet,_Born_8_December_1938_in_Derge,_Tibet_-_Died_27_September_2018_in_Arcidosso,_Italy_(cropped).jpg.

Vì vậy, Namkhai Norbu cũng mang danh hiệu danh dự 'Chögyal' (tiếng Tây Tạng: ཆོས་རྒྱལ་, Wylie: chos rgyal), có nghĩa là 'Pháp Vương'.

Những sự công nhận tái sanh như vậy đã mang lại cho ngài rất nhiều sự nổi tiếng và uy tín ngay từ khi còn rất nhỏ, khiến sau này ngài phải thốt lên: "Khi tôi lớn lên, tôi được ban cho khá nhiều tên và danh hiệu, nhiều trong số đó rất dài dòng và hoa mỹ. Nhưng tôi chưa bao giờ dùng chúng, bởi vì tôi luôn thích cái tên "Norbu" mà cha mẹ tôi đã đặt cho tôi lúc mới sinh.[60]

3. Các phương pháp thực hành tại trung tâm Dzogchen Sangha Kunsangar North Moscow

Đoàn Ni trưởng TN Giới Hương, Hội trưởng George Kusanga (vị cao nhất, mặc áo màu cam) và các thiền sinh Dzogchen, Moscow, chụp ngày 07/10/2025

a. Yantra Yoga

Yantra Yoga, hay Yoga của Chuyển động, là một trong những hệ thống Yoga cổ xưa nhất được ghi chép lại còn tồn tại trên thế giới. Đây là một hệ thống Yoga đến từ Tây Tạng, một vùng đất

60 Lạt ma Namkhai Norbu (tiếng Tây Tạng: ནམ་མཁའི་ནོར་བུ་, Wylie: nam mkha'i nor bu; 8 tháng 12 năm 1938 – 27 tháng 9 năm 2018). https://en.wikipedia.org/wiki/Namkhai_Norbu

chứa đựng kho tàng kiến thức và trí tuệ Phật giáo truyền thống phong phú.

Vị giáo thọ của trung tâm Dzogchen, Lạt ma **Chögyal Namkhai Norbu**, đã đóng góp to lớn trong việc bảo tồn và truyền bá hệ thống này:

Ngài đã viết một bài bình luận sâu rộng về giáo lý gốc từ thế kỷ thứ 8 của Vairocana, có tên là *Nyida Khajor* (Yantra Hợp Nhất Mặt Trời và Mặt Trăng). Bài bình luận này dựa trên sự rèn luyện cá nhân và kiến thức về Yantra Yoga mà ngài học được từ chú của mình và nhiều vị thầy khác ở Tây Tạng.

Chögyal Namkhai Norbu bắt đầu chính thức giảng dạy Yantra Yoga từ đầu những năm 1970 tại Ý.

b.Vũ điệu Vajra

Vũ điệu Vajra.[61]

Trong giáo lý Dzogchen, âm thanh và chuyển động đóng vai trò rất quan trọng vì chúng là những phương tiện thiết yếu giúp hành giả hòa nhập vào trạng thái thiền định.

Vũ điệu Vajra (Vajra Dance) chủ yếu là một pháp thực hành nhằm mục đích hòa hợp năng lượng của cá nhân.

61 Vũ điệu Vajra. https://dzogchen.net/vajra-dance/

Nếu một hành giả có kiến thức sâu sắc hơn về ý nghĩa của vũ điệu Vajra, bài thực hành này sẽ trở thành một phương pháp mạnh mẽ để **hòa nhập ba thực thể: thân, khẩu và ý vào trạng thái thiền định**.

Sự hòa nhập này là một trong những mục tiêu quan trọng nhất của một hành giả Dzogchen.

Vũ điệu Vajra được thực hành trên một vòng tròn **mandala (nhiều màu)**. Vòng tròn này tượng trưng cho sự tương ứng giữa chiều không gian nội tại của cá nhân (thân, khẩu, ý) và chiều không gian bên ngoài của thế giới (môi trường xung quanh).

Năm 2011, vũ điệu Vajra đã được UNESCO công nhận là Di sản Thế giới cho Nhân loại.[62]

Hai thiền sinh Dzogchen đang múa vũ điệu Vajra, chụp ngày 07/10/2025

62 Vũ điệu Vajra. https://dzogchen.net/vajra-dance/
Tham khảo thêm:
Associazione International Dzogchen Community
https://melong.com/welcome-to-kunsangar-north-russia/
http://www.dzogchenlineage.com/dharmacenters.html
https://melong.com/category/shang-shung-institute/shang-shung-publications-2/
https://www.shangshungpublications.com/ru/

4. Vũ điệu Khaita (Khaita Joyful Dances)

Khaita nghĩa là "Sự hài hòa trong không gian"[63] Qua vũ điệu Vajra, mục đích là nhằm hài hòa năng lượng bên trong mỗi cá nhân với môi trường xung quanh, cộng hưởng với sự hài hòa của vũ trụ, mang lại cảm giác mạnh mẽ và tràn đầy niềm an lạc.

Khiêu vũ (trong bối cảnh này, Vũ điệu Vajra) được xem là cách tốt nhất để hài hòa chuyển động và âm thanh, giúp phát triển sự hiểu biết sâu sắc về không gian và cách kết nối với những người khác (các hành giả cùng múa).

Ngoài ra, vào năm 2011, Chögyal Namkhai Norbu đã bắt đầu một dự án sưu tầm các bài hát hiện đại do các nghệ sĩ trẻ Tây Tạng trình bày, lựa chọn từ hàng trăm bài hát dựa trên ý nghĩa sâu sắc và giai điệu hay của chúng.

Chủ đề lời bài hát do Chögyal Namkhai Norbu sưu tầm không chỉ phản ánh văn hóa Tây Tạng mà còn chạm đến trái tim của mỗi nền văn hóa. Chúng ta có thể nhận ra trong đó những giá trị quan trọng và phổ quát đối với toàn thể nhân loại, chẳng hạn như:

Tình yêu quê hương

Khát vọng gìn giữ ngôn ngữ và văn hóa dân tộc

Khát vọng vượt qua biên giới và sự chia cắt giữa các nhóm người khác nhau

Khát vọng lan tỏa hòa bình trên thế giới

Hiện nay, hội Dzogchen đã tổng hợp được hai tuyển tập chính từ dự án này:

"Thông điệp từ Tây Tạng": Gồm 108 bài hát.

"Mekhor": Gồm 180 bài hát và gần 200 điệu múa.

Tại mọi nơi Lạt ma Chögyal Namkhai Norbu đã từng đặt chân đến, và hiện nay tại tất cả các địa điểm và trụ sở khác của Cộng đồng Dzogchen, các thiền sinh đều duy trì một nghi lễ

63 Vũ điệu Khaita (Khaita Joyful Dances). https://www.khaita.org/

chung: cùng nhau ca hát và nhảy múa vào lúc 5 giờ chiều mỗi ngày hay nhiều buổi liên tục trong mỗi ngày.

Từ trái: Cô Phật tử, George Kusanga, NT Giới Hương, thiền sinh Nga và Thanh Loan, chụp ngày 07/10/2025

Trung tâm cũng thường xuyên tổ chức các buổi trình diễn và biểu diễn công khai nhằm giới thiệu các điệu múa của Dzogchen trong nhiều bối cảnh khác nhau đến với công chúng.

Các phương pháp thực hành của tông Dzogchen, bao gồm tập Yantra Yoga, múa Vũ điệu Vajra, và vũ điệu Khaita, đặc biệt phù hợp với nhu cầu của người cư sĩ tại gia trong xã hội hiện đại. Các hành giả tin tưởng rằng việc thực hành những phương pháp này có thể làm khỏe mạnh, an lạc, vui tươi và sẽ đưa đến các tầng thiền của Phật giáo.

Cộng đồng Dzogchen có mạng lưới chi nhánh rộng khắp, bao gồm nhiều địa điểm ở Nga và Ukraine. ở Moscow, Pavlovsky Posad, Ulan-Ude, Irkutsk, Vladivostok, Kharkov, Kiev, Odessa, và Krasnodar và các chi nhánh ở nước ngoài như ở Hongkong, Nhật Bản, Hoa Kỳ...[64]

3.7. Trung Tâm Thiền Moscow (The Moscow Buddhist Centre)

Địa chỉ: Moscow, metro station Krasnye vorota, metro station Komsomolskaya, Kalanchevsky Blind Alley, 3-5c6

Phone: +74956090380

Email: moscow@buddhism.ru

Homepage: https://www.mantra.ru https://www.karmapa.org/centers/moscow/moscow-diamond-way-buddhist-center/

Facebook: https://www.facebook.com/mosbuddhism/

Thiền đường Moscow với hình của bốn vị thầy hướng dẫn, chụp ngày 07/10/2025.

64 Nghệ Thuật Kiến Trúc Phật Giáo Nga. https://giahoithutrang.blogspot.com/2013/06/nghe-thuat-kien-truc-phat-giao_8694.html

Trung tâm Thiền Moscow (Moscow Buddhist Center), còn được gọi là **Trung tâm Kim Cương Thừa Phật giáo tại Moscow (Moscow Diamond Way Buddhism)**, là trung tâm thiền lớn nhất tại Liên bang Nga.

Trung tâm này thuộc **Truyền thống Karma Kagyu** và được thành lập vào năm 1993 bởi Lạt ma Ole Nydahl (người Đan Mạch).

Mặt trước của Thiền đường Moscow, chụp ngày 07/10/2025

1.Tổ chức của Trung tâm Kim Cương Thừa Phật giáo tại Moscow

Cấu trúc trung tâm:

Tầng trên: Bao gồm phòng thiền và thư viện.

Tầng dưới: Gồm phòng phát hành (ấn phẩm Phật giáo), căn tin và vài phòng chứa vật dụng.

Quy mô và hoạt động:

Đây là trung tâm lớn nhất tại Liên bang Nga với khoảng **500 thành viên** riêng tại Moscow.

Hội viên có thể đến trung tâm trong giờ hành chính từ 9 giờ sáng đến 9 giờ tối, nhưng buổi tối thường đông hơn do các thành viên tan sở làm về.

Trung tâm có mạng lưới rộng khắp với **70 chi nhánh** khác trên toàn Liên bang Nga, trải dài đến tận thành phố Komsomolsk-na-Amure ở vùng Viễn Đông Nga.

Phí hội viên hàng năm khoảng 1000 Rúp.

Trung tâm Moscow Diamond Way Buddhism tọa lạc ngay trung tâm đô thị Moscow, với phương tiện giao thông thuận lợi, thu hút đông đảo thành viên đến sinh hoạt.

Lịch trình và sinh hoạt tại trung tâm:

Các buổi tối trong tuần: Thường có khoảng 30-50 thành viên đến thiền tập.

Cuối tuần (Chủ nhật): Số lượng thiền sinh đông hơn.

Khi có khách Tăng Lạt ma giảng pháp: Số lượng tham dự có thể lên đến 500 vị.

Trung tâm hoạt động giống như một thư viện hoặc không gian tĩnh tâm linh hoạt:

Thành viên sử dụng thẻ có gắn chip để mở cửa tự động ra vào.

Họ có thể đến hành thiền, đọc sách, tĩnh tâm.

Căn tin bán thực phẩm và nước uống, cho phép thành viên tu tập và ăn uống yên lặng cả ngày.

Trung tâm đóng cửa lúc 9 giờ tối, không ai ngủ lại qua đêm.

Mục tiêu và giáo lý:

Trung tâm là nơi cung cấp thông tin về Phật giáo và cơ hội thực hành các phương pháp giải thoát của đạo Phật. Tại đây, thiền sinh có thể nghiên cứu các phương pháp do Đức Phật truyền dạy cách đây hơn hai nghìn năm trăm năm, vốn đã được thực hành ở Ấn Độ và sau đó là Tây Tạng.

Ở phương Tây, các phương pháp này có thể đã được điều chỉnh đôi chút để phù hợp với đặc điểm văn hóa, nhưng bản chất cốt lõi vẫn giữ nguyên như thời Đức Phật.

Ni trưởng TN Giới Hương viếng thăm Thiền đường Moscow, chụp ngày 07/10/2025

Trung tâm Moscow Diamond Way Buddhism là thành viên của **Tổ chức Tôn giáo Tập trung - Hiệp hội Phật tử Kim Cương Đạo Nga** thuộc Truyền thống Karma Kagyu.

Hiệp hội này duy trì mối quan hệ hữu nghị với các tổ chức Phật giáo khác, thường xuyên tham gia các sự kiện tôn giáo, lễ kỷ niệm và lễ hội chung.

Lạt ma người Đan Mạch Ole Nydahl nổi tiếng với danh hiệu **Lạt ma trường phái Karma Kagyu châu Âu đầu tiên**. Ngài chuyên giảng dạy Phật giáo Kim Cương thừa (Vajrayana) và thực hiện việc truyền tâm ấn, tức là "truyền từ tâm sang tâm, khi tâm của đệ tử đồng nhất với tâm của thầy".

a. Lạt ma Đan Mạch Ole Nydahl, Vị thầy hướng dẫn

Trung tâm Kim Cương Thừa Phật giáo tại Moscow (Moscow Diamond Way Buddhism) hoạt động dưới sự hướng dẫn tâm linh trực tiếp của **Lạt ma Ole Nydahl**.

Tuy nhiên, người đứng đầu tối cao của toàn bộ truyền thống Karma Kagyu thuộc Phật giáo Tây Tạng là **Đức Pháp Vương Gyalwa Karmapa đời thứ 17 Trinley Thaye Dorje**.

Ngài Lạt Ma Ole Nydahl sinh ngày 16/03/1941 (19/02/Tân Tỵ).[65] Lạt ma Ole Nydahl, người sáng lập hơn 650 trung tâm

65 Đức Lạt Ma Ole Nydahl, Người nắm giữ nhiều dòng truyền thừa Phowa

Phật giáo Kim Cương Thừa (Diamond Way Buddhism), thuộc truyền thống Karma Kagyu trên toàn thế giới, sinh ra và lớn lên tại thủ đô Copenhagen, Đan Mạch.

Thông tin chi tiết về ngài:

Hoạt động hoằng pháp: Kể từ những thập niên 1970 của thế kỷ 20, ngài cùng phu nhân Hannah Nydahl (1946-2007) đã vân du khắp thế giới để giảng dạy và hướng dẫn các khóa thiền.

Thành tựu văn học: Ngài là tác giả của 10 quyển sách Phật giáo Anh ngữ.

Quá trình học vấn và sự nghiệp ban đầu:

Vào đầu những năm 1960, ngài từng phục vụ trong quân đội Đan Mạch.

Sau đó, ngài theo học Triết học, tiếng Anh và tiếng Đức tại Đại học Copenhagen, Đan Mạch.

Ngài đã hoàn thành luận văn Triết học với điểm xuất sắc nhất và từng học tập tại các quốc gia khác như Hoa Kỳ và Đức.

Năm 1968 (Mậu Thân), trong chuyến đi Nepal nhân dịp tuần trăng mật, Lạt ma Ole Nydahl và phu nhân Hannah Nydahl đã lần đầu tiên gặp gỡ những bậc đạo sư vĩ đại của dòng Kim Cương Thừa như nhị vị Drukpa Kagyu và Lạt ma Lopon Tsechu Rinpoche.[66]

Tháng 12 năm 1969, Lạt ma Ole Nydahl và phu nhân Hannah Nydahl có cuộc gặp gỡ đầu tiên với **Đại Bảo Pháp Vương Gyalwa Karmapa đời thứ 16 Rangjung Rigpe Dorje (1924 - 1981)** tại tháp Swayambhu ở Nepal. Cả hai trở thành những đệ tử phương Tây đầu tiên của Đức Karmapa.

(Cận tử nghiệp/ Death Karma),, Vân Tuyền tổng hợp.
https://phatgiao.org.vn/duc-lat-ma-ole-nydahl-nguoi-nam-giu-nhieu-dong-truyen-thua-phowa-d26470.html

66 Đức Lạt Ma Ole Nydahl, Người nắm giữ nhiều dòng truyền thừa Phowa (Cận tử nghiệp/ Death Karma).
https://phatgiao.org.vn/duc-lat-ma-ole-nydahl-nguoi-nam-giu-nhieu-dong-truyen-thua-phowa-d26470.html

Tại đây và trong gần 4 năm tu tập chuyên sâu ở Đông Himalaya sau đó, ngài Ole Nydahl đã nhận được lễ điểm đạo truyền tâm, những giáo lý về Đại Thủ Ấn (Mahamudra), cùng những chân truyền quan trọng và chỉ dẫn sâu sắc từ các thiền sư vĩ đại của dòng truyền thừa Kagyu và Nyingma:

Đại Thủ Ấn - Mahamudra (*quan điểm Phật giáo cao nhất về tự nhiên của tâm thức*) từ Đức Karmapa đời thứ 16 (1969-1981).

Kagyu Ngagdzö *(bộ "kho báu của những truyền thừa quan trọng nhất" của dòng Karma Kagyu*) từ Đức Karmapa đời thứ 16 (1976).

Phát tâm bồ đề (*tâm nguyện cống hiến cuộc sống cho sự giác ngộ của nhân loại*) từ Shamar Rinpoche, người đứng thứ hai của dòng tu Karma Kagyu (1970).

Những tu tập nền tảng (Ngöndro) từ Kalu Rinpoche (1970-1971).

Rinchen Terdzö (*Kho báu của truyền thừa Nyingma/ Ninh Mã*) từ Kalu Rinpoche (1983).

Vào mùa thu năm 1972, Đức Karmapa thứ 16 đã yêu cầu hai vợ chồng trở lại châu Âu. Ngài và phu nhân Hannah Nydahl được giao nhiệm vụ giảng dạy và thành lập các trung tâm Phật giáo ở thế giới Tây phương dưới tên của Đức Karmapa, đồng thời được phép tổ chức quy y Tam Bảo và phát nguyện Bồ đề tâm.

Hai vợ chồng Lạt ma Ole Nydahl và Hannah Nydahl cũng đã tiếp nhận nhiều lễ thụ pháp và những chỉ dẫn quan trọng khác từ nhiều bậc thầy vĩ đại, bao gồm:

Dilgo Khyentse Rinpoche

Gyaltsab Rinpoche

Urgyen Tulku

Bokar Rinpoche

Kanjur Rinpoche

Gyaltrul Rinpoche

Và nhiều vị thầy khác.

Đặc biệt, vào năm 1995, Khenpo Choddrak Thenpel Rinpoche đã chính thức ban cho ngài Ole Nydahl danh xưng một vị **Lạt ma**, nhân danh các Viện Phật giáo của Đức Pháp Vương Gyalwa Karmapa.

Lạt ma Đan Mạch Ole Nydahl ban pháp thoại Kim Cang thừa.[67]

Khi trở về châu Âu theo yêu cầu của Đức Karmapa thứ 16, Lạt ma Ole Nydahl và phu nhân Hannah Nydahl đã bắt đầu giảng dạy Phật pháp và tổ chức các khóa thiền. Các hoạt động này ban đầu tập trung ở Đan Mạch, Đức và sau đó mở rộng sang các quốc gia khác như Nam Phi.

67 Đức Lạt Ma Ole Nydahl, Người nắm giữ nhiều dòng truyền thừa Phowa (Cận tử nghiệp/ Death Karma), Vân Tuyền tổng hợp. https://phatgiao.org.vn/duc-lat-ma-ole-nydahl-nguoi-nam-giu-nhieu-dong-truyen-thua-phowa-d26470.html

Trung tâm Phật giáo Kim Cương Thừa

Các trung tâm này thuộc dòng **Karma Kagyu** và hoạt động theo sự hướng dẫn thực tế của Lạt ma Ole Nydahl.

Vào những năm 1990, các trung tâm đã được chính thức hóa thành **Tổ chức Trung tâm Phật giáo Kim Cương Thừa (Diamond Way Buddhism)**. Việc thành lập này nhằm bảo vệ các trung tâm trong bối cảnh cuộc tranh luận về Karmapa diễn ra lúc bấy giờ.

Đến tháng 02 năm 2012, đã có 629 Trung tâm Phật giáo Kim Cương Thừa trên toàn thế giới, phần lớn tập trung ở châu Âu, Nga và Hoa Kỳ.

Hoạt động giảng dạy

Lạt ma Ole Nydahl có lịch trình giảng dạy và hướng dẫn các khóa thiền gần như kín cả năm, thường xuyên di chuyển và giảng dạy tại các thành phố khác nhau.

Các khóa học của ngài bao gồm những chủ đề quan trọng như **Mahamudra** (đại thủ ấn) và **Phowa** (cận tử nghiệp).

Sau hơn 40 năm hoằng pháp, những hoạt động giảng dạy, ngài đã nhận được sự tán thán của Rinpoche Shamarpa vào năm 2012.

Lạt ma Ole Nydahl và các thiền sinh của ngài đã cùng nhau tạo ra mạng lưới Trung tâm Phật giáo Kim Cương Thừa (Diamond Way Buddhist Centers). Một điểm đặc biệt của các trung tâm này là tài liệu giảng dạy được dịch sang nhiều ngôn ngữ phương Tây khác nhau.

Ngài tin tưởng sâu sắc rằng việc mọi người đọc và hiểu những lời giảng dạy bằng tiếng mẹ đẻ là cần thiết, giúp Phật giáo dễ dàng bén rễ và phát triển vững chắc tại phương Tây.

Mô hình hoạt động và thành viên

Những người điều phối hoạt động và tham gia các Trung tâm Phật giáo Kim Cương Thừa có những đặc điểm chung:

Có nền giáo dục thế tục cơ bản.

Có gia đình và công ăn việc làm ổn định.

Triết học Phật giáo và Thiền định Kim Cương Thừa được họ tích hợp trực tiếp vào cuộc sống thực tế hàng ngày. Là thành viên của trung tâm, họ cùng chia sẻ trách nhiệm về hành vi của cộng đồng tu tập và học giáo lý.

Trung tâm hoạt động hoàn toàn trên cơ sở tự nguyện, dựa trên tình hữu nghị, lý tưởng và lòng từ bi.

Trong 10 năm qua, theo yêu cầu từ nhiều nơi, ngài đã mở rộng việc thành lập các trung tâm tu học, giảng dạy và bảo hộ các hành giả trên khắp thế giới. Ngài là người có đầy đủ khả năng hướng dẫn Phật tử tu tập hành thiền và dẫn dắt mọi người hướng tới Pháp (Dhamma).

Đức Lạt ma Ole Nydahl đã thành lập các Trung tâm Phật giáo Kim Cương Thừa trên khắp thế giới và đã truyền đạt phương pháp thiền định đến hơn 70.000 người. Ngài thường tổ chức trung bình 12 khóa tu mỗi năm trên toàn cầu.

Chuyên môn và Hoạt động

Phowa: Ngài là chuyên gia trong lĩnh vực về sự sống, cái chết và tái sinh, đồng thời nắm giữ nhiều dòng truyền thừa Phowa (phương pháp chuyển thần thức lúc lâm chung, cận tử nghiệp). Theo yêu cầu của Shamar Rinpoche và Tenga Rinpoche, ngài đã truyền dạy khóa Phowa đầu tiên cho các thiền sinh Tây phương tại Graz, Áo, vào năm 1981.

Tán thán: Shamar Rinpoche từng tán thán rằng hoạt động của ngài vẫn truyền cảm hứng cho hàng ngàn người đến nay là nhờ ngài đã tuân thủ một cách chính xác và không nghi ngờ mong muốn của người thầy, Đức Karmapa thứ 16 Rangjung Rigpe Dorje.

Hiện nay, Lạt ma Ole Nydahl đang tiếp tục làm việc cùng với **Karmapa đời thứ 17 Trinley Thaye Dorje**, người được coi là tái sinh của người thầy trước đây của ngài.

Ni trưởng TN Giới Hương và hai vị điều hành Thiền đường Moscow, chụp ngày 07/10/2025.

3.8. Chùa Drikung Kagyu Ratna Shrina, Moscow

n/a Moscow Russia

Liên lạc: Alexander Dogaev

Phone: +7 (926) 9035959

http://drikung.ru

https://drikung.ee/center.html

Tông phái Drikung Kagyu Ratna Shrina này có hai chi nhánh ở Mát- xcơ-va (Moscow) và Estonia (Republic of Estonia, nước cộng hòa tự trị Estoni) thuộc Liên bang Nga và có gần 40 chi nhánh trên thế giới.

a) Chùa Phật giáo Tây Tạng Drikung Kagyu Ratna Shrina ở Moscow do Lạt ma Kyabje Garchen Rinpoche và Lạt ma H.H. Drikung Kyabgon Chetsang, viện trưởng viện Drikung Kagyu thành lập năm 2009. Do vào khoảng năm 2003, Ngài Kyabje Garchen Rinpoche đã thăm Moscow nhiều lần và ngỏ ý xây một trung tâm Phật giáo để dạy Phật pháp cho dân chúng tại đây. Từ nhân duyên đó, trung tâm được thành lập.

b) Chùa Phật giáo Tây Tạng Drikung Kagyu Ratna Shrina ở

Tallinn, Estonia, thành lập từ 1992, nhằm dạy Thiền và giáo lý Phật. Có nhiều cách thiền theo phái Drikung Kagyu cổ truyền. Mỗi cá nhân có thể tìm thấy phương pháp tu học thích hợp cho mình để chọn lựa.

Địa chỉ: Vilmsi 45A-2, Tallinn, Estonia 10412

President: Ain Starast

+372 56479868

drikung@drikung.ee

Lineage Tibetan: Drikung Kagyu

Lineage holder/Director: Drupon Konchok Sangyas Rinpoche

Một Lạt ma đang chia sẻ Phật pháp

Tại Drikung Kagyu Ratna Shrina ở Moscow, hoặc các chi nhánh khác, thường xuyên tổ chức các khóa thiền vào buổi tối và cuối tuần. Bên cạnh đó, các khóa học dành cho người mới bắt đầu và khóa tu mùa hè dài hạn cũng được tổ chức.

Các phương pháp thiền

Các phương pháp thiền được giảng dạy tại chùa có nguồn gốc từ hệ thống giáo lý cổ xưa của phái Drikung Kagyu. Mặc dù mỗi thiền sinh có thể tìm thấy những bài tập phù hợp với bản thân, các Lạt ma Drikung khuyên nên bắt đầu với:

Thiền tĩnh tâm **shi-ne**.

Nöndro (các pháp tu tiên yếu).

Những bài thực hành này được coi là nền tảng, hoặc được thực hành song song với các pháp thiền định cao hơn sau này.

Đối tượng tham gia

Trung tâm không chỉ thu hút các thiền sinh mà còn chào đón những người có sở thích tìm hiểu về ngôn ngữ, âm nhạc và văn hóa Tây Tạng.

3.9. Trung Tâm Thiền Dhamma Dullabha Vipassana

Địa chỉ:Avsyunino, Moscow Oblast, Russia, 142645

Phone: +7 985 291-32-04

Email để đăng ký tham gia các khóa Thiền: reg.ru.dhamma.org@gmail.com

https://www.dhamma.org/en/schedules/schdullabha

Thông tin này đề cập đến một trung tâm thiền Vipassana ở Nga, cụ thể là

Dhamma Dullabha, nằm cách Moscow khoảng 100km về phía đông, tại làng Avsyutino.

Thông tin chi tiết về trung tâm

Vị trí: Ngôi làng Avsyutino, cách ga Kazansky khoảng hai giờ đi tàu ngoại ô. Từ ga Avsyutino, có thể đi bộ một đoạn ngắn để đến trung tâm.

Hoạt động:

Khóa tu: Trung tâm tổ chức các khóa Thiền Vipassana kéo dài 10 ngày.

Nghiêm ngặt: Các khóa tu tuân thủ nội quy rất nghiêm ngặt, bao gồm tịnh khẩu (không nói chuyện), không liên lạc điện thoại và tuân thủ một thời khóa biểu chặt chẽ trong suốt 10 ngày.

Giảng dạy: Các khóa học được hướng dẫn bằng băng video và băng ghi âm của cố Thiền sư Satya Naravan Goenka.

Điểm đặc biệt: Đây là một trong số ít các trung tâm Phật giáo Nguyên thủy tại Nga, chủ yếu tập trung vào việc truyền dạy phương pháp thiền Vipassana như một nghệ thuật sống.

Thiền sư Satya Naravan Goenka (sinh năm 1924, người Miến Điện) là đệ tử xuất sắc của Sayagyi U Ba Khin. Ngài đã đào tạo hơn 800 thiền sư và mỗi năm hướng dẫn hơn 100.000 thiền sinh quốc tế tu tập theo phương pháp thiền Vipassana.

Thiền sư Goenka nhấn mạnh rằng giáo pháp giải thoát do Đức Phật truyền dạy mang tính phổ quát toàn cầu, không bị giới hạn bởi địa phương, sắc tộc, màu da hay trình độ. Do đó, pháp thiền Vipassana là dành cho tất cả mọi người.

Trung tâm Dhamma Dullabha hiện là trung tâm thiền Vipassana cố định duy nhất tại Liên bang Nga.

Tình trạng đăng ký khóa học

Số lượng người muốn tham gia khóa học tại trung tâm ngày càng tăng và hiện tại đã vượt quá khả năng tiếp nhận của trung tâm gấp nhiều lần. Do đó, việc đăng ký bất kỳ khóa học nào tại đây trở thành một cuộc chạy đua với thời gian: từng giây đều quý giá, và tất cả các suất học đều được đặt hết chỉ trong vài phút.

Phương pháp tu tập và mục tiêu

Thời gian: Mỗi khóa thiền kéo dài 10 ngày. Một năm có nhiều khóa, cao thấp cho thiền sinh mới và cũ, tiếp tục nâng cao.

Phương pháp: Đây là một khóa tu trải nghiệm quán sát tâm, theo dõi hơi thở, thực hành chánh niệm trong mọi oai nghi (đi, đứng, ngồi, nằm), hướng đến chánh niệm, tỉnh giác, nội tĩnh nhất tâm.

Ý nghĩa: "Vipassana" có nghĩa là nhìn sự vật đúng như bản chất của chúng. Đây là một trong những phương pháp thiền Tứ Niệm Xứ cổ xưa nhất của Ấn Độ, được truyền dạy hơn 2500 năm trước như một phương thuốc vạn năng chữa trị những căn bệnh phổ quát, hay còn gọi là một "Nghệ thuật Sống".

Đối với những ai chưa quen thuộc với Thiền Vipassana, mời đọc cuốn *Giới thiệu về Vipassana* của Thầy Goenka[68] để hiểu rõ hơn về phương pháp này hay cuốn *Nhật ký Hành Thiền Vipassana và Kinh Tứ Niệm Xứ (tiếng Việt) và Diary: Practicing Vipassana and the Four Foundations of Mindfulness Sutta (tiếng Anh) của* Thích Nữ Giới Hương.[69]

3.10.Trung tâm Phật học của Giáo hội Phật giáo Truyền thống Nga

Địa chỉ: Gadan Choepelin Moscow Datsan Kommunarka settlement

Moscow, Russia

Гадан Чойпэлин Московский дацан Поселок Коммунарка

Chính phủ Liên bang Nga đã phê duyệt tài trợ xây dựng một **Trung tâm Phật học lớn nhất Nga** vào năm 2026. Đây là một dự án lớn, với ngân sách dự kiến do chính phủ tài trợ 90%, phần còn lại đến từ đóng góp của các Phật tử và Lạt ma.

Dưới đây là tóm tắt các chi tiết chính của dự án:

Quy mô: Khu phức hợp rộng 3.000 m².

---

68 Giới thiệu về Vipassana của Thầy Goenka. https://www.dhamma.org/vi/about/goenka

69 Nhật ký Hành Thiền Vipassana và Kinh Tứ Niệm Xứ - Thích Nữ Giới Hương, NXB Tôn Giáo, 2024.
Diary: Practicing Vipassana and the Four Foundations of Mindfulness Sutta. Thích Nữ Giới Hương, Tôn Giáo Publishing, 2024.
https://huongsentemple.com/index.php/vn/kinh-sach/tu-sach-bao-anh-lac

Mô hình: Được thiết kế giống như mô hình đại học Nalanda ở Ấn Độ, tập trung vào văn hóa, học thuật Phật giáo (nhiều truyền thống khác nhau), y tế, tổ chức hội nghị quốc tế, lớp thiền, âm nhạc, và các nghi lễ tôn giáo...

Tài trợ: 90% từ ngân sách chính phủ Nga; 10% từ các nhà hảo tâm và Phật tử.

Người phụ trách: Đức Phó tăng thống Did Khambo Lama Sodnomdorzhiev D. V. .

Tiến độ dự kiến:

Khởi công: Năm 2026.

Hoàn thành: Khoảng năm 2031 (dự kiến xây trong 5 năm).

Dự án này nhằm đáp ứng nhu cầu tâm linh và tôn giáo ngày càng tăng cho cộng đồng Phật giáo thuộc nhiều truyền thống khác nhau tại Nga.

Bản vẽ Trung tâm Phật học, chụp tại văn phòng của Did Khambo Lama Sodnomdorzhiev D. V. - Đức Phó Tăng Thống Giáo hội Phật giáo Nga, ngày 06/10/2025

Theo thông tin từ Alexander Koybagarov, chủ tịch Hiệp hội Phật giáo Nga thuộc dòng Karma Kagyu, dự án Trung tâm Phật học Mát-xcơ-va ban đầu đã sẵn sàng vào năm 2008 nhưng sau đó bị đình trệ.

Dự án này đã được khôi phục, chủ yếu nhờ vào ý kiến và sự

thúc đẩy tích cực từ cộng đồng Phật giáo Mát-xcơ-va. Dulma Shagdarov, Chủ tịch Cộng đồng Phật giáo Mát-xcơ-va, cho biết công tác chuẩn bị hiện đã gần như hoàn tất để có thể khởi công xây dựng vào năm 2026.[70]

Toàn cảnh công trình Trung tâm Phật học đang xây dựng, chụp ngày 08/10/2025

Đức Phó tăng thống Giáo hội Phật giáo Nga Did Khambo Lama Sodnomdorzhiev D. V. nhấn mạnh tầm quan trọng của dự án Trung tâm Phật học Mát-xcơ-va là một nhu cầu thiết yếu và có vai trò đa năng:

Cơ sở tôn giáo và điểm gặp gỡ: Nơi hội tụ các trường phái Phật giáo khác nhau.

Trung tâm văn hóa, giáo dục và thiền định: Phục vụ cho mục đích học tập và tu luyện giới-định-tuệ.

Cơ hội học tập: Cung cấp nơi đào tạo cho cả tăng sĩ và ni giới, giúp họ tăng trưởng kiến thức và đào sâu vào Giới-Định-Tuệ của Phật giáo.

Ngài cũng bày tỏ sự tin tưởng rằng khi hoàn thành, trung tâm sẽ vượt ra ngoài phạm vi tôn giáo đơn thuần. Đã có kế

70 Văn Công Hưng (Theo Tiếng nói nước Nga). Nga: Sắp xây dựng ngôi chùa đầu tiên.
https://giacngo.vn/nga-sap-xay-dung-ngoi-chua-dau-tien-post25365.html

hoạch mời các giáo sư Phật học nổi tiếng từ các quốc gia có truyền thống Phật giáo đến giảng dạy, với kỳ vọng dự án sẽ thúc đẩy mạnh mẽ sự phát triển của Phật giáo tại Mát-xcơ-va. Ngài đã gửi lời cầu nguyện cho công trình sớm hoàn thành.

Ni trưởng TN Giới Hương và Nhuận Hạnh viếng thăm chánh điện tạm của Trung tâm Phật học Moscow, chụp ngày 08/10/2025.

3.11.Văn phòng ngoại giao của Đức phóTăng thống Phật giáo Truyền thống Nga Did Khambo Lama Sodnomdorzhiev Dashinima Vladimirovich

Địa chỉ: Barykovsky Pereueok, Dom 9, Moscow.

Vào các ngày 19/08/2025 và 06/10/2025, một phái đoàn Phật giáo gồm Ni trưởng TN Giới Hương, Sư cô Huệ Thủy, và thông dịch viên kiêm tài xế cô Lan Hương đã có chuyến thăm và phỏng vấn tốt đẹp với **Đức Phó Tăng Thống Phật giáo Truyền thống Nga**, Did-khambo (Hòa thượng) Sodnomdorzhiev Dashinima Vladimirovich, tại văn phòng làm việc của ngài ở Barykovsky pereueok dom 9, Mát-xcơ-va.

Đức Phó Tăng Thống Sodnomdorzhiev Dashinima Vladimirovich thường trực tại văn phòng này để điều hành công việc thay cho Đức Tăng thống Damba Badmaevich Ayusheev, thường trú tại Trung tâm Phật giáo Ivolginsky Datsan, Cộng hòa Buryatia. Đây là một Phật học viện và đại tự lớn nhất trong Liên bang Nga.

Bảng hiệu văn phòng của Phật giáo Liên bang Nga
tại Mát-xcơ-va, chụp ngày 19/08/2025

Sư cô Huệ Thủy, Ni trưởng TN Giới Hương,
Đức phó Tăng thống và cô Lan Hương, chụp ngày 19/08/2025

Từ trái: Lạt ma Bayashalan, Đức Damba Badmaevich Ayusheev (Tăng Thống Giáo hội Phật Giáo Truyền thống toàn Liên Bang Nga), Ni trưởng TN Giới Hương và thông dịch viên Ninh Hải, tại Buryatia, ngày 18/09/2025

3.12. Viện Bảo tàng Phật giáo Nicholas Roerich

Địa chỉ: số 3, đường Maly Znamensky, gần Bảo tàng Mỹ thuật Pushkin, Ga tàu điện ngầm Kropotkinskaya.

Thời gian mở cửa: thường từ 11g trưa đến 9g đêm. Thứ Hai đóng cửa.

Bảo tàng nằm trong dinh thự Lophukin Estate xinh đẹp, được trùng tu hoàn chỉnh từ thế kỷ 17. Nơi đây trưng bày một bộ sưu tập lớn các tác phẩm nghệ thuật, bao gồm tranh Phật giáo và tranh Tsam Mông Cổ (*Mongolian Tsam Religious Ceremony*) của nhà văn, triết gia và họa sĩ nổi tiếng Nicholas Roerich.

Gia đình triết gia Roerich đã thực hiện một hành trình đáng chú ý vào những năm 1920, đi từ dãy Himalaya, băng qua Tây Tạng và Trung Quốc để đến vùng Altai.

Điểm đặc biệt và nổi bật nhất trong bộ sưu tập nghệ thuật của bảo tàng là bộ sưu tập khổng lồ các bức **phác họa về dãy Himalaya** do Nicholas Roerich thực hiện.

Chính những tác phẩm phác họa này đã trở thành nền tảng

cho các triển lãm lưu động quy mô lớn, được tổ chức rộng rãi tại Nga, các quốc gia thuộc Cộng đồng các Quốc gia Độc lập (*Commonwealth of Independent States*), và nhiều quốc gia khác.

Bảng hiệu Viện bảo tàng Nicholas Roerich. (Google)

Bảo tàng mang tên Nicholas Roerich tại Moscow là bảo tàng độc đáo duy nhất tại Nga, tổ chức các triển lãm vươn tới những vùng xa xôi nhất của đất nước, không chỉ giới hạn trong các thành phố lớn hay trung tâm văn hóa. Sáng kiến này đã mang đến cơ hội cho hàng triệu người dân tiếp xúc và chiêm ngưỡng vẻ đẹp tuyệt vời của nghệ thuật Roerich.

3.13. Địa chỉ các Trung tâm Phật giáo tại Moscow

The trang website tibethouse,[71] thủ đô Mát-xcơ-va có các cơ sở Phật giáo Tây tạng như sau:

1.Trung Tâm Văn Hóa Và Thông Tin Tây Tạng (Centre of Tibetan Culture and Information)

Hội trưởng: Ông Tashi

71 Buddhist centers and communities in Moscow. http://tibethouse.ru/2007/buddhism-03-en.htm

Cố vấn: Lạt ma Tsering Dhondup

Điện thoại: (495) 629-46-17, fax 629-24-14

Site: www.savetibet.ru

Trung tâm Văn hóa và Thông tin Tây Tạng được thành lập tại Mát-xcơ-va vào năm 1993 và đã được Bộ Tư pháp Liên bang Nga chính thức chấp thuận.

Truyền bá thông tin: Phổ biến rộng rãi các kiến thức về văn hóa và tôn giáo Tây Tạng.

Văn phòng đại diện: Đây là nơi cư trú và làm việc chính thức của Đại diện Đức Đạt Lai Lạt Ma tại Nga.

2.Cộng đồng Phật giáo Mát-xcơ-va (Moscow Buddhist Community)

Hội trưởng: Dulma Shagdarova.

Điện thoại: (495) 4381787

Site: www.buddtemple.ru

E - mail: mosbuso@mail.ru, MoscowBuddhaSociety@rambler.ru

3.Trung tâm Phật giáo Đại thừa Drikung (Drikung Mahayana Center)

Liên lạc điện thoại: 8(903)506-92-78

Site: www.drikung.ru

E - mail : coordinator@drikung.ru

Dòng truyền thừa Drikung Kagyu này là một trong những nhánh của dòng truyền thừa Kagyu, được thành lập cách đây 852 năm bởi bậc thầy vĩ đại Kyoba Jikten Sumgyon.

4.Trung tâm Phật giáo Sokolniki, Moscow (Moscow Samye Dzong)

Địa chỉ: Moscow, Kutuzovsky Avenue, 22, Reception room of Obschaya Gazeta.

Điện thoại: (495)249-16-13

Site: www.samyedzong.chat.ru

Trung tâm Akong Tulku thuộc dòng Karma Kagyu của Phật giáo Kim cương thừa Tây Tạng. Trung tâm này được thành lập vào mùa thu năm 1996 và là một chi nhánh trực thuộc trung tâm Phật giáo truyền thống lớn nhất châu Âu – Tu viện Samye-Ling tại Scotland.

Vị thầy chính của trung tâm là Akong Tulku Rinpoche, một trong những vị kế thừa quan trọng của dòng truyền thừa Karma Kagyu.

5.Cộng đồng Dzogchen Shri Singha thuộc dòng Dzogchen Longchen Nintig

Địa chỉ: Moscow, Mosfilmovskaya str., 2 " B ", 2 nd floor. Metro "Kievskaya", 17 or 34 trolleybus, stop-Pudovkina str.

Điện thoại: (495) 730-54-66 Center, 8-926-226-64-50 Vlad

Site: www.dzogchenlineage.ru

Trong dòng truyền thừa Dzogchen Longchen Nyingtig, Rinpoche Khenpo Choga là bậc thầy trì giữ thứ 33 của dòng này.

Dòng truyền thừa này có nguồn gốc từ Siddha Shri Singha, người đã nhận được từ bậc thầy của mình là Manjushrimitra sáu triệu mật điển Dzogchen — được coi là tinh túy của giáo lý Đức Phật, cho phép đạt được trạng thái Phật quả ngay trong một đời. Siddha Shri Singha là bậc trì giữ thứ sáu của Dòng truyền thừa Dzogchen Nyingtig.

6.Patrul Rinpoche Center Dzogchen Jigme Choling Центр

Liên lạc điện thoại: (495)4748122

E-mail: kumbaka@mailru.com Alexander Budaev

Site: www.patrulrinpoche.ru

Dzogchen Ranyak Patrul Rinpoche là một bậc thầy lỗi lạc thuộc truyền thống phái Ninh Mã (Nyingma) của Phật giáo Tây

Tạng. Ngay từ khi còn nhỏ, ngài đã được công nhận là hóa thân của Patrul Rinpoche đời thứ nhất.

Sau nhiều năm chuyên tâm tu tập tại tu viện Dzogchen và Đại học Shri Singha, Patrul Rinpoche đã đạt được các học vị cao quý:

Khenpo: Tương đương Tiến sĩ Triết học Phật giáo.

Dorje Lopen: Bậc thầy nghi lễ.

Hành trình truyền bá Phật pháp của ngài tại châu Âu bắt đầu từ mùa hè năm 1996. Trung tâm Phật pháp đầu tiên do ngài thành lập tọa lạc tại Brussels (Bỉ) vào năm 1998.

Hiện nay, Rinpoche thường xuyên đáp ứng lời thỉnh mời giảng dạy giáo lý Phật đà quý báu tại Bỉ và viếng thăm các quốc gia mới. Mạng lưới hoạt động của ngài đã mở rộng với **15 trung tâm Phật pháp** ở các quốc gia khác nhau.

Ngài đã đến Nga lần đầu tiên vào năm 1998 theo lời thỉnh cầu của Tăng đoàn St. Petersburg. Các chuyến thăm này đã ngay lập tức thu hút sự quan tâm của công chúng và những tín đồ Phật giáo đầu tiên tại đây.

Trung tâm Phật giáo Rime tại Moscow (Moscow Buddhist Center Rime)

Địa chỉ: 1-st Basmannyi side-street, 5/20, bld.1, aprt.133. Metro "Komsomolskaya" or "Krasnye Vorota"

Telephone: (495) 261 84 18

Site: www.buddism.ru

Truyền thống Rime (không phân phái) xuất hiện ở Tây Tạng vào nửa sau thế kỷ XIX, với sự tham gia của các đại diện từ các trường phái Kagyu, Nyingma, và Sakya. Mục tiêu cốt lõi của Rime là thúc đẩy sự hòa nhập và học hỏi lẫn nhau giữa các truyền thống khác nhau, đồng thời vẫn tôn trọng và duy trì sự độc lập cũng như đặc thù của từng trường phái.

Trung tâm Rime được thành lập vào năm 1994 bởi Đại sư

Beru Khyentse Rinpoche, một bậc thầy lỗi lạc của Phật giáo Tây Tạng. Trung tâm này là nơi kết nối những người quan tâm đến các thực hành được truyền dạy bởi:

Choki Nyima Rinpoche: Bậc thầy của trường phái Kagyu.

Beru Khyentse Rinpoche: Bậc thầy của trường phái Kagyu và Nyingma.

Trung tâm Rime tạo điều kiện cho các Phật tử thực hành theo các giáo lý từ nhiều dòng truyền thừa khác nhau dưới sự hướng dẫn của những bậc thầy này.

Trung tâm Sakya Jampel Ling tại Moscow (Moscow buddhist center "Sakya Jampel Ling")

Địa chỉ: 117526, Moscow, Leninskyi Avenue

Điện thoại: (495) 144-3-69. (495) 4341204

Site: http://www.sakya.ru

Thông tin cho biết trường phái Sakya có số lượng tín đồ ít nhất trong số các trường phái Tây Tạng tại Nga.

Sự hiện diện của trường phái Sakya tại Nga bắt đầu vào năm 1995, khi theo lời mời của Chùa (Datsan) St. Petersburg và ý kiến của Krapivina, vị viện trưởng trường phái Sakya Trenzin đã cùng bốn Lạt ma khác đến Nga.

Trong chuyến thăm này, ngài đã viếng thăm nhiều nơi, bao gồm Moscow, St. Petersburg, Buryatiya và Kalmykiya

. Kết quả của chuyến thăm này là việc thành lập:

Trung tâm Sakya Moscow: Thu hút khoảng 20 tín đồ tham gia.

Trung tâm Sakya tại Kalmykiya: Nơi cũng đã có một trung tâm Phật giáo Sakya được thành lập.

Trung tâm Bon Shen Ling

Liên lạc E-mail: bon@aha.ru

Site: http://www.aha.ru/~bon/

Trung tâm Bon Shen Ling được thành lập bởi Rinpoche Nyima Dagpa sau khi ngài kết thúc nhập thất vào tháng 7 năm 1999 tại Mát-xcơ-va.

Rinpoche Nyima Dagpa là trụ trì và người nắm giữ dòng truyền thừa tại tu viện Lhati ở Kham, miền Đông Tây Tạng. Thân phụ của ngài là hóa thân thứ ba của Tsultim Puntsog, một bậc thầy Bon vĩ đại. Ngài đã nhận những giáo lý Bon đầu tiên từ người cha và từ Tsultim Nyima, người sáng lập tu viện Dorbatan.

Quá trình tu học và sự nghiệp hoằng pháp của ngài:

Bậc thầy: Ngài được tu học dưới sự bảo hộ của Đức Pháp Vương Menri Tridzin Rinpoche, trụ trì thứ 33 của tu viện Menri và là người đứng đầu tâm linh của toàn bộ giáo lý Bon.

Hoạt động hiện tại: Hiện tại, Rinpoche đang truyền bá giáo lý ở Ấn Độ, Nepal, Tây Âu và Hoa Kỳ.

Vai trò khác: Ngài cũng là người quản lý Children House Bon (Ngôi nhà Trẻ em Bon) và là biên tập viên của tạp chí Trung tâm Văn hóa Bon.

Cộng đồng Ganden Tendar Ling

Liên lạc điện thoại: 89035455096 Sergey, 8-910-408-00-51 Tatyana

Site: www.gtl-fpmt.narod.ru, www.fpmt.ru

E-mail: gandentendarling@rambler.ru

Nhóm này là thành viên của Tổ chức Bảo tồn Truyền thống Đại thừa Quốc tế (FPMT), do Lạt ma Zopa hướng dẫn.

Trung Tâm Phật Giáo Lama Tsonkapa Moscow (Truyền Thống Gelug)

Địa chỉ: 115162, Moscow, Mytnaya str., 23, bld. 1

Điện thoại: (495) 237-65-79, 237-15-13.

Site: www.buddha.ru

https://treasuryoflives.org/en/institution/Moscow-Buddhist-

Center-Lama-Tsongkhapa

Trung tâm Phật giáo Moscow của Lama Tsonkapa là một tổ chức tôn giáo, tập hợp các tín đồ Phật giáo Tây Tạng thuộc phái Gelug tại Mát-xcơ-va.

Thành lập: Trung tâm được đăng ký lần đầu vào tháng 12 năm 1996.

Đăng ký lại: Năm 2000, trung tâm được đăng ký lại tại Bộ Tư pháp Liên bang Nga với tư cách là một chi nhánh của Tăng đoàn Phật giáo Truyền thống Nga.

Thầy tâm linh: Từ năm 1993 đến năm 2001, thầy tâm linh của trung tâm là Geshe Jampa Tinley, đại diện của Đức Đạt Lai Lạt Ma tại Mát-xcơ-va và Hội trưởng Trung tâm Văn hóa Tây Tạng.

Số lượng thành viên: Trung tâm Mát-xcơ-va quy tụ khoảng 150 người.

Các bậc thầy: Các thành viên của trung tâm tôn thờ Đức Đạt Lai Lạt Ma XIV, Geshe Jampa Tinley, và lãnh đạo Phật giáo Mông Cổ Bogdo-gegen Halha Jetsun-Damba Rinpoche IX làm các bậc thầy tâm linh chính.

Hoạt động và Giáo dục

Trung tâm Lama Tsonkapa tổ chức thường xuyên các hoạt động thực hành, nghi lễ và tư vấn Phật giáo, với sự tham gia của các Lạt ma Tây Tạng và các chuyên gia y học Tây Tạng đến từ nước Phật giáo cộng hòa tự trị Buryatiya và Kalmykiya.

Trung tâm cũng có một chi nhánh tên là "Manjushri", với nhiệm vụ chính là:

Thực hiện công tác giáo dục và phổ biến giáo lý Phật giáo.

Biên dịch và xuất bản kinh sách Phật giáo.

Nhờ những chuyến công du khắp nước Nga của các vị thầy, nhiều trung tâm Geshe khác đã được thành lập tại các thành phố như Omsk, Irkutsk, Yekaterinburg, v.v...

Chương 4

PHẬT GIÁO TẠI THÀNH PHỐ SAINT PETERSBURG

1. Trung tâm lịch sử Saint Petersburg (cố đô Leningrad)
2. UNESCO tôn vinh Saint Petersburg là Di sản Văn hóa thế giới
3. Phật giáo tại Thành phố Saint Petersburg và Chùa Quán Âm Datsan Gunzechoinei
   - 3.1. Lịch sử Chùa Quán Âm Datsan Gunzechoinei
   - 3.2. Lễ kỷ niệm 100 năm ngày thành lập Tu viện Quan Âm Gunzechoinei Datsan ở thành phố st.petersburg, Nga.
   - 3.3. Lạt Ma Pandito Hambo Itigelov đến Tu viện Quan Âm Gunzechoinei St.Petersburg để tặng quà cho Hoàng Gia
   - 3.4. Tu viện Quan Âm Gunzechoinei Datsan ngày nay
4. Các Trung tâm Thiền Phật giáo tại Saint Petersburg
   - 4.1. Trung tâm Kim Cương thừa tại Saint Petersburg (Saint Petersburg Diamond Way Buddhist Center)
   - 4.2. Trung tâm thiền Shambhala (St. Petersburg

Shambhala Meditation Center)

4.3. Trường Thiền Quán Âm Saint Petersburg (Kwan Um Zen Center)

4.4. Tăng Đoàn Dhaharmaling Saint-Petersburg (Buddhist Congregation Dharmaling)

***

1. Trung tâm lịch sử Saint Petersburg (cố đô Leningrad)

Saint Petersburg (N59 57 0 E30 19 5.988), với diện tích 3.934,1 ha, là thành phố lớn thứ hai của Liên bang Nga, nằm bên dòng sông Neva, là thành phố cảng bên bờ biển Baltic.

Saint Petersburg, trước đây gọi là Petrograd (1914–1924), Leningrad (1924–1991), là thành phố lớn thứ hai ở Nga. Thành phố nằm trên sông Neva (Neva River), ở đầu Vịnh Phần Lan (Gulf of Finland) trên Biển Baltic; dân số khoảng 5,6 triệu người (năm 2025).[72]

Thành phố được thành lập bởi Sa hoàng Peter Đại đế (Peter the Great/ Peter I, trị vì năm 1682- 1752) vào năm 1703 trên địa điểm của một pháo đài bị Thụy Điển chiếm giữ và được đặt tên theo Thánh tông đồ Peter (Saint Peter). Saint Petersburg gắn liền về mặt lịch sử, văn hóa với sự ra đời của Đế quốc Nga và việc Nga bước vào lịch sử hiện đại với tư cách là một cường quốc châu Âu. Thành phố là thủ đô của Đế quốc Nga từ 1713 đến 1918. Sau Cách mạng Tháng Mười năm 1917, thủ đô được chuyển đến thành phố Moscow.

---

72 Cục Thống kê Nhà nước Liên bang (Petrostat).
Đánh giá Dân số Thế giới: Dân số ước tính của Saint Petersburg vào năm 2025 là khoảng 5,6 triệu người. (The Federal State Statistics Service (Petrostat). The World Population Review: The estimated population of Saint Petersburg in 2025 is approximately 5.6 million people.) https://www.google.com/search

2. UNESCO tôn vinh Saint Petersburg là Di sản Văn hóa thế giới

Saint Petersburg, thường được mệnh danh là "Venice của phương Bắc", nổi bật với mạng lưới kênh đào chằng chịt và hơn 400 cây cầu. Đây là một dự án đô thị vĩ đại, được khởi xướng vào năm 1703 bởi Sa hoàng Peter Đại đế. Thành phố từng được biết đến với tên gọi Leningrad trong thời kỳ Liên Xô cũ và gắn liền với Cách mạng Tháng Mười Nga.

2.1.Di sản Kiến trúc

Thành phố là một ví dụ điển hình về sự pha trộn hài hòa giữa kiến trúc **Baroque thuần túy** và **Tân cổ điển**, thể hiện qua các công trình mang tính biểu tượng:

Bộ Hải quân (Admiralty)

Cung điện Mùa đông (Winter Palace)

Cung điện bằng đá cẩm thạch (Marble Palace)

Bảo tàng Hermitage (Hermitage Museum)

2.2.Phát triển Đô thị và Cảnh quan

Cảnh quan đô thị độc đáo của Saint Petersburg, tọa lạc tại cửa sông Neva giao với Vịnh Phần Lan, đã biến nơi đây thành một trong những kiến tạo đô thị vĩ đại nhất của thế kỷ 18.

Sự lộng lẫy của thành phố được nâng tầm dưới thời các Hoàng hậu Anna Ioannovna, Elisabeth Petrovna và Catherine II Đại đế. Một loạt các kiến trúc sư nước ngoài tài ba như Rastrelli, Rinaldi, Quarenghi, Cameron và Vallin de la Mothe đã đóng góp vào sự hoành tráng của các cung điện và dinh thự hoàng gia, bao gồm các công trình xa hoa tại các vùng ngoại ô nổi tiếng như:

Peterhof (Petrodvorets)

Tsarskoye Selo (Pushkin)

Pavlovsk

2.3.Đặc điểm chính của Saint Petersburg

Ni trưởng TN Giới Hương nơi tượng Người Kỵ Sĩ Đồng, biểu tượng của Peter Đại đế, chụp ngày 17/08/2025

Thông tin bạn cung cấp làm nổi bật cách thành phố cân bằng giữa quy hoạch nhân tạo và môi trường tự nhiên để tạo nên một kiệt tác đô thị:

Sự hài hòa Kiến trúc và Cảnh quan: Điểm thu hút chính của trung tâm lịch sử là sự kết hợp hoàn hảo giữa các công trình kiến trúc (phương đứng và ngang) với các yếu tố tự nhiên như bờ kè, quảng trường và dòng sông Neva.

Tầm vóc của sông Neva: Sông Neva không chỉ mang lại sức sống mà còn tạo ra quy mô không gian đặc biệt và trở thành không gian mở chính của thành phố, mang lại cảnh quan phong phú.

Tính toàn vẹn trong Quy hoạch: Saint Petersburg là dự án quy hoạch đô thị hiếm hoi trong lịch sử bảo tồn được tính logic và sự toàn vẹn của nó, mặc dù trải qua nhiều thay đổi về phong cách kiến trúc qua các thời kỳ.

Yếu tố tinh thần: Sự vĩ đại của thành phố gắn liền với yếu tố tinh thần và bản sắc của Đế quốc Nga.

2.4.Vai trò Lịch sử trong Thời hiện đại

Thành phố cũng là trung tâm của những sự kiện lịch sử bi tráng và oai hùng trong thế kỷ 20, định hình nên lịch sử hiện đại của Nga:

Cách mạng Nga (1917): Chứng kiến và tham gia vào các sự kiện quan trọng của Cách mạng Tháng Hai và Tháng Mười năm 1917.

Cuộc phong tỏa Leningrad (1941-1944): Trải qua cuộc phong tỏa quân sự khốc liệt trong Chiến tranh Thế giới thứ hai, một thử thách to lớn khiến hàng triệu người thiệt mạng.

2.5.Vị thế Hiện tại

Sau những thử thách to lớn, thành phố vẫn duy trì vai trò không thể lay chuyển:

Trung tâm Văn hóa và Khoa học: Saint Petersburg tiếp tục là biểu tượng và nền tảng của văn hóa Nga thời kỳ mới, là một trong những trung tâm khoa học, văn hóa và giáo dục hàng đầu.

Giá trị Phổ quát: Di sản sáng tạo và những nhân cách vĩ đại gắn liền với thành phố có Giá trị phổ quát nổi bật, được thế giới công nhận.

2.6.Lý do Saint Petersburg là Di sản Văn hóa Thế giới UNESCO

UNESCO đã công nhận Saint Petersburg dựa trên bốn tiêu chí chính, làm nổi bật giá trị phổ quát và độc đáo của thành phố trong lịch sử quy hoạch đô thị và kiến trúc:

Tiêu chí	Nội dung chính
(i) Thành tựu Nghệ thuật Đô thị	Thành phố là một thành tựu nghệ thuật độc đáo về thiết kế đô thị, nổi bật bởi tham vọng, tính đồng nhất trong quy hoạch và tốc độ xây dựng nhanh chóng.
(ii) Ảnh hưởng Kiến trúc	Các quần thể kiến trúc do các kiến trúc sư lừng danh như Rastrelli, Cameron, Rinaldi... thiết kế đã có ảnh hưởng to lớn đến sự phát triển kiến trúc ở Nga và Phần Lan trong thế kỷ 18 và 19.
(iv) Điển hình về Phong cách	Quần thể kiến trúc là một trong những ví dụ nổi bật nhất về kiến trúc **Baroque** và **Tân cổ điển** trong xây dựng dinh thự, thể hiện vai trò là một thủ đô kiểu mẫu của các phong cách này.
(vi) Liên kết với Sự kiện Toàn cầu	Thành phố gắn liền trực tiếp với các sự kiện có ý nghĩa toàn cầu, đặc biệt là việc xây dựng nó dưới thời Peter Đại đế, tượng trưng cho sự "mở cửa" của Nga ra thế giới phương Tây và sự xuất hiện của Đế chế Sa hoàng trên trường quốc tế.

Những tiêu chí này khẳng định Saint Petersburg không chỉ là một thành phố đẹp mà còn là một kiệt tác quy hoạch đô thị có tầm ảnh hưởng lịch sử và nghệ thuật sâu rộng trên toàn thế giới.

Biệt danh	Được tôn vinh là đô thị "**Venice của phương Bắc**" nhờ vô số kênh đào và cầu cống, cùng cảnh quan đô thị lịch sử có một không hai.
Danh hiệu Quốc tế	Được UNESCO công nhận là **Di sản Văn hóa Thế giới** (năm 1990) nhờ những quần thể kiến trúc hùng vĩ và giá trị phổ quát nổi bật.
Điểm thu hút chính	Sự vĩ đại của thành phố nằm ở sự **hài hòa hoàn hảo giữa kiến trúc và môi trường cảnh quan**, đặc biệt là dòng sông Neva.
Ý nghĩa Văn hóa	Saint Petersburg là biểu tượng và nền tảng vững chắc của nền văn hóa Nga, gắn liền vĩnh viễn với những nhân cách vĩ đại và các công trình sáng tạo có giá trị toàn cầu.

Những yếu tố này cùng nhau định hình nên một Saint Petersburg độc đáo, vừa là một kiệt tác quy hoạch đô thị, vừa là một trung tâm văn hóa, khoa học và lịch sử vĩ đại của thế giới

2.7. Saint Petersburg Ngày Nay

Saint Petersburg ngày nay còn gọi là thủ đô phương Bắc, Venice của Nga, Saint, Len, hoặc Piter, là từng là kinh đô của đế quốc trong hai thế kỷ sau khi được Peter Đại đế thành lập năm 1703. Thành phố này nổi tiếng với bức tượng "Người Kỵ Sĩ Đồng" và là trung tâm văn hóa lớn với các địa điểm như Nhà hát Mariinsky và Bảo tàng Quốc gia Nga.

Thành phố này là một trung tâm lớn về văn hóa, giáo dục và tôn giáo ở Nga.

Văn hóa

Saint Petersburg là thủ đô văn hóa của Nga, một trung tâm văn hóa, giáo dục và tôn giáo lớn của Nga, nổi tiếng với lịch sử phong phú, các thể chế đa dạng và bầu không khí thân thiện. Thành phố tự hào sở hữu:

Văn học: Thành phố có truyền thống lâu đời về văn học, là bối cảnh và nguồn cảm hứng cho các tác phẩm của các nhà văn Nga nổi tiếng như Pushkin, Gogol và Dostoyevsky.

Bảo tàng và Phòng trưng bày: Hơn 221 bảo tàng, bao gồm Bảo tàng Hermitage nổi tiếng thế giới, nơi lưu giữ bộ sưu tập nghệ thuật khổng lồ.

Nghệ thuật Biểu diễn: Hơn 80 nhà hát và 100 tổ chức hòa nhạc, với một nền nghệ thuật opera, ballet (như vở Hồ Thiên Nga cổ điển) và kịch nghệ sôi động. Nhà hát Mariinsky là một địa điểm nổi bật cho những loại hình nghệ thuật này.

Kiến trúc và Địa danh: Thành phố nổi tiếng với kiến trúc tráng lệ, các kênh đào (mang lại biệt danh "Venice của phương Bắc"), và các địa danh lịch sử như Nhà thờ Thánh Isaac và quần thể cung điện Peterhof.

Giáo dục: Saint Petersburg là một trung tâm giáo dục có nhiều trường đại học, như Đại học Bách khoa St. Petersburg mang tên Peter Đại đế, Đại học Tổng hợp St. Petersburg (SPbU) là trường đại học lâu đời nhất và là một trong những trung tâm nghiên cứu và đào tạo bậc cao lớn nhất tại Nga, cung cấp nhiều chương trình đào tạo đa dạng, bao gồm các chương trình nghiên cứu liên ngành độc đáo như Nghiên cứu Tôn giáo Phật giáo, Thiên Chúa Giáo, Chính thống giáo, Do Thái... và các trường khác cũng cung cấp giáo dục đại học chất lượng cao.

Tôn giáo

Thành phố đa quốc tịch và đa tôn giáo, nổi tiếng vì thái độ khoan dung đối với các tín ngưỡng khác nhau:

Tín ngưỡng chiếm ưu thế: Chính thống giáo Nga là tôn giáo lớn nhất và nổi bật nhất, với nhiều nhà thờ chính tòa, nhà thờ và tu viện, chẳng hạn như Tu viện Alexander Nevsky và Nhà thờ Kazan.

Đa dạng Tôn giáo: Nhiều nhóm tôn giáo khác có sự hiện diện đáng kể và nơi thờ phượng, bao gồm:

Người Hồi giáo, với nhà thờ Hồi giáo lớn nhất Bắc Âu.

Người Công giáo (Nhà thờ Thánh Catherine và Đức Mẹ Lộ Đức).

Người Do Thái, có Đại giáo đường Hợp xướng, một trong những giáo đường lớn nhất ở châu Âu.

Phật giáo với tu viện Quan Âm Gunzechoinei Datsan (còn gọi là Tu viện Thạch Anh Tím) (xây 1908).

Tự do tín ngưỡng được bảo vệ bởi Hiến pháp Nga, cho phép các tôn giáo đa dạng phát triển mạnh mẽ tại thành phố, nhất là các sinh hoạt của Phật giáo tại Saint Petersburg đang khởi sắc và phát triển.

3. Phật giáo tại Thành phố Saint Petersburg và Chùa Quán Âm Datsan Gunzechoinei

Phật giáo ở Saint Petersburg có một lịch sử lâu đời và vẫn tiếp tục phát triển mạnh mẽ cho đến ngày nay. Tu viện Quan Âm Datsan Gunzechoinei là ngôi chùa Phật giáo lớn và nổi tiếng nhất tại thành phố này do Lạt ma Jampa Donyed Buda Balzhievich Badmaev trụ trì (head of Datsan Gunzechoinei, Lạt ma Búp-đa Badaevich Mông-hơ-ép, tiếng Nga: Буда Бадаевич Мунхоев).[73]

3.1. Lịch sử Chùa Quán Âm Datsan Gunzechoinei

Datsan nghĩa là chùa; Gunzechoinei nghĩa là lòng từ bi sâu sắc đối với tất cả chúng sinh, như mẹ hiền Quan Âm, nên Gunzechoinei Datsan còn được gọi là "Chùa Quan Âm." Vách

73 Lyudmila Klasanova, Tu viện Phật giáo chính ở St. Petersburg tìm kiếm sự giúp đỡ trong đại dịch. Ngày 29 tháng 4 năm 2020 (Main Buddhist Monastery in St. Petersburg Seeks Help during Pandemic. April 29, 2020). https://www.buddhistdoor.net/news/main-buddhist-monastery-in-st-petersburg-seeks-help-during-pandemic/

tường bao quanh chùa là lót bằng gạch granit đỏ tím quý giá, nên Gunzechoinei Datsan cũng có danh hiệu là "Chùa Thạch Anh Tím". Đây là một di tích kiến trúc độc đáo được xây dựng từ năm 1909 đến năm 1913 theo kiến nghị của Lạt ma Agvan Lobsan Dorzhiev (1853 – 29 tháng 1 năm 1938)[74], một nhà ngoại giao Buryat và là người tin cậy của Đức Đạt Lai Lạt Ma thứ 13,[75] đã thành công trong việc thỉnh cầu Sa hoàng Nicholas II cho phép xây dựng ngôi chùa Phật giáo giữa lòng thành phố có nhiều nhà thờ Chính thống giáo và các tôn giáo khác, nhưng chưa có Phật giáo. Công trình được khánh thành mỹ mãn vào năm 1915. Vị trụ trì đầu tiên: Бадмаев, Буда Бальжиевич[76]

Thiết kế công trình độc đáo và ấn tượng với sự pha trộn giữa truyền thống Tây Tạng cổ điển và phong cách "Art Nouveau" hiện đại phương Bắc", với mặt tiền được ốp đá granit thạch anh đỏ tím, mang lại biệt danh "Chùa Thạch Anh Tím" cho Gunzechoinei Datsan.

Sự cho phép ban đầu (1909): Lạt ma Agvan Dorzhiev đã nhận được sự cho phép từ Sa hoàng Nga để xây dựng một tu viện Phật giáo lớn, với hy vọng nó sẽ trở thành nơi cư trú của người cai trị Phật giáo đầu tiên của Nga.

Sự phản đối của Giáo hội Chính thống Nga: Việc xây dựng đã bị trì hoãn đáng kể do sự vận động mạnh mẽ của Giáo hội Chính thống Nga, phản đối việc xây dựng một ngôi chùa "ngoại giáo" trên đất nước.

Khởi công (21 tháng 2 năm 1913): Mặc dù gặp khó khăn, việc đổ móng đầu tiên vẫn được tổ chức.

Hoàn thành và xác nhận (1915): Công trình hoàn thành

---

74 Lạt ma Agvan Lobsan Dorzhiev (1853 – 29 tháng 1 năm 1938). https://en.wikipedia.org/wiki/Agvan_Dorzhiev
Trong cuốn sách này, xin đọc chương 5, phần 8.5. Tu Viện Atsagatsky Datsan để biết về cuộc đời và cống hiến của Lạt ma Agvan Lobsan Dorzhiev cho Phật giáo.

75 Buddhist Temple Datsan Gunzechoinei https://mindtrip.ai/attraction/st-petersburg-russia/buddhist-temple-datsan-gunzechoinei

76 Datsan Gunzechoinei Saint Petersburg, Russia. http://dazanspb.ru

vào năm 1915. Sa hoàng Nicholas II đã xác nhận sự hiện diện của một đội ngũ chín Lạt ma đến từ các vùng khác nhau của Nga (Transbaikalia, Astrakhan, Stavropol) để phục vụ và tu học tại chùa.

Thiết kế: Các cửa sổ kính màu được đặt hàng từ nghệ sĩ nổi tiếng Nicholas Roerich.

Thông tin này làm rõ bối cảnh lịch sử đầy thách thức của Tu viện Quan Âm Datsan Gunzechoinei, từ sự ủng hộ ban đầu của chính quyền cho đến sự phản đối gay gắt của tôn giáo chủ đạo thời bấy giờ.

Lễ khánh thành chính thức và giai đoạn lịch sử đầy biến động của Tu viện Quan Âm Gunzechoinei Datsan sau Cách mạng tháng Mười Nga.

Bảng tên Tu viện Quan Âm Datsan Gunzechoinei, chụp ngày 16/08/2025

Dưới đây là tóm tắt các sự kiện chính:

Lễ cung hiến tượng Phật (9 tháng 6 năm 1914): Một buổi lễ lớn đã được tổ chức để tiếp nhận và cung hiến hai bức tượng Phật quan trọng:

Tượng Phật Thích Ca Mâu Ni bằng đồng mạ vàng, là quà tặng từ Vua Rama VI của Thái Lan.

Tượng Phật Di Lặc đứng, là quà tặng từ G.A. Planson, thuộc Hội đồng Nga tại Bangkok.

Lễ khánh thành chính thức và đặt tên (10 tháng 8 năm 1915): Datsan chính thức được khánh thành với tên gọi **"Gunzechoinei"**, có nghĩa là 'Nguồn gốc của Phật pháp từ tình thương sâu sắc đối với tất cả chúng sinh'.

Giai đoạn sau năm 1917 (Cách mạng Nga):

Tu viện bị lục soát và chiếm đoạt cho nhiều mục đích khác nhau.

Bị một đội Hồng quân tiếp quản và gây hư hại vào năm 1919.

Sự đàn áp Phật giáo (những năm 1920): Mặc dù có những nỗ lực sửa chữa và trùng tu vào khoảng năm 1922 và 1926, ngay sau đó, một cuộc đàn áp quy mô lớn nhằm vào Phật giáo đã diễn ra trên khắp các khu vực có đông Phật tử ở Nga (Buryat-Mông Cổ và Kalmyk).

Các tu viện bị đóng cửa.

Tài sản tôn giáo (kinh sách, đồ thờ cúng) bị tịch thu.

Các Lạt ma bị đàn áp nặng nề.

Những sự kiện này đánh dấu sự chấm dứt hoạt động tôn giáo bình thường của tu viện Quan Âm Gunzechoinei Datsan trong nhiều thập kỷ, cho đến khi nó được trao trả lại cho cộng đồng Phật giáo vào năm 1990 trong bối cảnh những thay đổi chính trị và xã hội sâu rộng diễn ra ở Liên Xô cũ, cụ thể là chính sách cải tổ (perestroika) và công khai (glasnost) của Mikhail Gorbachev. Những chính sách này đã dẫn đến việc nới lỏng các hạn chế đối với tôn giáo và khôi phục quyền sở hữu tài sản tôn giáo.

Ni trưởng TN Giới Hương nơi cổng tam quang vào Tu viện Quan Âm Datsan Gunzechoinei, chụp ngày 16/08/2025

Lối vào chánh điện Tu viện Quan Âm Datsan Gunzechoinei, chụp ngày 16/08/2025

Sau khi được trao trả lại cho cộng đồng Phật giáo vào năm 1990

Nghi lễ Phật giáo cuối cùng (cuối năm 1933): Buổi lễ Phật giáo chính thức cuối cùng được tổ chức để vinh danh Đạt Lai Lạt Ma thứ 13, Thubten Gyatso, người đã viên tịch.

Đàn áp và thanh trừng (1935-1937):

Năm 1935, nhiều Lạt ma bị cảnh sát mật Xô Viết (*Bộ Dân ủy Nội vụ Liên Xô*) bắt giữ và kết án lao động khổ sai.

Năm 1937, những Phật tử còn lại trong thành phố bị bắt và bị xử bắn ngay lập tức.

Sự bảo tồn kỳ diệu trong Cuộc vây hãm Leningrad: Ngôi chùa không bị đánh bom trong chiến tranh nhờ sự vận động hành lang của những người có cảm tình với Phật giáo trong tổ chức Ahnenerbe (một tổ chức của Đức Quốc xã nghiên cứu lịch sử và di sản văn hóa).

Sự hồi sinh của Phật giáo (1989):

Cộng đồng Phật giáo ở St. Petersburg được chính thức công nhận.

Đức Lạt Ma Kushok Bakula Rinpoche đã tổ chức buổi lễ chính thức đầu tiên sau 50 năm gián đoạn.

Kỷ niệm và Tình trạng hiện tại (2004 - 2013):

Năm 2004, sinh nhật lần thứ 150 của Lạt ma Agvan Dorzhiev được tổ chức long trọng tại tu viện Quan Âm Datsan Gunzechoinei, với sự tham gia của học giả Robert Thurman.

Tính đến năm 2013, tu viện Quan Âm Gunzechoinei Datsan được duy trì tích cực, là trung tâm tu tập của các học giả và thiền sinh theo trường phái Cách lỗ (Gelug) của Phật giáo Tây Tạng.

Những thông tin này cho thấy Tu viện Quan Âm Gunzechoinei Datsan là một địa điểm lịch sử quan trọng, đã sống sót qua những thời kỳ đen tối nhất của lịch sử Nga để trở thành một trung tâm Phật giáo sống động ngày nay.

Có một bia đá trên tường Gunzechoinei Datsan ghi:

Gunzechoinei Datsan là Di tích kiến trúc thế kỷ XX được chánh quyền bảo vệ.

Chùa được xây dựng trong các năm 1900–1915.

Kiến trúc sư: G.V. Baranovsky.

3.2. Lễ kỷ niệm 100 năm ngày thành lập Tu viện Quan Âm Gunzechoinei Datsan ở thành phố St. Petersburg, Nga

Kỷ niệm 100 năm thành lập (09/10/2015)

Một buổi lễ lớn đã được tổ chức tại Gunzechoinei Datsan để kỷ niệm 100 năm ngày thành lập.[77]

Sự kiện có sự tham dự của các Lạt ma chức sắc Phật giáo hàng đầu từ các nước cộng hòa Phật giáo thuộc Liên bang Nga (Kalmykia, Buryat, Tuva), do Hòa thượng Telo Tulku Rinpoche dẫn đầu.

Triển lãm: Hơn 230 hiện vật từ các bảo tàng và bộ sưu tập tư nhân đã được trưng bày, bao gồm Mạn-đà-la cát Quán Âm Bồ Tát (Avalokiteshvara).

---

77 Thích Vân Phong, Nga: Kỷ niệm 100 năm thành lập tu viện ở St.Petersburg. https://phatgiao.org.vn/nga-ky-niem-100-nam-thanh-lap-tu-vien-o-stpetersburg-d19788.html

Biểu tượng tôn giáo: Bên trong tu viện, lễ đài được trang trí bằng biểu tượng Kalachakra (Thời luân) và Tứ Đại Thiên Vương (Four The Guardian Kings).

Vai trò lịch sử của các Nhân vật quan trọng

Hoàng thân Ukhtomsky: Em trai của Sa hoàng Nicholas II, một nhà nghiên cứu Phật học và Đông phương học nổi tiếng, chính là người đã ủng hộ và thuyết phục Sa hoàng cho phép xây dựng ngôi chùa vào năm 1908.

Đạt Lai Lạt Ma thứ 13: Ngài đã đóng góp tịnh tài và pháp khí (đồ thờ) đáng kể cho việc xây dựng ngôi chùa Phật giáo đầu tiên ở Nga này.

Vị thế đặc biệt

Chùa Quán Âm Gunzechoinei Datsan được xác nhận là một Đại Già lam (ngôi chùa lớn) và là Tự viện Phật Giáo ở cực Bắc của nước Nga.

Tuy nhiên Giáo hội Chính thống Nga (Русская Православная Церковь) đã mạnh mẽ vận động chống lại sự xây dựng ngôi Tự viện Phật giáo này. Nhưng do sự kiên định quyết tâm của Hoàng gia, bổn đạo phật tử để vượt qua những cản lực gian khó, công trình tiếp tục thi công vào ngày 21/2/1913, và công trình hoàn thiện vào năm 1915.

Ngày 9/6/1914, tổ chức lễ cung nghinh hai tôn tượng Phật, vua Rama VI của Siam (Thái Lan) cung tiến một tôn tượng Phật Thích Ca (tượng ngồi) bằng đồng mạ vàng, và Hội đồng người Nga ở Bangkok hỷ cúng một tôn tượng Phật Di Lặc (tượng đứng).

Tượng Phật ngồi do vua Rama VI của Siam (Thái Lan) hỉ cúng

Ni trưởng TN Giới Hương trước chánh điện Tu viện Quan Âm Datsan Gunzechoinei, chụp ngày 16/08/2025

Ngày 10/8/1915, lễ khánh thành tu viện Gunzechoinei Datsan được tổ chức.

Đức Đạt Lai Lạt Ma thứ 13 (Thubten Gyatso-土登嘉措) viên tịch vào ngày 17/12/1933 và tổ chức Tang lễ tại Tu viện Quan Âm Gunzechoinei Datsan này.

Bia đá lưu hình ảnh và ghi công ơn Vị Lạt ma thành lập Tu viện Quan Âm Datsan Gunzechoinei, chụp ngày 16/08/2025.

3.3. Lạt Ma Pandito Hambo Itigelov đến Tu viện Quan Âm Gunzechoinei St.Petersburg để tặng quà cho Hoàng Gia

Mối quan hệ với Triều đại Romanov Sa hoàng Nga.

Chính sách của Sa hoàng: Mặc dù số lượng Phật tử ở St Petersburg vào đầu thế kỷ XX chỉ khoảng hai trăm người, các hoàng đế Nga (triều đại Romanov) luôn đối xử tử tế và hỗ trợ Phật giáo. Thậm chí nhà nước đã thông qua một văn kiện đặc biệt, đặt nền móng pháp lý cho sự phát triển của Phật giáo tại Nga.

Món quà lịch sử: Nhân dịp kỷ niệm 300 năm triều đại Romanov, Lạt ma Pandito Hambo Dashi-Dorji Itigelov đã tặng

Sa hoàng Nikolai II bảy tặng vật độc đáo.

Trưng bày hiện vật: Bảo tàng Dân tộc học ở St Petersburg đã tìm thấy và lần đầu tiên trưng bày bảy món quà này tại "Mười ngày văn hóa Phật giáo", những vật phẩm từng được coi là mất tích trong một thời gian dài.

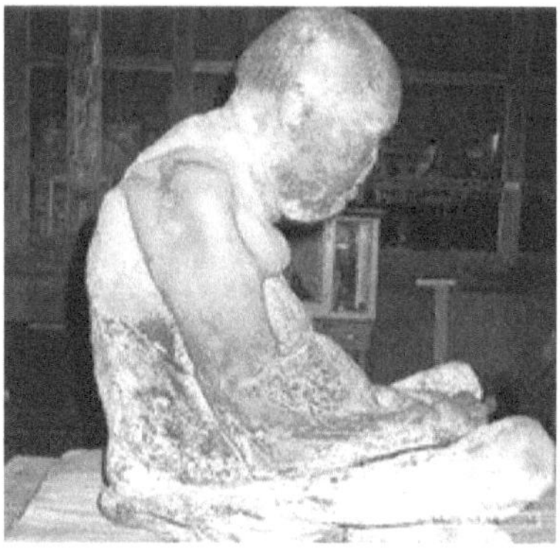

Lạtma Pandito Hambo Dashi-Dorzho Itigelov thờ tại Trung tâm Phật giáo Ivolginsk Datsan, Buryatia

Bà Alla Namsaraeva[78] nói :

"Lạt ma Itigelov là vị lãnh tụ thứ 12 của của Phật giáo Nga. Năm 1913, từ Buryatia, ngài đã đến **St Petersburg,** sau khi vượt chặng đường 6500 dặm để dự kỷ niệm 300 năm triều đại Romanov. Lạt ma mang theo những món quà tặng cho tất cả các thành viên Hoàng gia. Có ba thứ tặng vật bằng bạc và bốn thứ bằng đồng. Tặng vật bằng đồng được dâng cho các công chúa. Quà cho Nga hoàng Nicolai II là chiếc khay bạc lớn, Hoàng hậu được tặng chiếc hộp bạc và Hoàng tử nhận bức tượng Phật. Tất cả các tặng vật này được chuyển đến lưu trữ tại bộ phận Dân tộc học của Bảo tàng Nga. Do nhầm lẫn mà người ta coi đây là

78 Thích Vân Phong, Nga: Kỷ niệm 100 năm thành lập tu viện ở St.Petersburg. https://phatgiao.org.vn/nga-ky-niem-100-nam-thanh-lap-tu-vien-o-stpetersburg-d19788.html

quà tặng của người Kalmyk. Gần đây, khi nghiên cứu hồ sơ, một trong những nhân viên của bảo tàng đã phát hiện các hiện vật này là quà của Lạt ma Itigelov tặng Nga Hoàng."

Đối với các Phật tử, việc tìm lại những món quà này là một biểu tượng thiêng liêng. Năm 1927, khi đang thiền định, Lạt ma Itigelov Hambo, bây giờ được gọi là "Lạt Ma thánh cốt" (nhục thân bất hoại) đã viên tịch, thọ 75 tuổi. Ngài được chôn cất ở ngoại ô Ulan-Ude, thủ phủ của Buryatia. Gần mười năm trước, cỗ quan tài với thánh cốt đã được cải táng.

Và thật ngạc nhiên, thi thể ngài Itigelov, người mà ngay trước khi chết, đã tuyên bố sẽ đầu thai, rất ít bị phân hủy. Ngày nay, **thánh cốt Lạtma Pandito Hambo Dashi-Dorzho Itigelov** trở thành một trong những thánh tích thiêng liêng của đạo Phật. Ba năm trước, để bảo vệ hiện vật quý giá, trong điện thờ Ivolginsk đã xây dựng một cung điện thủy tinh đặc biệt gọi là Cung hồ quang Etigel. Phật tử có thể vào thăm Chùa Ivolginsk, Buryatia, để chiêm đảnh lễ thánh tích xá lợi này.

3.4. Tu viện Quan Âm Gunzechoinei Datsan ngày nay

Vị thế: Đây là ngôi chùa Phật giáo lớn nhất tại St. Petersburg, thuộc trường phái **Gelug** (Cát-lỗ phái, hay Mũ vàng) của Phật giáo Kim Cương thừa Tây Tạng.

Liên kết văn hóa: Chùa có mối liên hệ chặt chẽ với Cộng hòa Buryatia (thuộc Liên bang Nga), một trung tâm Phật giáo truyền thống ở Siberia.

Hoạt động hiện tại

Chùa Quan Âm Gunzechoinei Datsan ngày nay là một trung tâm văn hóa và Phật giáo năng động, phục vụ cả cộng đồng Phật tử địa phương và du khách quốc tế:

Giờ mở cửa: Chùa mở cửa hàng ngày từ 10:00 đến 19:00 (trừ Thứ Tư là ngày nghỉ).

Dịch vụ tâm linh:

Chào đón khách thập phương đến tìm hiểu Phật pháp và

nhận sự hướng dẫn tâm linh.

Các Lạt ma thực hiện cầu nguyện hàng ngày và hỗ trợ những người gặp vấn đề tâm lý.

Tổ chức thường xuyên các buổi thuyết giảng, thiền định, khóa tu và các sự kiện văn hóa, lễ hội hàng năm.

Ni trưởng TN Giới Hương ở sân trước của Tu viện Quan Âm Datsan Gunzechoinei, chụp ngày 16/08/2025

Chùa là một điểm tham quan quan trọng và là nơi lý tưởng để tìm hiểu sâu hơn về Phật giáo Tây Tạng nói chung và truyền thống Gelug nói riêng.

Địa chỉ: Datsan Gunzechoinei

Primorskiy Prospekt, 91, St. Petersburg, Nga, 197374

Điện thoại: 8 (812) 67–99–108

https://dazanspb.ru/ (chỉ tiếng Nga)

Nếu từ Cosmos Saint-Petersburg Pulkovskaya Hotel[79], một khách sạn lớn có 842 phòng dành cho du khách. Khách có kêu taxi trên App, giá 630 Rúp đến Tu viện Quan Âm Gunzechoinei Datsan (khoảng 17km). Vòng về 630 Rúp. Tài xế ở chụp hình và chờ khách khoảng 30 phút, tính khoảng 2000 Rup (khoảng 30 USD).

4. Các Trung tâm Thiền Phật giáo tại Saint Petersburg

Ngoài Tu viện Quan Âm Datsan Gunzechoinei, Saint Petersburg còn có các trung tâm Phật giáo thuộc nhiều truyền thống khác như:

4.1. Trung tâm Kim Cương thừa tại Saint Petersburg (Saint Petersburg Diamond Way Buddhist Center)

Trung tâm đầu tiên của dòng truyền thừa này ở Nga tọa lạc tại thành phố, mang đến cơ hội tìm hiểu về lịch sử, triết lý và thực hành Phật giáo Tây Tạng thông qua các khóa thiền và thuyết pháp.

Tại đây, vào năm 1992, cuốn sách đầu tiên của Lạt-ma Ole Nydahl (người Đan Mạch) được dịch sang tiếng Nga đã được xuất bản, và vào năm 1994, bộ phim đầu tiên về các trung tâm của Kim Cường thừa đã được quay. Cũng tại đây, khóa tu Phowa (cận tử nghiệp) đầu tiên đã diễn ra và Lopön Tsechu Rinpoche đã ban lễ quán đảnh lần đầu tiên tại Nga. Những vị thầy Phật giáo người Nga đầu tiên cũng xuất thân từ Tăng đoàn của trung tâm Kim Cường thừa.[80]

---

79 Cosmos Saint-Petersburg Pulkovskaya Hotel: This hotel has 842 rooms. Số 7, Mikhaila Balonina Str., Volgograd, Russian Federation.
một khách sạn lớn dành cho du khách. Khách có kêu taxi trên App 630 Rúp. Vòng về 630 Rúp. Tài xế ở chụp hình và chờ khách khoảng 30 phút, tính khoảng 2000 Rup (khoảng 30 USD).

80 Saint Petersburg Diamond Way Buddhist Center. https://www.karmapa.org/centers/saint-peterburg/saint-petersburg-diamond-way-buddhist-center/

Lạt ma người Đan Mạch Ole Nydahl nổi tiếng với danh hiệu **Lạt ma trường phái Karma Kagyu châu Âu đầu tiên**. Ngài chuyên giảng dạy Phật giáo Kim Cương thừa (Vajrayana) và thực hiện việc truyền tâm ấn, tức là "truyền từ tâm sang tâm, khi tâm của đệ tử đồng nhất với tâm của thầy". Trung tâm có nhiều chi nhánh trên thế giới và tại Liên bang Nga như Moscow...)

Saint Petersburg Diamond Way Buddhist Center

Địa chỉ: Nikolskiy ave. 7-26

St.Petersburg, Russia190068

Phone: +7 (812) 310-01-79

Email: Petersburg@diamondway-center.org

http://www.buddhism.ru/mplag/cform.php?t=bc&id=236&lg=en

Homepage: http://www.buddhism.ru/en/centers/sankt-pitersburg/

4.2. Trung tâm thiền Shambhala (St. Petersburg Shambhala Meditation Center)

Trung tâm Thiền Shambhala St. Petersburg là một phần của tổ chức các trung tâm thiền định và văn hóa toàn cầu, nỗ lực giúp thiền sinh khám phá bản chất tốt đẹp tiềm ẩn bên trong và xây dựng thế giới tốt đẹp hơn. Trung tâm cung cấp đa dạng các chương trình và sự kiện cho mọi trình độ thiền sinh. Dựa trên thiền chánh niệm và trưởng dưỡng lòng từ bi, Shambhala là nơi gặp gỡ những người thân thiện và sẵn lòng giúp đỡ, tìm lại niềm vui sống và tôn vinh nghệ thuật làm người.

Thành viên tham dự được mời tham gia hầu hết các buổi thiền và lớp học được công bố trên trang web này qua Zoom. Vui lòng kiểm tra liên kết lịch họp zoom để biết thêm thông tin.[81]

---

81 Khơi dậy trái tim và tâm trí bạn thông qua việc thực hành thiền định. Trung tâm thiền Shambhala St. Petersburg. (Spark your heart and mind through the practice of meditation. St. Petersburg Shambhala Meditation Center). https://stpetersburg.shambhala.org/

Địa chỉ: 5901 Haines Road N, St. Petersburg

Liên lạc Gerard Van Gils: info@stpetersburg.shambhala.org.

Theo trang web của trung tâm: https://stpetersburg.shambhala.org/ có phổ biến nhiều hoạt động khác nhau, bao gồm các buổi thiền cộng đồng và nhóm học tập online hay tại thiền đường.

4.3. Trường Thiền Quán Âm Saint Petersburg (Kwan Um Zen Center)

Chào mừng bạn đến với trang web của Trường Thiền Quán Âm Châu Âu (European Kwan Um School of Zen).

Trang web[82] này cung cấp thông tin cho những người muốn tìm hiểu và thực hành thiền theo lời dạy của Thiền sư Sùng Sơn (Zen Master Seung Sahn).

Thông tin chính từ trang web:

- **Quy mô:** Trường Thiền Quán Âm có 45 trung tâm và nhóm hoạt động trên khắp Châu Âu và Trung Đông.
- **Mục đích:** Chào đón mọi người đến thực hành thiền định để đạt được bản chất thật của mình.

Thông tin chi tiết trên trang web bao gồm:

- Cách liên hệ với các trung tâm thiền hoặc nhóm địa phương gần nhất.
- Thông tin về các thiền sư, phương pháp thực hành và truyền thống.
- Lịch trình các khóa tu thiền (retreats) sắp tới.
- Các bài giảng pháp (dharma talks) bằng âm thanh và văn bản.
- Các tài nguyên khác dành cho thành viên.

---

82 Chào mừng đến với Hội Thiền Quan Âm (Welcome to the website of the European Kwan Um School of Zen). https://www.kwanumeurope.org/welcome/

- Thông tin và thảo luận trên trang Facebook của trường.

Bên dưới là một trích dẫn nổi tiếng của Thiền sư Sùng Sơn (Zen Master Seung Sahn), người sáng lập Trường Thiền Quán Âm (Kwan Um School of Zen).

- **Tâm trí trong sáng (Clear mind):** Là trạng thái tâm trí giống như "tâm trí của một đứa trẻ, không nắm giữ bất cứ điều gì" (a child's mind, holding nothing whatsoever), không bị vướng mắc bởi suy nghĩ, phán xét hay ham muốn.
- **"Chỉ không biết" (Only Don't Know):** Đây là câu thần chú (koan) chính trong pháp môn của Sư Sùng Sơn. Khi bạn có nhiều suy nghĩ (a lot of thinking), hãy quay về trạng thái "không biết" này. Điều này giúp cắt đứt dòng suy nghĩ và đưa tâm trí trở về khoảnh khắc hiện tại.
- **Hạnh phúc và Bình an (Happiness and Complete Peace):** Bằng cách duy trì tâm trí trong sáng này từ khoảnh khắc này sang khoảnh khắc khác (from moment to moment), con người có thể tìm thấy hạnh phúc ở bất cứ đâu.

Lời dạy này nhấn mạnh tầm quan trọng của việc thực hành liên tục để quay trở lại bản chất thật của mình, vượt qua những suy nghĩ nhị nguyên phân biệt để đạt được sự giác ngộ.

Zen Master Seung Sahn: "If you keep a clear mind, then you will get happiness everywhere. This is complete peace, like a child's mind, holding nothing whatsoever. If you have a lot of thinking, only go straight, don't know; then your thinking will disappear. Zen teaches that you must return to your original mind from moment to moment. We call this Only Don't Know."

Saint Petersburg Zen Center

Địa chỉ: Pavlovsk, Molcahova str. 21/33

189623 St. Petersburg, Russia

Liên lạc: Tretiakovu Vladimiru

Tel.: (7) 812-465-1113

E-mail: kwanumspb@mail.ru

Truyền thống: Tăng đoàn Hàn Quốc Korean Chogye Order

Dòng thiền: Sùng Sơn (Seung Sahn)

Thiền sư: Wu Bong

Liên kết: Kwan Um School of Zen

https://www.kwanumeurope.org/locations/saint-petersburg-zen-center/

4.4. **Tăng đoàn Dhaharmaling Saint-Petersburg (Buddhist Congregation Dharmaling)**

Dharmaling là một tổ chức Phật giáo đoàn được chính quyền nước Slovenia chấp thuận và có chi nhánh tại Saint-Petersburg, Liên bang Nga và nhiều nơi trên thế giới. Trung tâm này do Lạt ma tối cao Shenpen Rinpoche thường trú, giảng dạy theo lời Phật, và thích hợp cho mọi quốc gia bất kể màu da.

Shenpen Rinpoche sinh ra ở miền Tây nước Pháp. Ngay từ khi còn nhỏ, nhiều dấu hiệu đặc biệt quan tâm đến các khái niệm triết học, chẳng hạn như luân hồi. Khoảng 12 và 13 tuổi, Kusho-la (tên của ngài thuở nhỏ) đã biết về kiếp trước của mình, về phong cảnh, núi non - về nơi sau này được công nhận là tu viện của ngài ở Tây Tạng.[83]

Rinpoche thực sự dấn thân vào Phật giáo ở tuổi 16, khi một Lạt ma Tây Tạng đến thị trấn của ngài (Lama Gendun Rinpoche, thuộc truyền thống Kagyu). Sau một số buổi thuyết giảng, Rinpoche đến Tu viện Nalanda (gần Toulouse - Pháp). Khi Rinpoche nhìn thấy một số người đàn ông đắp y như tu sĩ Tây Tạng, ngài "tràn đầy niềm vui". Theo một cách nào đó, ngài cảm thấy như được trở về nhà. Đó là vào tháng 4 năm 1985.

Gần như cùng ngày, một Lạt ma quan trọng cũng đến

---

83 Lama Shenpen Rinpoche.
Website: http://www.dharmaling.org/en/2-uncategorised/90-shenpen-rinpoche

Nalanda: Gomo Tulku. Trong một buổi hẹn, Gomo Tulku đã giải thích cho Kusho-la ý nghĩa của những linh kiến mà Rinpoche đã thấy khi còn trẻ, nói rằng ngài là tái sinh "của một hành giả vĩ đại ở Tây Tạng".

Điều này sau đó đã được xác nhận bởi một số Lạt ma kể từ năm 1992, những người đọc sách lâu năm và một nhà tiên tri của Dharamsala, Ấn độ. Cuối cùng, Tu viện Kharnang đã chính thức công nhận Kusho-la là Lama Shenphen Rinpoche, là Tulku của Lama Gendun Rabgye (tu viện Kharnang và Sera-Jhe Lhadrel Khangtsen).

Buổi lễ chính thức trước đây không thể được tổ chức tại Tu viện Kharnang do vị trí địa lý xa xôi (ở Tây Tạng) và nhiều lý do chính trị khác. Buổi lễ đã được tổ chức vào tháng 7 năm 2003 tại Tu viện Nalanda (gần Toulouse - Pháp). Ngài sinh ở miền tây nước Pháp, sau theo Phật giáo và được các lạt ma chấp nhận từ 1992. Năm 2000, ngài được mời dạy tại Slovenia và nhiều quốc gia khác. Trung tâm và chùa thành lập tại nước Slovenia từ ngày 01/01/2007.

Hai năm sau, khi đến Học viện Tu viện Sera, lễ đăng quang cũng có thể được cử hành tại Tu viện Sera-Jhe, ở Jadrel Khamtsen.

Trở lại năm 1990, khi 21 tuổi, Rinpoche đã thọ giới Tỳ kheo với Đức Đạt Lai Lạt Ma tại Dharamsala.

Trong năm năm tiếp theo, Shenphen Tulku sẽ tiếp tục tham gia vào các hoạt động xã hội và nhân đạo khác nhau và ngài nói rằng:

"Danh xưng có thể chỉ là lời nói suông. Chúng ta có thể đánh giá một cái cây qua những quả nó sinh ra. Học hỏi và sau đó truyền dạy về lòng Từ bi, sự khiêm nhường và những điều tương tự, là điều rất tốt, nhưng người ta cũng nên tìm cách thực hành tất cả những điều này!"

Từ năm 1998 đến năm 2001, theo lời thỉnh cầu của Khyabje Zopa Rinpoche, Giám đốc Tâm linh của Quỹ Bảo tồn Truyền thống Đại thừa (FPMT), Shenphen Rinpoche là giám đốc của một Trung tâm nhập thất ở Hy Lạp. Sau đó, Rinpoche đến Tây Ban Nha để mở một Trung tâm Phật pháp nhỏ, cho đến năm 2002.

Vào tháng 1 năm 2007, Trung tâm Phật giáo chính thức tại Slovenia đã được khánh thành. Đây cũng là ngôi chùa Phật giáo duy nhất được công nhận là di tích Phật giáo tại Slovenia. Là nơi giảng dạy và thực hành Phật pháp, nơi của Hòa bình và Chữa lành, Trung tâm Phật giáo này cũng có phòng dành cho khách tu học đến từ phương xa để tham dự các buổi giảng dạy, tư vấn, tĩnh tâm, v.v.

Vào tháng 7 năm 2008, Dharmaling đã ký một thỏa thuận đặc biệt với Nhà nước Slovenia, và trở thành cộng đồng tôn giáo thứ sáu tại Slovenia làm như vậy sau các Giáo hội Cơ đốc giáo và Cộng đồng Hồi giáo chính.

Là một bậc Thầy và hành giả thành tựu, Shenpen Rinpoche đang chỉ ra Con đường hội nhập cho việc thực hành Phật giáo và cuộc sống hàng ngày như sau:

"Mục đích của Giáo lý Đức Phật không phải là bất kỳ sự thỏa mãn ích kỷ nào, mà là một trạng thái tâm thức mà chúng ta gọi là 'Giác Ngộ'. Mục đích này chỉ đạt được nếu người ta có một trái tim từ bi và một trí tuệ đủ sắc bén. Chúng ta đang ngủ quên trong thế giới vật chất, dựa dẫm vào các giác quan như thể những gì chúng mách bảo là một Chân lý bất khả xâm phạm. Chúng ta có một 'tâm khỉ', luôn nhảy từ ý nghĩ này sang ý nghĩ khác, khiến chúng ta không thể nhận thức đúng đắn về thực tại của mình. Chúng ta cần hiểu cách thức hoạt động của tâm trí và cách điều khiển nó một cách đúng đắn."

"Một khi bạn điều khiển được tâm trí mình, bạn sẽ bắt đầu nhìn nhận mọi thứ đúng như bản chất của chúng, chứ không phải theo cách bạn được dạy bảo, bởi hệ thống giáo dục, bởi xã hội, bởi các tôn giáo luôn hướng đến việc tích lũy thêm của cải và quyền lực, bởi các phương tiện truyền thông, v.v. Khi đó, bạn bắt đầu trở thành một con người có trách nhiệm, có khả năng thể hiện toàn bộ tiềm năng của một cuộc sống con người và leo lên những bậc thang hướng tới sự Giải thoát khỏi sự tồn tại có điều kiện này."

"Ngày nay, điều rất quan trọng là nhiều người có thể kết hợp các giá trị nhân văn và tinh thần cốt lõi vào cuộc sống hàng ngày, vào công việc, vào gia đình, vào đời sống công cộng và riêng tư. Trong thế giới hỗn loạn này, hậu quả của tâm trí bất ổn, chúng ta phải tìm lại các giá trị của Hòa bình, của lòng từ bi, của lòng vị tha. Các nghi lễ tôn giáo cổ xưa, gắn liền với văn hóa địa phương, không còn quan trọng nữa.

Điều quan trọng là mọi người có thể mở mắt, nhìn thấy bản chất thực sự của thực tại mà họ đang sống, hiểu được quy luật nhân quả phổ quát và hoàn toàn chịu trách nhiệm về những gì họ đang làm, về động lực của họ và về hậu quả của mọi hành động của thân, khẩu và ý. Chỉ khi đó, họ mới có thể sống như những con người có trách nhiệm, quan tâm đến nhau và đến môi trường của họ."

Dưới sự lãnh đạo của Shenpen Rinpoche, Tăng đoàn Dharmaling này có cơ sở chính tại Slovenia, và nhiều chi nhánh tai Hungary, Autria, Romania, Pháp và Liên bang Nga (Saint-Petersburg).

Buddhist Congregation Dharmaling

Địa chỉ: Saint-Petersburg, Russia

Truyền thống: Kim Cương Thừa Tây Tạng (Tibetan Vajrayana)

Slovenia: Mekikova11000 Ljubljana, Slovenia.

Email: office@dharmaling.org, spb @ dharmaling.org

Website:http://www.dharmaling.org/en/2-uncategorised/90-shenpen-rinpoche

Tóm lại, Saint Petersburg, một trung tâm văn hóa, tôn giáo, khoa học và lịch sử vĩ đại của thế giới đã được tổ chức UNESCO công nhận là thành phố du lịch hấp dẫn thứ 8 của thế giới và di sản văn hóa thế giới (World Heritage Site) từ năm 1990. Đồng thời, tại đây có kiệt tác ngôi Tu viện Quan Âm Datsan Gunzechoinei (1908) và các trung tâm thiền Diamond Way, Shambhala, Kwan Um và Dharmaling cùng khoảng 100 lễ hội mỗi năm, trong đó có nhiều lễ hội Phật giáo và nhiều cuộc thi văn hóa nghệ thuật khác nhau được tổ chức tại Saint Petersburg đã góp phần làm mạnh mẽ hơn văn hóa đặc thù của Saint Petersburg, "một cố đô Phương bắc" của Liên bang Nga.

Chương 5

PHẬT GIÁO TẠI NƯỚC CỘNG HÒA TỰ TRỊ BURYATIA

1. Lịch sử nước Buryatia
2. Nước Cộng hòa Tự trị Buryatia ngày nay
3. Lịch sử Phật giáo Buryatia
4. Phật giáo ở Buryatia ngày nay
5. Trường Đại học Phật giáo Dashi Choinkhorling
6. Đức Damba Badmaevich Ayusheev - lãnh đạo Phật giáo Cộng hòa Tự trị Buryatia và Tăng Thống của Giáo hội Phật Giáo Truyền thống toàn Liên Bang Nga
7. Xá lợi thánh thể (nhục thân bất hoại) của cố Lạt Ma Pandito Hambo Itigelov
8. Các Chùa Phật giáo Buryatia
    - 8.1. Trung tâm Phật giáo – Hệ thống Tu viện Ivolginsky Datsan
    - 8.2. Tu viện Datsan Rinpoche Bagsh
    - 8.3. Tu viện Verkhnyaya Berezovka Datsan (Hambyn Hurae)

8.4. Tu viện Datsan Baldan Breybun (Tsongolsky Datsan)

8.5. Tu viện Atsagatsky Datsan

8.6. Chùa Datsan Gandan

8.7. Tu viện Gandan-Zhamba-Lin Datsan

8.8. Tu viện DKHARMA DATSAN

8.9. Tu viện Egituysky (Egituysky Datsan)

8.10. Ni viện Zungun Darzhaling DatsanNunnery

8.11. Chùa Kim cương Tát đỏa (Palace of Vajrasattva Buddha)

8.12. Tu viện Barguzinskiy Datsan

8.13. Tu viện Kurumkan Datsan “Gandan She Duvlin”

8.14. Tu viện Tuddenshaddubchoylin Datsan

8.15. Tên các Chùa khác ở Buyatia, Chita và Irkutsk Oblasts

8.16.Viện bảo tàng Phật giáo tại Buryatia

***

Cộng hòa Buryatia (tiếng Nga: Респу́блика Буря́тия, chuyển tự: Respublika Buryatiya, IPA: [rʲɪsˈpublʲɪkə bʊˈrʲætʲɪjə]; tiếng Buryat: Буряад Улас (Buryaad Ulas), / bʊˈrʲɑːt ʊˈlɑs/, tiếng Mông Cổ: Бурианд Улс, (Buriad Uls)) hay Cộng hòa Bố Lí Á Đặc (布里亞特共和國) là một chủ thể liên bang của Nga (một nước Cộng hòa), tọa lạc tại Siberia với thủ đô là Ulan-Ude. Diện tích nước này chừng 135,638 dặm vuông Anh, với dân số là với dân số là 972.700 người (thống kê 2025).[84]

84 Dân số ước tính 2025: Khoảng 970.700 (theo Hội đồng Liên bang Nga) đến 971.139 người (theo City Population).
Buryatia. https://vi.wikipedia.org/wiki/Buryatia

1. Lịch sử nước Buryatia

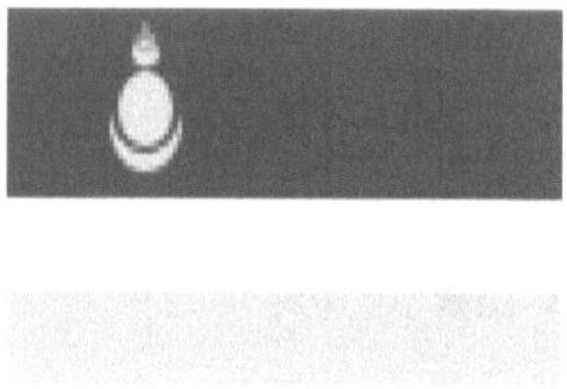

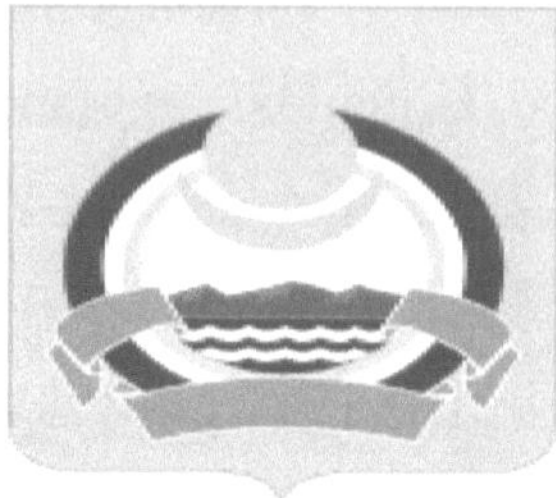

Quốc kỳ Buryatia   Quốc huy Buryatia

Lịch sử của nước Cộng hòa Buryatia là một quá trình kéo dài hàng thế kỷ, từ thời kỳ bị Mông Cổ đô hộ, sáp nhập vào Đế quốc Nga, cho đến khi trở thành một chủ thể liên bang của nước Nga hiện đại.

1.1. Lịch sử sơ khai và sự cai trị của Mông Cổ

Vùng lãnh thổ xung quanh hồ Baikal đã có người sinh sống từ thời cổ đại. Các dân tộc Buryat, với tư cách là một nhóm dân tộc Mông Cổ riêng biệt, lần đầu tiên được nhắc đến vào thế kỷ 13 trong *Bí sử Mông Cổ* (The Secret History of the Mongols), khi họ bị quân đội của Thành Cát Tư Hãn chinh phục. Trong nhiều thế kỷ sau đó, người Buryat vẫn gắn bó với các nhà nước Mông Cổ, duy trì lối sống bán du mục và thực hành Shaman giáo.

1.2. Sự bành trướng và đô hộ của Nga

Sự hiện diện của người Nga tại các lãnh thổ Buryat bắt đầu vào đầu thế kỷ 17 với các nhà thám hiểm và thương nhân tìm kiếm lông thú. Mặc dù có sự phản kháng ban đầu, Nga đã giành quyền kiểm soát và chính thức sáp nhập lãnh thổ này thông qua Hiệp ước Nerchinsk năm 1689 và Hiệp ước Kyakhta năm 1727. Dưới sự cai trị của Nga, Phật giáo Tây Tạng được công nhận là một tôn giáo chính thức vào năm 1741, trở thành một phần quan trọng trong văn hóa phía đông Buryat.

1.3. Thời kỳ Xô viết

Sau Cách mạng Nga năm 1917, một phong trào dân tộc Buryat đã nổi lên. Cộng hòa Xã hội chủ nghĩa Xô viết Tự trị Buryat-Mông Cổ (ASSR) được thành lập vào năm 1923. Trong thời kỳ Stalin những năm 1930, người Buryat phải đối mặt với sự đàn áp dữ dội, bao gồm các cuộc thanh trừng trí thức, đàn áp giới tăng lữ Phật giáo và đóng cửa các tu viện. Tên gọi "Mông Cổ" bị loại bỏ khỏi tên ASSR vào năm 1958.

1.4. Thời kỳ hậu Xô viết

Sau sự sụp đổ của Liên Xô, một sự phục hưng văn hóa và tôn giáo đã bắt đầu. ASSR Buryat tuyên bố chủ quyền vào năm 1990 và trở thành **Cộng hòa Buryatia** vào năm 1992, một chủ thể liên bang của Liên bang Nga hiện đại. Ngày nay, Buryatia tiếp tục nỗ lực bảo tồn văn hóa và ngôn ngữ của mình trong khuôn khổ nước Nga.

1.5. Nước Cộng hòa Tự trị Buryatia

Nước Cộng hòa Buryatia (Republic of Buryatia) ngày nay là một chủ thể liên bang (cộng hòa tự trị) thuộc Liên bang Nga, nằm ở phía đông nam Siberi, giáp biên giới với Mông Cổ. Nó là một khu vực có sự pha trộn độc đáo giữa văn hóa Nga và Mông Cổ-Phật giáo.

Người đứng đầu Cộng hòa hiện tại Buryatia là Thủ hiến Alexey Tsydenov, Trong tiếng Nga, chức vụ này là Glava Respubliki Buryatiya (Глава Республики Бурятия), được dịch chính xác sang tiếng Việt là "Người đứng đầu Cộng hòa Buryatia" hoặc "Thủ hiến Cộng hòa Buryatia. Ông được bầu bằng phiếu phổ thông vào ngày 10 tháng 9 năm 2017. Quốc hội của Cộng hòa là Khural nhân dân, với nhiệm kỳ bốn năm, có 66 đại biểu và hiện đang bị chi phối bởi Đảng cầm quyền đất Liên bang Nga, Nước Nga thống nhất, với 45 ghế.[85]

---

85 Trong tiếng Nga, chức vụ này là Glava Respubliki Buryatiya (Глава Республики Бурятия), được dịch chính xác sang tiếng Việt là "Người đứng đầu Cộng hòa Buryatia" hoặc "Thủ hiến Cộng hòa Buryatia.
https://vi.wikipedia.org/wiki/Buryatia

2. Nước Cộng hòa Tự trị Buryatia ngày nay

2.1.Địa lý và Hành chính

a.Vị trí: Tọa lạc tại Vùng liên bang Viễn Đông (trước đây là Siberi), bên bờ phía đông và nam của hồ Baikal, hồ nước ngọt sâu nhất thế giới.

b.Thủ đô: Ulan-Ude.

c.Diện tích: Khoảng 351.300 km².

d.Dân số: Khoảng 985.000 người (số liệu ước tính gần đây), trong đó người Nga chiếm đa số, và người Buryat là nhóm dân tộc bản địa lớn thứ hai.

2.2.Chính trị và Kinh tế

a.Thể chế: Là một nước cộng hòa tự trị trong Nga, có Tổng thống và Nghị viện (Khural Nhân dân) riêng, nhưng vẫn tuân thủ hiến pháp và pháp luật Liên bang Nga.

b.Kinh tế: Các ngành kinh tế chính bao gồm khai thác khoáng sản (vàng, than, uranium), nông nghiệp (chăn nuôi gia súc), lâm nghiệp, và du lịch, đặc biệt là du lịch sinh thái quanh hồ Baikal.

2.3.Văn hóa

Văn hóa Buryatia là sự pha trộn phong phú giữa di sản Mông Cổ bản địa và ảnh hưởng của Nga.

a.Lối sống truyền thống: Trong lịch sử, người Buryatia là những người chăn nuôi bán du mục, chăn thả gia súc, cừu và ngựa. Mặc dù nhiều người Buryatia hiện đại hiện đang sống ở các khu vực thành thị và làm việc trong nhiều ngành công nghiệp khác nhau, nhưng mối liên hệ chặt chẽ với thiên nhiên và lối sống du mục vẫn tồn tại ở các vùng nông thôn.

b.Quan hệ họ hàng và cộng đồng: Quan hệ gia đình và gia tộc rất quan trọng trong xã hội Buryat.

c.Ẩm thực: Ẩm thực Buryat tương tự như ẩm thực Mông Cổ, với các món ăn đơn giản, thịnh soạn chủ yếu làm từ thịt và các sản phẩm từ sữa, chẳng hạn như buuz (sủi cảo hấp) và khuushuur (sủi cảo chiên).

d.Nghệ thuật và Truyền thống: Văn hóa truyền thống bao gồm âm nhạc, khiêu vũ và các môn thể thao dân tộc phong phú như đấu vật Buryat, bắn cung (Sur kharbaan) và đua ngựa (Mori urildaan). Trang phục truyền thống rực rỡ, đầy màu sắc, chẳng hạn như deel (áo choàng dài đến đầu gối), thường được mặc trong các lễ hội.

2.4.Tôn giáo

Buryatia là một khu vực đa dạng về tôn giáo, nơi nhiều tín ngưỡng cùng tồn tại và thường hòa trộn.

a.Phật giáo: Phật giáo Tây Tạng (cụ thể là "Hoàng Giáo" hay Phật giáo Kim Cương thừa) là tôn giáo chính của người Buryat và có sự hiện diện mạnh mẽ trong khu vực. Ivolginsky Datsan, nằm gần Ulan-Ude, là trung tâm tâm linh của Phật giáo Nga.

b.Shaman giáo: Bắt nguồn sâu xa từ tín ngưỡng truyền thống của người Buryat, shaman giáo bao gồm việc thờ phụng thiên nhiên và các linh hồn và tiếp tục được thực hành, thường song song hoặc dưới hình thức dung hợp với Phật giáo.

c.Chính thống giáo Nga: Phần lớn dân số người Nga ở Buryatia theo Chính thống giáo.

d.Hợp nhất giáo: Nhiều người Buryat thực hành một sự pha trộn linh hoạt các tín ngưỡng, kết hợp các yếu tố của cả Phật giáo và Shaman giáo vào thế giới quan tâm linh của họ.

e.Khác: Một số ít các hiệp hội tôn giáo khác, bao gồm các cộng đồng Hồi giáo và Tin lành, cũng tồn tại.

3. Lịch sử Phật giáo ở Buryatia

Lịch sử Phật giáo ở Buryatia là một câu chuyện kéo dài hơn 300 năm, đánh dấu sự mở rộng cực bắc của Phật giáo Tây Tạng vào vùng Siberi và sự tồn tại kiên cường qua nhiều biến động lịch sử.

3.1. Giai đoạn du nhập (Thế kỷ 17 - 18)

Phật giáo bắt đầu du nhập vào Buryatia từ thế kỷ 17, chủ yếu thông qua các tu sĩ và thương nhân Mông Cổ và Tây Tạng. Nó nhanh chóng hòa quyện với Shaman giáo bản địa (Vu giáo).

- **1741:** Đây là một mốc lịch sử quan trọng. Sa hoàng Nga Elizabeth Petrovna chính thức công nhận Phật giáo là một trong những tôn giáo chính thức của Đế quốc Nga. Sắc lệnh này cho phép người Buryat xây dựng các tu viện Phật giáo (gọi là *datsan*) và thiết lập một cơ cấu tổ chức tôn giáo chính thức.
- **Phái Gelugpa:** Truyền thống Phật giáo được thiết lập vững chắc nhất là phái Gelug (Mũ Vàng), cùng tông phái với Đạt Lai Lạt Ma.

3.2. Giai đoạn phát triển rực rỡ (Thế kỷ 19 - đầu thế kỷ 20)

Trong giai đoạn này, Phật giáo phát triển mạnh mẽ và trở thành một phần không thể thiếu trong bản sắc văn hóa Buryat.

- **Hệ thống Datsan:** Hàng chục *datsan* lớn được xây dựng, đóng vai trò như các trung tâm văn hóa, giáo dục và y học truyền thống. Các tu viện này lưu giữ nhiều kinh sách quý và đào tạo các thế hệ Lạt ma.
- **Trung tâm học thuật:** Buryatia trở thành một trung tâm Phật giáo quan trọng, thu hút các học giả và tu sĩ từ Mông Cổ và Tây Tạng đến học tập và giảng dạy.

3.3. Giai đoạn đàn áp và suy tàn (Thời kỳ Xô viết, 1920 - 1980)

Thời kỳ Xô viết là giai đoạn đen tối nhất đối với Phật giáo ở Buryatia. Chính quyền cộng sản theo chủ nghĩa vô thần đã tiến hành các chiến dịch đàn áp tôn giáo quy mô lớn:

- **Đàn áp và thanh trừng:** Hàng ngàn Lạt ma bị bắt, hành quyết hoặc gửi đến các trại cải tạo Gulag.

- **Phá hủy tu viện:** Hầu hết các *datsan* bị đóng cửa, phá hủy hoặc biến thành các kho chứa hàng.
- **Gần như biến mất:** Đến cuối những năm 1930, Phật giáo gần như bị xóa sổ hoàn toàn khỏi đời sống công cộng ở Buryatia. Chỉ có một *datsan* được phép hoạt động trở lại sau Thế chiến II, là Ivolginsky Datsan, nhưng dưới sự kiểm soát chặt chẽ của nhà nước.

3.4. Giai đoạn phục hưng (Từ cuối thập niên 1980 đến nay)

Với chính sách *Perestroika* (Cải tổ) của Mikhail Gorbachev, Phật giáo ở Buryatia bắt đầu hồi sinh mạnh mẽ:

- **Tự do tôn giáo:** Việc đàn áp tôn giáo chấm dứt, và người dân được tự do thực hành đức tin của mình.
- **Khôi phục Datsan:** Nhiều *datsan* cũ được xây dựng lại hoặc phục chế, và các tu viện mới cũng được thành lập.
- **Trung tâm tinh thần:** Tu viện Ivolginsky Datsan trở thành trung tâm tinh thần của Phật giáo Nga.
- **Phát triển:** Ngày nay, Phật giáo là một tôn giáo phát triển mạnh mẽ và là yếu tố cốt lõi trong việc khôi phục bản sắc văn hóa dân tộc Buryat.

Lịch sử Phật giáo ở Buryatia là minh chứng cho sức sống mãnh liệt của một tôn giáo đã vượt qua những thử thách khắc nghiệt để tồn tại và phát triển.

4. Phật giáo ở Buryatia ngày nay

Phật giáo Buryatia là nhánh cực bắc của Phật giáo Kim cương thừa (Vajrayana), chủ yếu thuộc truyền thống Gelug (còn gọi là “Phái Mũ Vàng”) có nguồn gốc từ Tây Tạng. Nó đã được thực hành ở đây trong khoảng bốn thế kỷ và đóng vai trò quan trọng trong văn hóa và đời sống tinh thần của người Buryat.

Phật giáo tại Ulan-Ude, thủ phủ của Cộng hòa Buryatia (Liên bang Nga), đóng vai trò rất quan trọng và thành phố này được coi là trung tâm Phật giáo lớn nhất của Nga. Văn hóa Phật giáo đã ăn sâu vào đời sống tinh thần của người dân địa phương.

Đặc điểm của Phật giáo Buryatia

a.Tông phái chính (Gelugpa): Người Buryat theo tông phái Gelug, được biết đến với việc nhấn mạnh vào kỷ luật tu hành nghiêm ngặt và y phục màu vàng (nên còn gọi là "Phái Mũ Vàng"). Họ tôn kính người sáng lập tông phái này, đại sư Tsongkhapa, ngang hàng với Đức Phật Thích Ca Mâu Ni.

b. Sự dung hợp văn hóa: Phật giáo Buryatia đã tiếp thu và đồng hóa các nghi lễ, tập tục dân gian truyền thống của người Tạng và Mông Cổ, đặc biệt là các tín ngưỡng liên quan đến **Shaman giáo** (Vu giáo). Việc thờ cúng các vị thần và linh hồn địa phương (thần núi, sông, cây cối) được kết hợp vào hệ thống tôn giáo Phật giáo.

c. Trung tâm tâm linh: Tu viện Ivolginsky Datsan là trung tâm Phật giáo chính ở Nga và là trụ sở của Giáo Phật giáo. Đây là một tổ hợp tu viện lớn với nhiều công trình kiến trúc, bao gồm cả một trường đại học Phật giáo.

d. Phục hưng sau thời Xô viết: Sau giai đoạn đàn áp dưới thời Liên Xô, Phật giáo ở Buryatia đã phục hưng mạnh mẽ, trở thành một phần quan trọng trong việc khôi phục bản sắc văn hóa và tinh thần của người dân địa phương.

Phật giáo, cùng với Shaman giáo, để lại dấu ấn sâu sắc trong văn hóa và tâm hồn người Buryat.

5. Trường Đại học Phật giáo Dashi Choinkhorling

Trường Đại học Phật giáo Dashi Choinkhorling tọa lạc trong khuôn viên rộng lớn của Tu viện Ivolginsky (Ivolginsky Datsan), cách thủ đô Ulan-Ude khoảng 23 km.

Tiếng Tạng Tashi Chokhor Ling, nghĩa là "Vùng đất của

Bánh xe Pháp Cát tường", nghĩa là một trung tâm giáo dục đại học Phật giáo quan trọng và tỏa năng lượng tốt lành nhất ở Liên bang Nga.

Lạt ma Dr. Bayashalan, vị Lạt ma Tăng sinh của trường, Ni trưởng TN Giới Hương trước cửa vào Trường Đại học Phật giáo Dashi Choinkhorling, ngày 19/09/2025

a. Vị trí: Trường Đại học Phật giáo Dashi Choinkhorling tọa lạc trong khuôn viên của **Tu viện Ivolginsky (Ivolginsky Datsan)**. Tu viện Ivolginsky là tu viện Phật giáo chính ở Cộng hòa Buryatia, Nga và là trụ sở của Tăng đoàn Phật giáo Truyền thống Nga.

b. Chức năng: Đây là trường Phật giáo đầu tiên tại Nga, được thành lập với mục đích đào tạo các thế hệ tăng sĩ, học giả Phật giáo.

c. Chương trình đào tạo: Trường cung cấp chương trình giáo dục Phật học ở cấp độ đại học, tập trung vào các lĩnh vực như triết học Phật giáo, y học Tây Tạng truyền thống, và Mật tông.

d. Ý nghĩa: Việc thành lập trường đại học này đánh dấu một bước ngoặt quan trọng trong sự phục hưng Phật giáo ở Nga thời hậu Xô viết, khôi phục lại truyền thống giáo dục Phật học đã bị gián đoạn trong nhiều thập kỷ đàn áp tôn giáo.

Tóm lại, Đại học Phật giáo Dashi Choinkhorling không phải là một ngôi chùa riêng biệt mà là một cơ sở giáo dục đại học nằm trong khuôn viên quần thể Trung Tâm Phật giáo Ivolginsky Datsan.

Trên tường là hình của các Lạt ma giáo thọ Trường Đại học Phật giáo Dashi Choinkhorling, Buryatia, ngày 19/09/2025

6. Đức Damba Badmaevich Ayusheev - lãnh đạo Phật giáo Cộng hòa Tự trị Buryatia và Tăng Thống của Giáo hội Phật Giáo Truyền thống toàn Liên Bang Nga

Đức Damba Badmaevich Ayusheev (sinh ngày 1 tháng 9 năm 1962) là một Lạt ma Phật giáo Kim cương thừa người Nga, hiện là vị Pandito Khambo Lama thứ 24, vị lãnh đạo Phật giáo Cộng hòa Tự trị Buryatia (*Head of Buddhist Republic of Buryatia*) và Tăng Thống của Giáo hội Phật Giáo Truyền thống toàn Liên Bang Nga (*Buddhist Traditional Sangha of Russia - BTSR*). Ngài đóng vai trò trung tâm trong sự phục hưng Phật giáo ở Buryatia thời hậu Xô viết.

6.1.Tiểu sử và Sự tu tập

a. Xuất thân: Ayusheev sinh ra trong một gia đình người Buryat-Mông Cổ ở làng Bursomon, vùng Chita Oblast (nay thuộc Zabaykalsky Krai), Liên Xô cũ.

b. Giáo dục thế tục: Sau khi tốt nghiệp trường Cao đẳng Sư phạm Petrovsk-Zabaykalsky năm 1980, ngài làm giáo viên tại một trường trung học.

c. Bước ngoặt tôn giáo: Năm 1983, với sự tiến cử của Tu viện Aginsky Datsan, ngài được nhận vào Đại học Phật giáo Zanabazar ở Ulaanbaatar, Mông Cổ. Năm 1988, tốt nghiệp với chuyên ngành Y học Tây Tạng truyền thống.

d. Sự nghiệp ban đầu: Sau khi tốt nghiệp, ngài trở thành người phụ trách (chủ nhiệm) sinh viên Liên Xô tại trường đại học Mông Cổ và sau đó làm *Amchi Lama* (người chăm sóc sức khỏe toàn diện) tại Tu viện Ivolginsky Datsan ở Buryatia.

e. Phục hưng tu viện: Năm 1991, ngài được bổ nhiệm làm *Shireete Lama* (Viện trưởng) tại Baldan Breybun Datsan. Đây là tu viện đầu tiên được khôi phục sau sự sụp đổ của Liên Xô, đánh dấu vai trò tiên phong của ngài trong việc phục hồi Phật giáo.

Đức Tăng thống D. B. Ayusheev, Lạt ma Dr. Bayashalan, Ni trưởng TN Giới Hương và Ninh Hải tại văn phòng của Tăng thống, ngày 19/09/2025

Đức Tăng thống Đức Damba B. A. tặng quà cho Ni trưởng TN Giới Hương tại văn phòng của Tăng thống, ngày 19/09/2025

6.2. Lãnh đạo Phật giáo Nga

a. Đắc cử: Vào ngày 28 tháng 4 năm 1995, Damba Ayusheev được bầu làm vị Pandito Khambo Lama thứ 24 và Hội chủ Cơ quan Trung ương của Phật giáo Liên bang Nga (sau đổi tên thành Giáo hội Phật giáo Truyền thống Nga).

b. Vai trò và Tầm ảnh hưởng: Kể từ đó, ngài đứng đầu cộng đồng Phật giáo truyền thống lớn nhất ở Nga. Ngài đã tái đắc cử nhiều lần, gần đây nhất là vào năm 2023, để tiếp tục nhiệm kỳ đến năm 2028.

c. Chính sách:

- Ngài nổi tiếng với nỗ lực phục hồi văn hóa và kinh tế truyền thống của người Buryat, thúc đẩy chăn nuôi gia súc như một cách để duy trì lối sống nông thôn và bản sắc dân tộc.
- Ngài duy trì mối quan hệ chặt chẽ với chính quyền Nga và Tổng thống Vladimir Putin, và đã nhận được các giải thưởng nhà nước cho những đóng góp của mình.
- Sự kiện nổi bật nhất trong nhiệm kỳ của ngài là việc khai quật và trưng bày nhục thân bất hoại của cố Lạt ma Hambo Lama Itigelov thứ 12 vào năm 2002, một hiện tượng được cho là đã thúc đẩy mạnh mẽ niềm tin và sự quan tâm đến Phật giáo.

Đức Ayusheev là một nhân vật có ảnh hưởng to lớn, vừa là lãnh đạo tinh thần, vừa là người định hình bản sắc văn hóa Phật giáo Buryat đương đại trong khuôn khổ nhà nước Nga.

7. Xá lợi thánh thể Lạt Ma Pandito Hambo Itigelov

Xá lợi nhục thân Đại sư Pandito Khambo Lama Dashi-Dorzho Itigelov, chụp ngày 19/09/2025

Xá lợi thánh thể hay Nhục thân bất hoại của Đại sư Pandito Khambo Lama Dashi-Dorzho Itigelov là một trong những hiện tượng bí ẩn và linh thiêng nhất của Phật giáo Nga, được coi là "toàn thân xá lợi". Điều kỳ diệu này đã khiến cả cộng đồng khoa học và Phật giáo kinh ngạc vì thi thể của ngài vẫn nguyên vẹn như người sống sau hàng chục năm chôn cất mà không hề có dấu hiệu phân hủy hay khô cứng.

7.1. Cuộc đời và Lời di huấn

a. Đản sinh và sự nghiệp: Dashi-Dorzho Itigelov (1852-1927) là vị Hambo Lama thứ 12, lãnh đạo tối cao của Phật giáo Nga từ năm 1911 đến 1917. Ngài là một học giả uyên bác về y học và triết học Phật giáo.

b. Viên tịch trong tư thế thiền định: Vào năm 1927, khi cảm nhận mình sắp viên tịch, Ngài Itigelov đã an tọa trong tư thế kiết già (hoa sen), nhập định và yêu cầu các đệ tử chôn cất mình trong tư thế đó. Ngài cũng để lại lời di huấn rằng sau 30 năm, các đệ tử hãy khai quật thi hài mình lên.

c. Chôn cất đặc biệt: Thi thể của Ngài được đặt trong một chiếc hộp gỗ, chôn trong tư thế ngồi thiền và được bọc bằng vải lụa.

7.2. Khám phá và Xác minh khoa học

Lời di huấn của Ngài được thực hiện hai lần:

- **Lần thứ nhất (1957):** Các nhà sư đã bí mật khai quật và phát hiện thi thể vẫn nguyên vẹn. Lo sợ sự đàn áp tôn giáo của chính quyền Xô viết lúc bấy giờ, họ đã chôn cất lại.
- **Lần thứ hai (2002):** Dưới sự chứng kiến của các nhà sư, quan chức chính phủ, và các chuyên gia pháp y, nhục thân của Ngài Itigelov được khai quật lần nữa.

Kết quả khiến mọi người kinh ngạc:

- **Tình trạng nguyên vẹn:** Thi thể không có dấu hiệu thối rữa, các cơ bắp, mô mềm và khớp vẫn mềm mại, có thể cử động được, giống như một người vừa qua đời 36 giờ trước.

- **Không ướp xác:** Các xét nghiệm khoa học không tìm thấy dấu vết của quá trình ướp xác hay chất bảo quản nhân tạo.
- **Hiện tượng khó giải thích:** Các nhà khoa học Nga đã phải thừa nhận đây là một "hiện tượng phi phàm Itigelov" mà khoa học hiện đại chưa thể giải thích một cách thấu đáo.

7.3. Ý nghĩa tôn giáo

Đối với Phật tử Buryat và cộng đồng Phật giáo thế giới, hiện tượng này được coi là một phép lạ, một minh chứng cho khả năng chứng đắc đạo quả và sự siêu việt của thiền định. Nhục thân của Ngài được tôn thờ như một bảo vật thiêng liêng và hiện đang được an vị tại Tu viện Ivolginsky Datsan, trung tâm Phật giáo của Nga, để Phật tử và du khách thập phương đến chiêm bái.

Ni trưởng TN Giới Hương trước Xá lợi nhục thân Đại sư Pandito Khambo Lama Dashi-Dorzho Itigelov, chụp ngày 19/09/2025

8. Các chùa Phật giáo Buryatia

Tại Cộng hòa Buryatia, các cơ sở thờ tự Phật giáo được gọi là Datsan (tu viện hoặc thiền viện). Hiện có ít nhất 28 *datsan* đang sinh hoạt trên khắp Buryatia. Dưới đây là danh sách 10 Datsan nổi bật và quan trọng nhất như sau:

8.1. Trungtâm Phật giáo – Hệ thống Tu viện Ivolginsky (Ivolginsky Datsan)

Cách thủ đô Ulan-Ude khoảng 23 km, được xây dựng dưới chân ngọn đồi Khamar, Trung tâm Phật giáo – Hệ thống **Tu viện Ivolginsky (Ivolginsky Datsan)** là trụ sở của Giáo hội Phật giáo Truyền thống Liên bang Nga (*Buddhist Traditional Sangha of Russia*), trung tâm Phật giáo quan trọng nhất và là trái tim tinh thần của cộng đồng Phật tử Buryat và toàn bộ Liên bang Nga.

Trung tâm Phật giáo – Hệ thống tu viện Ivolginsky Datsan, ngày 19/09/2025

Đại tư viện này là một quần thể rộng lớn bao gồm trường Đại học Phật giáo Dashi Choinkhorling, tu viện Ivolginsky Datsan, Datsan Khambyn Khure Devajin Dugan, nhiều ngôi chùa (dugan) linh thiêng, bảo tháp (stupa), nơi thờ Xá lợi thánh thể (nhục thân bất hoại) của cố Lạt Ma Pandito Hambo Itigelov, thư viện, tăng xá, phòng phát hành, nhà nguyện, phòng hội nghị, v.v...

Lạt ma Dr. Bayashalan, Ni trưởng TN Giới Hương và Ninh Hải trước cổng Chánh điện Datsan khambyn khure devajin Dugan, Buryatia trong quần thể Ivolginsky Datsan, ngày 19/09/2025

8.1.1. Vị trí và Lịch sử

a. Vị trí: Tu viện nằm cách thủ đô Ulan-Ude của Cộng hòa Buryatia khoảng 23 km về phía tây nam.

b. Thành lập: Được thành lập vào năm 1945, ngay sau Chiến tranh thế giới thứ hai. Đây là một trong hai *datsan* (tu viện Phật giáo) hiếm hoi được phép hoạt động trở lại dưới sự kiểm soát của chính quyền Liên Xô sau nhiều thập kỷ đàn áp tôn giáo.

c. Phục hưng: Sau khi Liên Xô sụp đổ, tu viện đã phát

triển mạnh mẽ và trở thành trung tâm của sự phục hưng Phật giáo ở Nga.

Một góc của quần thể tu viện Ivolginsky Datsan, ngày 19/09/2025

8.1.2. Ý nghĩa Tôn giáo và Văn hóa

a. Trung tâm quyền lực: Ivolginsky Datsan là nơi ở và làm việc của vị Pandito Khambo Lama, người đứng đầu Phật giáo Nga.

b. Giáo dục: Đây là nơi đặt Trường Đại học Phật giáo Dashi Choinkhorling, trường đại học Phật giáo đầu tiên và quan trọng nhất ở Nga, nơi đào tạo các Lạt ma và học giả Phật giáo.

c. Kiến trúc: Quần thể tu viện bao gồm nhiều ngôi đền (*dugans*), thư viện, khách sạn cho khách hành hương, và các công trình kiến trúc truyền thống Mông Cổ-Tây Tạng, nổi bật với màu sắc rực rỡ và mái cong.

8.1.3. Bảo vật Thiêng liêng nhất: Nhục thân Bất hoại của Itigelov

Điểm thu hút và linh thiêng nhất của Ivolginsky Datsan là nhục thân bất hoại của vị Hambo Lama thứ 12, Dashi-Dorzho

Itigelov. Thi hài của ngài, được phát hiện còn nguyên vẹn sau 75 năm chôn cất (năm 2002) mà không có dấu hiệu phân hủy, được bảo quản trong một khung kiếng để Phật tử có thể đến tận mắt thấy ngài bằng xương thịt mà chiêm bái. Đây được coi là một phép màu vĩ đại của Phật giáo.

8.2. Tu viện Datsan Rinpoche Bagsh

Tọa lạc trên sườn núi Lysaya gần Ulan-Ude, quần thể tu viện này được thành lập vào năm 2000 với sự chúc phúc của Đạt Lai Lạt Ma thứ XIV. Nơi đây có bức tượng Phật Thích Ca Mâu Ni bằng đồng cao 6 mét.

Ni trưởng TN Giới Hương và Ninh Hải trước Tu viện Datsan Rinpoche Bagsha, ngày 18/09/2025

Một góc của quần thể tu viện Datsan Rinpoche Bagsha, ngày 18/09/2025

Tu viện Datsan Rinpoche Bagsha là một trung tâm Phật giáo quan trọng và là một trong những điểm tham quan nổi tiếng nhất tại **Ulan-Ude**, thủ phủ Cộng hòa Buryatia, Nga.

Tổng quan và Lịch sử

- **Vị trí:** Tu viện tọa lạc trên sườn núi Lysaya (núi Hói), ở vùng ngoại ô phía bắc thành phố Ulan-Ude. Vị trí cao này mang lại tầm nhìn toàn cảnh tuyệt đẹp ra thành phố và khu vực xung quanh.
- **Thành lập:** Datsan Rinpoche Bagsha là một tu viện tương đối mới, được thành lập vào năm 2000 với sự gia trì của Đức Đạt Lai Lạt Ma thứ 14. Tu viện chính thức mở cửa cho công chúng vào năm 2004.
- **Người sáng lập:** Tu viện được khai kiến bởi vị cao tăng phái Mũ vàng (Gelugpa), ngài Yeshe Lodoy Rinpoche (thường gọi là Yelo Rinpoche), hiện là trụ trì của tu viện.

Ni trưởng TN Giới Hương trước Tượng Phật Chánh điện Datsan Rinpoche Bagsha, ngày 18/09/2025

Ý nghĩa và Đặc điểm

- **Mục đích:** Mục đích chính của tu viện là bảo tồn và truyền bá giáo lý của trường phái Gelug của Phật giáo Tây Tạng, vốn là truyền thống chính của người Buryat.
- **Kiến trúc:** Tu viện có kiến trúc Phật giáo Tây Tạng hiện đại, sử dụng màu sắc rực rỡ và các chi tiết trang trí chi tiết.
- **Tượng Phật:** Chánh điện của tu viện an vị một bức tượng Phật Thích Ca Mâu Ni bằng đồng cao 6 mét.
- **Quần thể:** Trong khuôn viên tu viện còn có 8 bảo tháp (stupa) tượng trưng cho tâm giác ngộ của Đức Phật, và một trường đại học Phật giáo, nơi các Lạt ma và cư sĩ có thể theo học.
- **Tên gọi:** Tên của tu viện rất ý nghĩa: "Datsan" là tu viện, "Rinpoche" (Tôn bảo) là danh xưng kính trọng dành cho các bậc thầy tái sinh hoặc học giả uyên bác, và "Bagsha" là từ tiếng Buryat nghĩa là "người thầy", cho nên tu viện này là Tu Viện Datsan Rinpoche Bagsh.

8.3. Tu viện Verkhnyaya Berezovka Datsan (Hambyn Hurae)

Ni trưởng TN Giới Hương tặng quà cho Lạt ma Dr. Bayashalan trước cổng Verkhnyaya Berezovka Datsan, ngày 19/09/2025

Verkhnyaya Berezovka Datsan, tên chính thức là Datsan Khambyn Khure Tsogchen Dugan, là nơi cư trú thứ hai của Đức Lạt ma Pandito Khambo và là một quần thể kiến trúc Phật giáo quan trọng nằm ngay Ulan-Ude, thủ đô của Buryatia, Nga.

Khu phức hợp datsan này, được thành lập vào năm 1994, bao gồm một số chùa, bảo tháp, chánh điện, và rất nhiều tịnh thất cho các lạt ma và cũng là nơi có ngôi tu viện đầu tiên trong khu vực dành riêng cho các vị Kalachakra (Chuyển pháp luân). Nơi đây cũng có các bác sĩ Lạt ma trị bịnh cho dân chúng theo y học cổ truyền Tây Tạng-Buryatia-Trung quốc.

Lạt ma Dr. Bayashalan đang bắt mạch và bốc thuốc cho Ni trưởng TN Giới Hương tại Verkhnyaya Berezovka Datsan, ngày 19/09/2025

Trong khi Đại tu viện Datsan Ivolginsky nổi tiếng là trung tâm chính thức của Giáo hội Phật giáo Truyền thống Liên bang Nga (cách khoảng 20 km), thì Verkhnyaya Berezovka Datsan này đóng vai trò là một địa điểm tâm linh thứ cấp quan trọng và là nơi tổ chức các nghi lễ và hành trì tôn giáo.

Thông tin du khách

Datsan là điểm đến cho cả khách hành hương và khách du lịch quan tâm đến văn hóa và kiến trúc Phật giáo của khu vực.

Địa chỉ: Verkhnyaya Beryozovka, 10a, Ulan-Ude, Cộng hòa Buryatia, Nga. Nơi này nằm gần Bảo tàng Dân tộc học các Dân tộc Ngoại Baikal.

Giờ mở cửa: Khu phức hợp mở cửa hàng ngày từ 9:00 đến 17:00.

Cách đi: Làng Verkhnyaya Berezovka cách trung tâm Ulan-Ude khoảng 6-8 km. Xe buýt mini (marshrutka) số 37 từ trung tâm thành phố đi qua trong vòng 1 km từ datsan.

Điện thoại Datsan: +7-9025-62-42-90 hoặc +7-914-635-55-96.

Các điểm tham quan gần đó

Verkhnyaya Berezovka cũng là nơi có các địa điểm đáng chú ý khác:

Bảo tàng Dân tộc học các Dân tộc Transbaikalia: Một trong những bảo tàng ngoài trời lớn nhất của Nga, trưng bày kiến trúc truyền thống và khu vực nuôi nhốt động vật.

Datsan Rinpoche Bagsha: Một quần thể chùa Phật giáo khác nằm gần đó trên Núi Trọc, với tầm nhìn toàn cảnh Ulan-Ude.

Một góc quần thể tu viện Verkhnyaya Berezovka Datsan, ngày 19/09/2025

8.4. Datsan Baldan Breybun (Tsongolsky Datsan)

Datsan Baldan Breybun (còn gọi là Tu viện Tsongolsky hoặc Tu viện Murochi Datsan) thuộc thế kỷ XVII là một tu viện Phật giáo có ý nghĩa lịch sử trong lịch sử Phật giáo Nga.

Thông tin chi tiết

- **Vị trí**: Tu viện nằm bên hữu ngạn sông Chikoy, dưới chân núi Khumen Khan, gần làng Murochi, cách thành phố Kyakhta khoảng 68 km, thuộc Cộng hòa Buryatia, Nga.
- **Tên gọi**: Tên gọi Baldan-Braybun trong tiếng Tạng có nghĩa là "Bộ sưu tập thành quả mỹ mãn."

Lịch sử:

- Tu viện được Lạt ma Damba Darzha Zayayev thành lập lần đầu vào năm 1731, ban đầu chỉ là một ngôi đền lều trại (yurt). Đây là **tu viện Phật giáo (datsan) cổ nhất trong Đế quốc Nga.**
- Năm 1741, sắc lệnh của Nữ hoàng Nga Elizaveta Petrovna đã chính thức công nhận 11 datsan (ngôi tu viện), trong đó Baldan-Braybun là datsan đầu tiên được công nhận.
- Tu viện bị phá hủy trong thời kỳ Xô Viết.
- Vào tháng 10 năm 1994, ngôi chánh điện đã được xây dựng lại trên nền móng cũ và mở cửa trở lại trong một buổi lễ trang trọng. Từ đó, Phật giáo lan rộng đến lãnh thổ Đế quốc Nga.

Ý nghĩa tôn giáo:

- Đây là một địa điểm hành hương quan trọng đối với các Phật tử trong khu vực.
- Bức tượng **Zandan Zhuu** (một bức tượng Phật bằng gỗ đàn hương, được xem là một trong những thánh tích linh thiêng nhất của Phật giáo Nga) đã được di chuyển từ bảo

tàng về lại ngôi tu viện này sau khi trùng tu.

8.4.1. Ý nghĩa Lịch sử

a. Datsan chính thức đầu tiên: Đây được coi là quần thể tu viện Phật giáo đầu tiên trong Đế quốc Nga được chính thức công nhận bởi nhà nước. Các buổi lễ đầu tiên bắt đầu vào năm 1741 bằng lều nỉ (*yurt*) lớn, và các tòa nhà gỗ được xây dựng vào khoảng năm 1758.

b. Trung tâm quyền lực: Vào thời kỳ đầu của Phật giáo Buryat, đã có sự tranh giành ảnh hưởng giữa Tsongolsky Datsan và Tamchinsky Datsan. Năm 1764, vị Lạt ma trưởng của Tsongol Datsan, Damba Darja Zayaev, trở thành vị Pandito Khambo Lama (Tăng thống, vị Lạt ma Tối cao) đầu tiên của người Buryat vùng Ngoại Baikal, củng cố vị thế trung tâm tâm linh ban đầu của tu viện này.

c. Trung tâm văn hóa: Trước khi bị đóng cửa trong cuộc đàn áp của Liên Xô vào những năm 1930, *datsan* là một trung tâm giáo dục quan trọng, với các xưởng vẽ tranh, điêu khắc và là nơi giảng dạy triết học, logic học và Mật tông.

8.4.2.Tình trạng Hiện đại

a. Phục hồi: Tu viện phần lớn đã bị phá hủy trong thời kỳ Xô viết nhưng đã được khôi phục và mở cửa trở lại như một phần của sự phục hưng văn hóa Phật giáo ở Buryatia.

b. Vai trò hiện tại: Ngày nay, **tu viện Datsan Baldan Breybun** đã hoạt động như một địa điểm tâm linh tích cực cho cộng đồng địa phương và những người hành hương, mặc dù trung tâm chính của Phật giáo Nga hiện nay là Tu viện Ivolginsky. Vị lãnh đạo Phật giáo Nga hiện tại, Tăng thống Khambo Lama Damba Ayusheev, từng giữ chức vụ *Shireete Lama* (Viện trưởng) của tu viện được phục hồi này vào đầu những năm 1990, đóng vai trò quan trọng trong sự hồi sinh của nó.

8.5. Tu viện Atsagatsky Datsan

Tọa lạc trong thung lũng Naryn-Atsagat đẹp như tranh vẽ, cách Ulan Ude khoảng 56 km, Cộng hòa Buryatia, Nga, tu viện Atsagatsky được xây dựng vào năm 1991 với kiến trúc gỗ truyền thống, tường trắng và mái vàng đặc trưng của các tu viện Phật giáo Buryatia-Mông Cổ. Tu viện Atsagatsky này đã được Đức Đạt Lai Lạt Ma XIV viếng thăm và thánh hiến sái tịnh chú nguyện.

Thật ra, chùa gốc đã có từ cuối thế kỷ XIX. Chánh điện tu viện Atsagatsky (trước kia là Thiền viện Kurbinsky) xây năm 1825, và bây giờ được phục hồi lại vào năm 1991. Những năm 1930 trở về trước, nơi đây cũng đã từng là trung tâm Phật giáo của Buryatia. Năm 1936, Thiền viện Kurbinsky bị đóng cửa nhưng sau khi Liên bang Xô viết tan rã, tu viện. mở cửa trở lại với bảng hiệu mới: tu viện Atsagatsky.

Lạt ma tu viện Atsagatsky, Ni trưởng TN Giới Hương, Ninh Hải và cô Phật tử của Ni viện Datsan Zungun Darzhaling, chụp giữa thung lũng Naryn-Atsagat và phía sau tu viện Atsagatsky yên tĩnh tọa lạc, ngày 20/09/2025

Lạt ma Agvan Dorzhiev (1853 – 29 tháng 1 năm 1938).

Cách tu viện Atsagatsky Datsan 12 km là làng Khara-Shibir – quê hương của Lạt ma Agvan Dorzhiev.

Lạt ma Agvan Lobsan Dorzhiev (1853 – 29 tháng 1 năm 1938)[86] là một nhà sư người Nga thuộc phái Gelug của Phật giáo Tây Tạng, đôi khi được gọi bằng danh hiệu học giả là Tsenyi Khempo. Ngài được người Tây Tạng tôn vinh gọi là Sokpo Tsenshab Ngawang Lobsang (nghĩa đen là Tsenshab Ngavang Lobsang trong tiếng Mông Cổ).

Lạt ma là người Khory Buryat, sinh ra tại làng Khara-Shibir (không xa Ulan-Ude, phía đông hồ Baikal), từng là bạn học và cộng sự thân cận của Đức Đạt Lai Lạt Ma thứ 13, là một bộ trưởng trong chính phủ Tây Tạng dưới thời Đức Đạt Lai Lạt Ma thứ 13 và là đặc phái viên ngoại giao quan trọng, đóng vai trò là cầu nối liên lạc giữa chính quyền Tây Tạng và Đế quốc Nga. Cho nên, trong mắt người Tây Tạng, Lạt ma đã trở thành một huyền thoại, đồng thời làm dấy lên mối lo ngại đáng kể của Đế quốc Anh về sự hiện diện của Nga ở Tây Tạng vào giai đoạn cuối của ván cờ chính trị. Ngài cũng được nhớ đến vì đã xây dựng Tu viện Quan Âm Gunzechoinei Datsan ở thành phố St.Petersburg vào năm 1909 và ký Hiệp ước Tây Tạng-Mông Cổ vào năm 1913.

Lạt ma được biết đến là một nhà nghiên cứu Phật giáo và văn hóa Tây Tạng, thầy của Đức Đạt Lai Lạt Ma XIII. Tịnh thất gỗ của ngài đã được xây dựng lại trong một khu rừng thông và thông rụng lá vàng tuyệt đẹp gần một suối khoáng, cách tu viện Atsagatsky 3 km. Chính tại đây, Lạt ma Agvan Dorzhiev đã thành lập trường Y học Tây Tạng duy nhất ở Nga.

8.5.1.Thành lập và Phát triển

a. Năm thành lập: Datsan Atsagat (tên chính thức là "Tubden Darzhaling") được thành lập vào năm **1825** tại làng Naryn-Atsagat.

b. Trung tâm Y học: Tu viện này trở nên nổi tiếng là một trung tâm giảng dạy và thực hành y học Tây Tạng truyền thống.

---

86 Lạt ma Agvan Lobsan Dorzhiev (1853 – 29 tháng 1 năm 1938). https://en.wikipedia.org/wiki/Agvan_Dorzhiev

Các loại thảo mộc địa phương, đặc biệt là loại cỏ thơm *Aya-Ganga*, được sử dụng rộng rãi trong y học và được đưa vào tập bản đồ Y học Tây Tạng.

c. Nơi ở của các học giả: Đây là nơi sinh sống và làm việc trong nhiều năm của các học giả và Lạt ma nổi tiếng, bao gồm Lạt ma Agvan Dorzhiev (người thầy của Đạt Lai Lạt Ma thứ 13) và Choynzon Iroltuyev (người sau này trở thành thầy thuốc riêng của gia đình Sa hoàng Nikolai II).

Tu viện Atsagatsky thanh bình giữa thảo nguyên Khara-Shibir, Buryatia, ngày 20/09/2025

8.5.2. Biến cố lịch sử

a. Thời kỳ Xô viết: Giống như hầu hết các tu viện khác ở Buryatia, Datsan Atsagat đã bị chính quyền Xô viết thanh lý (đóng cửa và phá hủy) vào tháng 8 năm 1936. Nhiều tu sĩ bị đàn áp và tài sản bị tịch thu. Trong những năm đàn áp, người dân địa phương đã cất giấu hàng nghìn tượng Phật và kinh sách để bảo vệ di sản tôn giáo.

b. Phục hồi: Tu viện được tái thành lập và mở cửa trở lại vào năm **1992**, sau khi Liên Xô tan rã và chính sách tự do tôn giáo được ban hành.

8.5.3. Datsan Atsagat ngày nay

Ngày nay, Datsan Atsagat đã được phục hồi và là một địa điểm linh thiêng cho Tăng ni Phật tử, du khách.

a. Tượng sáp: Tu viện trưng bày một tượng sáp với kích thước thật của Đạt Lai Lạt Ma thứ 14, người đã đến thăm quần thể tu viện Atsagatsky này.

Tượng sáp của các Đạt-lai-lạt-ma trong Viện bảo tàng Tu viện Atsagatsky, Buryatia, chụp ngày 20/09/2025

Ni trưởng TN Giới Hương tụng kinh cầu nguyện tại chánh điện Tu viện Atsagatsky, Buryatia, ngày 20/09/2025

b. Bảo tàng: Gần đó có một bảo tàng làng lưu giữ những hiện vật gốc của các nhà khoa học và Lạt ma Agvan Dorzhiev lỗi lạc từng tu học ở tu viện Atsagat.

c. Du lịch: Khu phức hợp du lịch "Stepnoy Kochevnik" (Dân du mục thảo nguyên) gần tu viện Atsagat cung cấp trải nghiệm văn hóa Buryat truyền thống, cho phép du khách ở trong lều (*yurt*) và tìm hiểu về lối sống địa phương.

8.6. Tu viện Gandan Datsan

Kế quần thể của tu viện Tu viện Verkhnyaya Berezovka Datsan (Hambyn Hurae), thủ phủ Ulan Ude, Buryatia, là Chùa Gandan Datsan.

Lạt ma Dr. Bayashalan và Ni trưởng TN Giới Hương tại Gandan Datsan, ngày 19/09/2025

Trụ trì (áo xanh) và bà hội trưởng Gandan Datsan, ngày 19/09/2025

Ni trưởng TN Giới Hương và Ninh Hải
tại Gandan Datsan, ngày 19/09/2025

8.7. Gandan-Zhamba-Lin Datsan

Chùa Gandan-Zhamba-Lin Datsan (còn được gọi là Tu viện Phật giáo Gandan-Zhamba-Lin) là một tu viện Phật giáo tọa lạc tại thành phố **Ulan-Ude**, thủ phủ của Cộng hòa Buryatia, Liên bang Nga.

- **Vị trí:** Ngôi chùa này nằm trong khu vực đô thị của Ulan-Ude, tạo nên sự tương phản giữa kiến trúc Phật giáo truyền thống và các tòa nhà chung cư cao tầng hiện đại xung quanh.

- **Kiến trúc:** Datsan được xây dựng theo phong cách kiến trúc Phật giáo Buryat-Mông Cổ truyền thống, nổi bật với bức tường bao màu đỏ tươi và cổng vào lớn với mái cong kiểu châu Á.

Ni trưởng TN Giới Hương tại cổng tam quan Chùa Gandan-Zhamba-Lin Datsan, ngày 20/09/2025

Bảng hiệu Chùa Gandan-Zhamba-Lin Datsan, ngày 20/09/2025

Vai trò và Ý nghĩa

- **Trung tâm tâm linh:** Gandan-Zhamba-Lin là một trong những địa điểm thờ cúng và thực hành Phật giáo đang hoạt động tại Buryatia. Đây là nơi phục vụ nhu cầu tâm linh cầu an, cầu siêu và giảng pháp của cộng đồng Phật tử địa phương.
- **Phục vụ cộng đồng:** Giống như các *datsan* khác trong khu vực, chùa tổ chức các buổi lễ thường xuyên, cầu nguyện cho hòa bình, thịnh vượng, và sức khỏe.
- **Điểm tham quan:** Nhờ vị trí thuận lợi trong thành phố, ngôi chùa cũng thu hút du khách và những người quan tâm đến văn hóa và tôn giáo Buryat.

Chánh điện Chùa Gandan-Zhamba-Lin Datsan, ngày 20/09/2025

8.8. Tu viện Dkharma Datsan

Chùa DKHARMA DATSAN (hoặc Tu viện Phật giáo Dkharma) là một tổ hợp tu viện Phật giáo tọa lạc tại thành phố **Ulan-Ude**, thủ phủ của Cộng hòa Buryatia, Liên bang Nga.

- **Vị trí:** Ngôi chùa này nằm trong một khu vực dân cư hiện đại của Ulan-Ude, được xây dựng giữa các khối chung cư cao tầng, thể hiện sự hòa nhập của Phật giáo vào đời sống đô thị hiện đại.
- **Kiến trúc:** DKHARMA DATSAN nổi bật với phong cách kiến trúc hiện đại kết hợp các yếu tố truyền thống Buryat-Mông Cổ và Tây Tạng. Tòa nhà có cấu trúc nhiều tầng với các điểm nhấn màu đỏ rực rỡ, mái cong kiểu châu Á và các chi tiết trang trí mạ vàng.

Ni trưởng TN Giới Hương ở mặt tiền Chùa dkharma datsan, ngày 20/09/2025

Bảng hiệu Chùa dkharma datsan, ngày 20/09/2025

Vai trò và Ý nghĩa

- **Trung tâm Phật giáo địa phương:** Đây là một trung tâm tâm linh tích cực, phục vụ nhu cầu thực hành và thờ cúng của cộng đồng Phật tử sống trong và xung quanh Ulan-Ude.
- **Điểm tham quan:** DKHARMA DATSAN cũng là một điểm đến thu hút du khách, những người muốn tìm hiểu về đời sống tôn giáo và văn hóa độc đáo của Buryatia, nơi giao thoa giữa Phật giáo phương Đông và ảnh hưởng của Nga.

Chánh điện Chùa dkharma datsan, ngày 20/09/2025

8.9. Tu viện Egituysky

Tu viện Egituysky là một tu viện Phật giáo quan trọng ở Buryatia, nổi tiếng là nơi có tượng Phật Datsan Shakyamuni Zandan Zhuu (Phật Thích Ca gỗ trầm), một trong những bảo vật linh thiêng nhất của Phật giáo thế giới.

Thông tin chính

- **Vị trí:** Tu viện nằm ở huyện Yeravninsky, Cộng hòa Buryatia, cách thủ đô Ulan-Ude khoảng 280 km về phía đông.

- **Thành lập:** Tu viện được thành lập vào năm 1820 và chính thức được công nhận vào năm 1826.
- **Tình trạng hiện tại:** Tu viện đã bị đóng cửa và phá hủy vào năm 1937 trong thời kỳ đàn áp tôn giáo của Liên Xô, nhưng đã được phục hồi và mở cửa trở lại sau năm 1991.
- **Bảo vật chính (Zandan Zhuu):** Điểm thu hút chính của tu viện là bức tượng Phật Thích Ca Mâu Ni bằng gỗ đàn hương (Zandan Zhuu). Theo truyền thuyết, đây là bức tượng duy nhất được tạc khi Đức Phật còn sống, và được coi là có sức mạnh linh thiêng phi thường.

Ngày nay, Egituysky Datsan là một trung tâm hành hương quan trọng, thu hút Phật tử và du khách đến chiêm bái và tìm hiểu về lịch sử, văn hóa Phật giáo độc đáo của Buryatia.

Tượng Phật Datsan Shakyamuni Zandan Zhuu không phải là tên của một tu viện, mà là tên gọi của một bức tượng Phật Thích Ca Mâu Ni bằng gỗ đàn hương huyền thoại. Bức tượng này là một trong những bảo vật linh thiêng nhất của Phật giáo ở Nga.

Thông tin về Tượng Zandan Zhuu

- **Chất liệu:** Tượng được tạc bằng gỗ đàn hương (*sandalwood*).
- **Ý nghĩa tên gọi:** “Zandan Zhuu” trong tiếng Buryat có nghĩa là “Phật Đàn hương”.
- **Bảo vật quốc gia:** Bức tượng được người Buryat tôn kính tột bậc và tôn vinh là bảo vật của Phật giáo Nga.
- **Niên đại:** Theo truyền thuyết Phật giáo, tượng được tạc theo lệnh của vua Udayana vào khoảng thế kỷ thứ 5 TCN, khi Đức Phật đang thuyết Pháp trên cung trời Đao Lợi (Trayatrimsa heaven) cho mẫu thân là hoàng hậu Ma-ya.
- **Ý nghĩa:** Bức tượng được coi là có năng lực ban phước lành vô biên, mang lại may mắn và đáp ứng lời cầu nguyện của các Phật tử. Trong truyền thống Phật giáo

Buryat, tượng được xem như hiện thân sống của Đức Phật.

- **Lịch sử di chuyển:** Bức tượng có một hành trình di chuyển huyền thoại qua nhiều thế kỷ, từ Ấn Độ đến Trung Á, Trung Quốc, và cuối cùng đến tay các Lạt ma Mông Cổ và Buryat.

Ni trưởng TN Giới Hương và Phật tử Buryatia cúng dường tịnh tài và kinh sách vào Bảo tháp đang xây tại Tu viện Egituysky, ngày 20/09/2025

Nơi an vị hiện tại

Tượng Zandan Zhuu hiện đang được tôn thờ và bảo quản tại Tu viện Egituysky (Egituysky Datsan), một tu viện Phật giáo nằm ở huyện Yeravninsky, Cộng hòa Buryatia.

Trong thời kỳ đàn áp tôn giáo của Liên Xô, bức tượng đã được giấu kín một cách an toàn và sau đó được chuyển đến Bảo tàng Lịch sử Buryatia ở Ulan-Ude. Vào năm 1991, bức tượng đã được chính quyền Nga trao trả lại cho cộng đồng Phật giáo và được an vị long trọng tại Egituysky Datsan

Vì vậy, tên chính xác của ngôi chùa (tu viện) lưu giữ bức tượng này là Egituysky Datsan.

8.10. Ni viện Datsan Zungun Darzhaling

Ni trưởng TN Giới Hương cùng các nữ Lạt ma cư sĩ Chùa Zungun Darzhaling Datsantụng kinh, ngày 18/09/2025

Địa chỉ: Ulan-Ude, Oktyabrsky district, st. Klyuchevskaya, 56.

Zungun Darzhaling Datsanlà một ni viện Phật giáo tọa lạc tại Ulan-Ude, Cộng hòa Buryatia, Liên bang Nga, một vùng ở Siberia với di sản Phật giáo vững chắc, và là một nơi truyền thống tu tập theo Phật giáo vì 60% dân số là Phật tử. Ni viện hoạt động như một tu viện Phật giáo dành cho nữ giới là chùa ni duy nhất được biết đến ở ba nước cộng hòa tự trị (Buryatia, Tuva và Kalmykia) và ngày cả toàn liên bang Nga.

Nhân duyên thành lập: Được biết nhân duyên do Tenzin Gyatso, Đức Đạt-lai-lạt-ma thứ 14 viếng thăm Ulan Ude thấy Chùa tăng rất nhiều, nhưng chưa có chùa Ni, nên đã đề nghị nên thành lập một chùa cho các nữ Phật tử đến tu tập. Do đó, song thân của cô Zorigma mới mua đất và thập lập Ni viện Zungun Darzhaling Datsannày. Ni viện bắt đầu hoạt động từ năm 1991 đến nay.

Hai vị sáng lập chùa đã viên tịch và cô Zorigma hiện là vị trụ trì tiếp nối cùng có 6 đệ tử nữ Lạt ma hiện đang tu tập thường xuyên.

Đời sống tu tập và vai trò của các nữ Lạt ma tại gia tại Ni viện Zungun Darzhaling Datsanở Buryatia, Nga.

1. **Hệ phái và truyền thống tu tập:** Các vị nữ Lạt ma này theo truyền thống Mông Cổ/Tây Tạng (Gelukpa), giữ năm giới cơ bản của cư sĩ tại gia, khác với truyền thống Tỳ-kheo-ni Bắc tông. Họ để tóc và có cuộc sống gia đình bình thường.
2. **Hoạt động và vai trò trong cộng đồng:** Họ tham gia vào các nghi lễ, tụng kinh cầu an cầu siêu, giảng pháp. Lạt ma trụ trì Zorigma phụ trách chủ lễ và chủ giảng, và có vai trò quan trọng trong việc tư vấn, chia sẻ các vấn đề tế nhị cho phụ nữ địa phương.
3. **Cơ cấu xã hội và nhu cầu tâm linh:** Nam giới được xem là chủ gia đình, trong khi phụ nữ lại có nhu cầu tâm linh cao hơn và thích đến chùa ni để được chia sẻ và nhận sự cố vấn.

Đây là những thông tin làm nổi bật sự đa dạng trong các truyền thống và thực hành Phật giáo trên thế giới, cũng như vai trò thiết yếu của các cơ sở tôn giáo Ni giới trong đời sống cộng đồng địa phương.

Ý kiến của Đại tăng về Ni giới Liên bang Nga[87]:

1) Tăng Thống của Giáo hội Phật Giáo Truyền thống toàn Liên Bang Nga (Ivolginsky Datsan,Buryatia), Đức Damba Badmaevich Ayusheev nói rằng:

Lập trường của Giáo hội Phật giáo Truyền thống Nga

- **Thừa nhận việc thọ giới ở nước ngoài:** Giáo hội không phản đối việc các nữ Phật tử tìm kiếm sự thọ giới đầy đủ (đặc biệt là tỳ-kheo-ni) ở các quốc gia có truyền thống này như Việt Nam, Hàn Quốc, Đài Loan (theo truyền thống Đại thừa/Pháp Tạng bộ) hoặc Ấn Độ...
- **Thiếu sự công nhận chính thức ở Nga:** Mặc dù việc thọ giới ở nước ngoài được chấp nhận về mặt tinh thần hoặc cá nhân, giới tỳ-kheo-ni vẫn **chưa được công nhận chính thức** trong cơ cấu tổ chức tăng đoàn của Nga (the Buddhist Traditional Sangkha of Russia) do không có tiền lệ lịch sử và những tranh cãi về mặt giới luật (Vinaya) trong truyền thống Tạng truyền về việc khôi phục giới.
- **Kính chúc các Lạt ma nữ và quý Ni sư ở Buryatia và trên thế giới** đã dấn thân xuất gia thì chân cứng đá mềm trên con đường tu tập và đạt được sự sâu sắc tột cùng của con đường đạo.

2) Đức Phó Tăng Thống Giáo hội Phật giáo Truyền thống Nga và Trưởng ban Ngoại giao Phật giáo Quốc tế, Ngài Did Khambo Lama Sodnomdorzhiev D. V. chia sẻ:

- **Thành lập trường Phật học lớn tại Moscow (năm 2026):** Điều này cho thấy Phật giáo Nga đang có những bước phát triển mạnh mẽ và có tầm nhìn chiến lược về

87 Tác giả Ni trưởng TN Giới Hương được duyên thăm viếng cúng dường và phỏng vấn bốn vị Lạt ma giới chức sắc trong Phật giáo Truyền thống Nga để thỉnh ý về Nữ giới và được các ngài trả lời như trên. Các chương 2, 3,5,6, và 7 có các hình ảnh minh họa.

đào tạo cả Tăng Ni và Phật tử, bất cứ giới nào, màu da nào.

- **Có các môn học riêng cho nữ giới và khuyến khích xuất gia:** Sẽ có các môn học chương trình học riêng biệt cho nữ giới và bày tỏ mong muốn nhiều phụ nữ đến học, thậm chí tập xuất gia, cho thấy Giáo hội hoặc các tổ chức Phật giáo liên quan đang chủ động tạo điều kiện và thúc đẩy việc hình thành Ni đoàn trong tương lai."

3) Lạt ma Thượng thủ nước cộng hòa tự trị Tuva, Đức Natsyk Dorju, trụ trì Tu viện Tubten Shedrub Ling Datsan (Tuva) nói rằng:

- **Sự hiện diện của Ni chúng Tuva tại Ấn Độ:** Hiện Tuva có 8 đến 9 ni chúng người Tuva đang tu học và thọ giới tại Ấn Độ theo truyền thống Tây Tạng là một tín hiệu rất tích cực. Điều này cho thấy Phật tử nữ ở Tuva đang chủ động tìm kiếm cơ hội tu học chuyên sâu ở trung tâm Phật giáo Tạng truyền (Dharamsala, Ấn Độ), nơi có sự hỗ trợ trực tiếp từ Đức Đạt Lai Lạt Ma thứ 14 và các tu viện lớn.
- **Tiềm năng khôi phục Tịnh thất Ni giới tại Kyzyl:** Thông tin về một Tịnh thất Ni giới ở thành phố Kyzyl (thủ phủ Tuva) dù hiện tại đang đóng cửa, nhưng có kế hoạch khôi phục khi các Lạt ma nữ (sư cô) này tu học ở Ấn độ xong và trở về, cho thấy đã có nền móng sẵn sàng cho sự phát triển của Ni đoàn tại địa phương.

Khi các nữ Lạt ma trở về với giới phẩm tỳ-kheo-ni đầy đủ và kiến thức Phật pháp vững chắc, họ sẽ là nhân tố cốt lõi để:

- Phục hồi và điều hành Ni giới Tuva.
- Khuyến khích và hướng dẫn các nữ Phật tử địa phương xuất gia.

Ni trưởng TN Giới Hương, Ninh Hải cùng các nữ Lạt ma Chùa Datsan Zungun Darzhaling, ngày 18/09/2025

4) Lạt ma Thượng thủ nước cộng hòa tự trị Kalmykia, Đức Geshe Tezin Choidak, trụ trì tu viện Burkhan Bakshin Altan Sume Datsan (Kalmykia): Nêu bật sự mâu thuẫn giữa **mong muốn lý tưởng** và **thực tế cuộc sống**.

1. Rào cản của đời sống thế tục

Rào cản lớn nhất cho nữ Phật tử xuất gia là những ràng buộc về gia đình, chồng con và công việc. Đây là thách thức chung mà tất cả các truyền thống Phật giáo gặp phải khi khuyến khích cư sĩ phát tâm xuất thế.

Tuổi tác và sức khỏe: Khi đã hoàn thành trách nhiệm gia đình và nghỉ hưu, phụ nữ có thể không còn đủ sức khỏe và tinh thần minh mẫn để theo đuổi con đường tu học nghiêm túc, đòi hỏi nhiều nỗ lực về giới-định-tuệ.

2. Tình hình tại Kalmykia

- **Burkhan Bakshin Altan Sume Datsan:** Ngôi chùa Vàng chính ở Kalmykia này là một trung tâm Phật giáo quan trọng. Việc có các Lạt ma nữ từng tu học tại đây và hiện đang học ở Mông Cổ và Ấn Độ là một dấu hiệu tích cực khác, tương tự như trường hợp ở Tuva. Điều này cho thấy sự nỗ lực, khuyến khích đào tạo Ni chúng Lạt ma là có thật.

- **Sự chênh lệch nam-nữ trong tu viện:** Dù nữ giới đi chùa đông hơn nam giới (điều này rất phổ biến ở nhiều quốc gia), nhưng thực tế các Lạt ma (Tăng sĩ) trong chùa Liên bang Nga lại chủ yếu là nam giới (*trong khi ở Việt Nam, Đài Loan, Hàn Quốc, Hoa Kỳ... số lượng ni chúng lại đông hơn tăng*). Điều này phản ánh rõ nét sự mất cân đối về số lượng tăng ni trong truyền thống Tạng truyền ở Nga.

Tổng kết chung về triển vọng Ni giới tại Nga

- Phật giáo Nga đang trong quá trình phục hưng mạnh mẽ sau thời kỳ Liên Xô.
- Truyền thống Tạng truyền địa phương hiện chưa có Ni đoàn tỳ-kheo-ni đầy đủ do gián đoạn lịch sử.
- Rào cản gia đình và công việc khiến nữ giới khó có thể xuất gia khi còn trẻ và khỏe mạnh.

Triển vọng và Nỗ lực:

- Các trung tâm Phật giáo đang rất hoan hỷ và chủ động khuyến khích nữ giới tu học (qua việc đi tu học ở nước ngoài, mở trường học tại Moscow năm 2026, kế hoạch khôi phục tịnh thất Ni ở Tuva...).
- Sự nhiệt huyết của các Phật tử nữ là nền tảng vững chắc cho sự phát triển Ni giới trong tương lai.

Hy vọng rằng với những nỗ lực hiện tại, hình ảnh Ni giới nữ Lạt ma tại các nước cộng hòa Phật giáo ở Nga sẽ ngày càng khởi sắc và cân bằng hơn trong tương lai. Ni viện Zungun Darzhaling Datsansẽ là một trong những datsan nữ hoạt động tích cực ở Buryatia, Nga, góp phần vào sự đa dạng văn hóa và tôn giáo của khu vực.

Ni trưởng TN Giới Hương và các nữ Lạt ma Ni viện Buryatia kinh hành niệm Phật, ngày 18/09/2025

8.11. Tu viện Kim Cương Tát Đỏa (Palace of Vajrasattva Buddha)

Tu viện Kim cương Tát đỏa (Palace of Vajrasattva Buddha) là tên gọi chính thức của Tu viện Khilgantuysky (Khilgantuysky Datsan), theo tiếng Nga và Buryat.

Tổng quan và Lịch sử

- **Vị trí:** Tu viện nằm ở làng Khilgantui, thuộc huyện Kyakhtinsky, Cộng hòa Buryatia, Nga.
- **Ý nghĩa tên gọi:** "Palace of Vajrasattva Buddha" (Cung điện của Phật Kim cương Tát đỏa) nhấn mạnh sự tôn thờ vị Phật Kim cương Tát đỏa (Vajrasattva) trong truyền thống Mật tông Phật giáo Tây Tạng.
- **Di sản lịch sử:** Đây là một địa điểm cực kỳ quan trọng trong lịch sử Phật giáo Nga, vì là nơi đặt ngôi chùa gỗ Phật giáo đầu tiên ở Buryatia.
- **Trụ sở đầu tiên:** Kể từ năm 1741, đây là nơi cư trú chính thức đầu tiên của các Pandito Khambo Lama (Tăng thống, người đứng đầu Phật giáo Nga) được nhà nước công nhận.

- **Phục hồi:** Tu viện ban đầu đã bị phá hủy trong thời kỳ đàn áp của Liên Xô. Tòa nhà hiện tại là một công trình được xây dựng lại và chính thức mở cửa trở lại vào ngày 30 tháng 9 năm 2019, đánh dấu sự hồi sinh của địa điểm lịch sử này.

Tu viện Khilgantuysky là một địa điểm linh thiêng, thu hút Phật tử và du khách đến chiêm bái và tìm hiểu về lịch sử Phật giáo sơ khai tại vùng Ngoại Baikal.

8.12. Tu viện Barguzinskiy Datsan

Barguzinsky Datsan là một tu viện Phật giáo tọa lạc tại Cộng hòa Buryatia, Nga, thuộc vùng chân núi của dãy Barguzin. Tuy không nổi tiếng bằng Tu viện Ivolginsky hay Tamchinsky Datsan nhưng đây vẫn là một địa điểm tâm linh quan trọng trong khu vực.

Thông tin chi tiết

- **Vị trí:** Nằm ở huyện Barguzinsky của Buryatia, gần làng Ust-Barguzin, bên bờ phía đông bắc hồ Baikal. Khu vực này nổi tiếng với vẻ đẹp tự nhiên hoang sơ, gần Khu bảo tồn thiên nhiên Barguzin.
- **Kiến trúc và Địa điểm:** Tu viện được xây dựng theo phong cách truyền thống Buryat. Điểm đặc biệt là con đường dẫn qua rừng đến một tảng đá thiêng, nơi các Phật tử thường xuyên thực hiện nghi lễ cầu nguyện.
- **Vai trò:** Đây là một trung tâm tôn giáo địa phương, phục vụ cộng đồng Phật tử sinh sống dọc theo thung lũng sông Barguzin và bờ hồ Baikal. Tu viện này là một phần của sự phục hưng Phật giáo ở Buryatia sau thời kỳ Xô viết.

Datsan Barguzinsky thường được khách du lịch đến tham quan kết hợp với việc khám phá cảnh quan thiên nhiên hùng vĩ của khu vực Barguzin và hồ Baikal.

8.13. **Tu viện Kurumkan Datsan "Gandan She Duvlin"**

Kurumkan Datsan "Gandan She Duvlin" là một tu viện Phật giáo tọa lạc tại làng **Kurumkan**, thuộc huyện Kurumkan, Cộng hòa Buryatia, Nga.

- **Tên gọi:** Tên chính thức đầy đủ là Gandan She Duvlin Datsan. Tên tiếng Buryat là "Kurumkan Khuree".
- **Vị trí:** Nằm ở vùng hẻo lánh của thung lũng Barguzin, một khu vực nổi tiếng với thiên nhiên hoang sơ và gần dãy núi Barguzin hùng vĩ.
- **Thành lập:** Tu viện ban đầu được thành lập vào năm 1818.
- **Lịch sử biến động:** Giống như nhiều cơ sở tôn giáo khác ở Nga, tu viện này đã bị đóng cửa và phá hủy trong các cuộc đàn áp tôn giáo dưới thời Liên Xô vào những năm 1930.
- **Phục hồi:** Tu viện đã được cộng đồng địa phương và tăng đoàn Phật giáo phục hồi và mở cửa trở lại trong thời kỳ hậu Xô viết, như một phần của sự hồi sinh văn hóa và tôn giáo Buryat.

Vai trò hiện tại

Ngày nay, Tu viện Kurumkan Datsan phục vụ như một trung tâm tinh thần quan trọng cho cộng đồng Phật tử sống ở phía bắc thung lũng Barguzin.

Đây là nơi tổ chức các nghi lễ tôn giáo truyền thống và duy trì các giáo lý của Phật giáo Tây Tạng truyền thống trong khu vực xa xôi này của Siberia.

8.14. Tu viện Tuddenshaddubchoylin Datsan

Tuddenshaddubchoylin Datsan là một tu viện Phật giáo tọa lạc tại thành phố Severobaikalsk, phía bắc Cộng hòa Buryatia, Liên bang Nga.

Thông tin chi tiết

- **Vị trí:** Khác với hầu hết các datsan khác tập trung ở phía nam Buryatia gần Mông Cổ, tu viện này nằm ở bờ phía bắc của Hồ Baikal, gần thành phố Severobaikalsk.
- **Kiến trúc:** Tu viện có kiến trúc Phật giáo đặc trưng của Buryat, nổi bật với cổng vào và các chánh điện được thiết kế độc đáo.
- **Vai trò địa phương:** Tu viện phục vụ cộng đồng Phật tử ở phía bắc khu vực Baikal, một nơi xa xôi và ít dân cư hơn so với thủ phủ Ulan-Ude.
- **Du lịch:** Tuddenshaddubchoylin Datsanlà một điểm tham quan bất ngờ và thú vị cho du khách khám phá vùng bắc Baikal, nơi họ có thể tìm hiểu về sự hiện diện của Phật giáo ở vùng cực bắc này.

8.15. Tên các chùa khác ở Buyatia, Chita và Irkutsk Oblasts

Để tham khảo thêm danh sách chùa chiền và tu viện tại Buryatia trong thời Nga hoàng và hiện nay, có các tài liệu lịch sử[88] còn ghi lại tên các cơ sở thờ tự Phật giáo Buyatia, Chita và Irkutsk Oblasts như sau:

1.Hambyn-Hure Datsan of Ulan-Ude: city of Ulan-Ude

2.Aga Datsan: Chita, Aga Buryat Autonomous Area, village of Aginskoye

3.Atsagat Datsan: Republic of Buryatia, village of Atsagat

4.Kurumkan Datsan: Republic of Buryatia, Kurumkansky (Huramhaanai in Buryat) District, village of Kurumkan

5.Sartul-Gegetuy Datsan: Republic of Buryatia, Jidinsky (Zede) District, village of Gegetuy

---

88 Nghệ Thuật Kiến Trúc Phật Giáo Nga. https://giahoithutrang.blogspot.com/2013/06/nghe-thuat-kien-truc-phat-giao_8694.html

6.Atagan-Dyrestuy Datsan: Republic of Buryatia, Jidinsky (Zede) District, village of Dyrestuy

7.Tabangut-Ichotuy Datsan: Republic of Buryatia, Jidinsky (Zede) District, village of Dodo-Ichotuy

8.Egita Datsan: Republic of Buryatia, Yeravninsky (Yaruunyn) District, village of Egita

9.Sanaga Datsan: Republic of Buryatia, Zakamensky (Zahaaminai) District, village of Sanaga

10. Ivolga Datsan: Republic of Buryatia, Ivolginsky (Ebilge) District, village of Vyerkhnyaya Ivolga website

11. Kizhinga Datsan: Republic of Buryatia, Kizhinginsky (Hezhengyn) District, village of Kizhinga

12. Baldan Breybun Datsan: Republic of Buryatia, Kyakhtinsky (Hyaagtyn) District, village of Murochi

13. Tugnui Datsan: Republic of Buryatia, Mukhorshibirsky (Muhar-Sheber) District, village of Mukhorshibir

14.Okinsky Datsan: Republic of Buryatia, Okinsky (Ahyn) District, village of Orlik

15.Tamcha (Gusinoozyorsk) Datsan: Republic of Buryatia, Selenginsky (Selenge) District, village of Gusinoye Ozero (Tamcha)

16.Kyren Datsan: Republic of Buryatia, Tunkinsky (Tünhen) District, village of Kyren

17.Hoymor Datsan: Republic of Buryatia, Tunkinsky (Tünhen) District, Arshan resort

18.Ugdan Datsan: Transbaikalia District, Chita Oblast, village of Ugdan

19.Ust-Orda (Abaganat) Datsan: Irkutsk Oblast, village of Ust-Orda

20.Ana Datsan: Republic of Buryatia, Khorinsky (Hori) District, village of Ana

21.Chesan Datsan: Republic of Buryatia, Kizhinginsky (Hezhengyn) District, village of Chesan

22.Chita Datsan: Transbaikalia Kray, Chita Oblast, city of Chita

23.Tsugol Datsan: Chita Oblast, village of Tsugol.

8.16. Viện bảo tàng tại các tu viện Buryatia

Nghệ thuật và di sản Phật giáo được trưng bày tại các bảo tàng lịch sử và nghệ thuật chính của chính phủ, và chính các tu viện (*datsan*) cũng đóng vai trò như những bảo tàng sống.

Dưới đây là danh sách, nơi có thể tìm thấy các hiện vật Phật giáo Buryatia như sau:

1. Bảo tàng Lịch sử Buryatia mang tên M.N. Khangalov

Đây là nơi lưu giữ bộ sưu tập hiện vật Phật giáo lớn nhất trong các bảo tàng thế tục ở Buryatia.[89]

- **Bộ sưu tập:** Tầng ba của bảo tàng được dành riêng cho nghệ thuật Phật giáo, trưng bày nhiều tác phẩm điêu khắc, tranh vẽ (*thangka*), mặt nạ tôn giáo và trang phục múa Cham đã được bảo vệ khỏi sự phá hủy trong thời kỳ Xô viết.
- **Tập bản đồ Y học Tây Tạng:** Bảo tàng nổi tiếng vì lưu giữ bản sao chính xác của tập bản đồ Y học Tây Tạng quý hiếm từ thế kỷ 17.

2. **Bảo tàng Dân tộc học** (trên đường Poselok Verkhnyaya Berezovka, cách trung tâm thành phố 8 km về phía đông bắc). Nơi đây có những ngôi lều truyền thống của người Buryat bản địa, chùa Phật giáo, những ngôi mộ thời tiền sử và một vườn thú quy mô nhỏ.

---

89 Museum of the History of Buryatia named after M.N. Khangalov. https://idemvmuzei.ru/en/catalog/museum/muzej-istorii-buratii-im-m-n-hangalova

Ni trưởng TN Giới Hương và Ninh Hải
ở cổng vào Viện bảo tàng Dân Tộc, ngày 18/09/2025

3. Bảo tàng Lịch sử, 26 đường Lenin. Nơi này trưng bày sách vở, trang phục và đồ tạo tác quý hiếm của khu vực. Những hiện vật trong bảo tàng liên quan đến ba tôn giáo khác nhau: Phật giáo, Shaman giáo và Thiên Chúa giáo.

4. Viện Bảo tàng Tu viện Ivolginsky (Ivolginsky Datsan)

Bản thân tu viện này là một "bảo tàng sống" và là trung tâm tinh thần của Phật giáo Nga.

Nhục thân Bất hoại: Điểm nhấn quan trọng nhất là nơi an vị nhục thân bất hoại của Cố Lạt ma Hambo Lama Itigelov thứ 12, một hiện tượng tâm linh và khoa học bí ẩn, mà du khách có thể chiêm bái trong một ngôi bảo tháp đặc biệt.

Bảo tàng Lịch sử Datsan: Tu viện cũng có một bảo tàng nhỏ riêng kể về lịch sử đầy thăng trầm của Phật giáo ở Nga, từ khi thành lập đến thời kỳ đàn áp và phục hưng.

5. Tu viện Egituysky (Egituysky Datsan)

Tu viện này nổi tiếng vì lưu giữ pho tượng Phật Thích Ca Mâu Ni bằng gỗ đàn hương (Zandan Zhuu) huyền thoại, được coi là bảo vật linh thiêng nhất của Phật giáo Nga.

6. Viện Bảo tàng Ermitage Quốc Gia (St. Petersburg)

Một phần đáng kể các kiệt tác nghệ thuật Phật giáo Buryat cũng đang được trưng bày trong các bộ sưu tập của Bảo tàng Ermitage nổi tiếng thế giới ở St. Petersburg, Nga

Ni trưởng TN Giới Hương đang chiêm ngưỡng Chuông đồng Tây Tạng cổ đại ở Viện bảo tàng Dân Tộc, ngày 18/09/2025

Chương 6

PHẬT GIÁO TẠI NƯỚC CỘNG HÒA TỰ TRỊ TUVA

1. Lịch sử nước Cộng hòa Tự trị Tuva
2. Nước Cộng hòa Tự trị Tuva ngày nay
3. Lịch sử Phật giáo Tuva
4. Phật giáo ở Tuva ngày nay
5. Đức Natsyk Dorju – Vị Lạt ma Thượng thủ lãnh đạo tối cao của Phật giáo Tuva
6. Các Hội nghị và Trường Phật học tại Tuva
7. Các Chùa Phật giáo Tuva

   7.1.Tu viện Thubten Shedrub Ling

   7.2. Tu viện Tsechenling

   7.3. Tu viện Ustuu-Khuree

   7.4. Chùa Rabten Tashi Choyhorling

   7.5. Chùa KhureeTashipandelin

   7.6. Các địa điểm tâm linh khác

***

Cộng hòa Tuva/Tyva (tiếng Nga: Респу́блика Тыва́, chuyển tự: *Respublika Tyva*, IPA: [rʲɪˈspublʲɪkə tɨˈva]; tiếng Tuva: Тыва Республика, *Tyva Respublika*), Tuva (tiếng Nga: Тувá) hay Đường Nỗ Ô Lương Hải (唐努烏梁海 - tên gọi vào thời nhà Thanh), là một nước cộng hòa thuộc chủ thể liên bang của Nga.[90]

Quốc kỳ Tuva

Quốc huy Tuva

1. Lịch sử nước Cộng hòa Tự trị Tuva

Cộng hòa Tuva nằm ở vùng Siberia của Nga. Nền văn minh của nó có niên đại 2700 năm, theo những phát hiện khảo cổ học gần đây của Đức.[91] Lịch sử Tuva là một quá trình chuyển đổi phức tạp từ sự thống trị của các đế quốc Mông Cổ và Trung Quốc sang một quốc gia độc lập chịu ảnh hưởng nặng nề của Liên Xô, và cuối cùng trở thành một chủ thể liên bang của Nga.

Các mốc lịch sử chính

a. Thời kỳ tiền hiện đại (trước thế kỷ 20): Vùng Tuva từng nằm dưới sự kiểm soát của nhiều đế chế khác nhau, bao gồm người Turk, người Duy Ngô Nhĩ, người Kyrgyz, và người Mông Cổ. Từ năm 1757 đến năm 1911, Tuva là một phần của Đế chế Mãn Châu (nhà Thanh) của Trung Quốc.

---

90 Republic of Tyva. http://gov.tuva.ru/

91 Cộng hòa Nhân dân Tuva. https://vi.wikipedia.org/wiki

b. Sự bảo hộ của Nga (1914): Sau sự sụp đổ của nhà Thanh năm 1911, các quý tộc Tuva tìm kiếm sự bảo hộ từ Đế quốc Nga. Năm 1914, Nga chính thức biến Tuva (lúc đó gọi là Uriankhai Krai) thành một xứ bảo hộ của mình.

c. Cộng hòa Nhân dân Tuva (1921-1944): Sau Cách mạng Nga, với sự hỗ trợ của Nga Xô viết, Cộng hòa Nhân dân Tuva (ban đầu là Cộng hòa Tannu-Tuva Ulus) được thành lập vào ngày 14 tháng 8 năm 1921, tuyên bố độc lập. Mặc dù về mặt pháp lý là một quốc gia độc lập (được Liên Xô và Mông Cổ công nhận), trên thực tế đây là một phần của Liên Xô.

d. Sáp nhập vào Liên Xô (1944): Trong Chiến tranh thế giới thứ hai, vào tháng 10 năm 1944, theo "yêu cầu" của quốc hội Tuva, Liên Xô đã sáp nhập Tuva và biến nó thành **Tỉnh tự trị Tuva** thuộc Cộng hòa Xã hội chủ nghĩa Xô viết Liên bang Nga (*Russian Soviet Federative Socialist Republic*).

e. Cộng hòa Xã hội chủ nghĩa Xô viết Tự trị Tuva (1961): Tình trạng hành chính của Tuva được nâng cấp lên thành Cộng hòa Xã hội chủ nghĩa Xô viết Tự trị Tuva (*Tuvan Autonomous Soviet Socialist Republic*) vào ngày 10 tháng 10 năm 1961.

f. Thời kỳ hậu Xô viết (1991 đến nay): Sau khi Liên Xô tan rã, Tuva trở thành nước Cộng hòa Tuva, một chủ thể tự trị hoàn toàn thuộc Liên bang Nga. Một hiến pháp mới được thông qua vào năm 1993, xác định tên chính thức là Tyva.

2. Nước Cộng hòa Tự trị Tuva ngày nay

Cộng hòa Tuva là một trong 85 chủ thể liên bang của Nga. Cơ quan quản lý tại Tuva là Đại Khural, cơ quan này bầu lên một chủ tịch có nhiệm kì bốn năm. Thủ hiến hiện nay là ông Vladislav Khovalyg. Ông nhậm chức từ năm 2021, thay thế cho Sholban Kara-ool.

Dưới đây là tổng quan về Tuva ngày nay:

2.1. Địa lý và Dân cư

Vị trí: Nằm tại cực nam của Siberia, giáp với Mông Cổ về phía nam. Thủ đô Kyzyl của cộng hòa Tuva nằm gần "trung tâm châu Á" về mặt địa lý. Phần phía đông của nước cộng hòa chủ yếu là rừng và có địa hình cao, và phía tây là một vùng đất thấp và khô.

Lãnh thổ Cộng hòa Tuva là một bồn địa núi có độ cao khoảng 600m so với mực nước biển, được các dãy núi Sayan và Tannu-Ola bao quanh.

Các dãy núi và đồi thấp chiếm đến 80% diện tích của nước cộng hòa.

Núi Mongun-Tayga ‹Núi Bạc› (3.970 m) là điểm cao nhất tại Siberi và cũng cùng tên với sông băng trên núi.

Từ trái: Lập, Ninh Hải, NT TN Giới Hương, và Lâm đứng tại Đài tưởng niệm "trung tâm châu Á," thủ phủ Kyzyl, Tuva,[92] chụp ngày 22/09/2025

---

92 Đài tưởng niệm "Trung tâm châu Á" ở Kyzyl, Tuva, được dựng lên bên bờ sông Yenisei để đánh dấu vị trí được cho là chính xác của trung tâm châu Á. Vị trí: Đài tưởng niệm nằm ở khu vực Tos-Bulak, phía nam thành phố, tại nơi hợp lưu của sông Great Yenisei (Bii-Khem) và Little Yenisei (Kaa-Khem) để tạo thành sông Yenisei chính.

Biên giới: *Bên trong Liên bang Nga:* Cộng hòa Khakassia (Tây bắc/bắc), Krasnoyarsk (bắc), Irkutsk (bắc/đông bắc), Cộng hòa Buryat (đông), Cộng hòa Altai (tây nam/tây)

Quốc tế: Mông Cổ (nam) (chiều dài biên giới: 1.305 km (811 mi) (giáp các tỉnh Uvs, Zavkhan, Khovsgol

Tổng diện tích: 168.604 km² (khoảng 65.098 dặm vuông). Khoảng 80% diện tích lãnh thổ của Tuva là địa hình đồi núi, bao gồm các dãy núi Sayan ở phía bắc và Tannu-Ola ở phía nam.

Thủ đô: Kyzyl, thành phố nằm gần trung tâm địa lý của châu Á, nơi có một tượng đài đánh dấu điểm này.

Dân số: Khoảng 338.300 người. người (theo điều tra dân số năm 2025).[93] Người dân Tây Tạng và Tuva có mối liên hệ và gắn kết lâu đời về mặt lịch sử, văn hóa và tôn giáo kể từ thế kỷ 18, khi Phật giáo bắt đầu lan rộng ở vùng Tuva. Họ ăn Tsampa (bột lúa mạch rang chín và nghiền nhuyễn) và bò Tây Tạng là loài động vật phổ biến.

Dân tộc: Không giống như nhiều nước cộng hòa tự trị khác ở Nga, người Tuva bản địa chiếm đa số áp đảo, khoảng 80% dân số.

Ngôn ngữ: Tiếng Tuva (thuộc ngữ hệ Turk) và tiếng Nga đều là ngôn ngữ chính thức. Cư dân tại nước cộng hòa là người Tuva, tuy nhiên tiếng Nga được sử dụng rộng rãi tại đây. Tiếng Anh không phổ biến, cho nên đi du lịch cần máy thông dịch hay hướng dẫn viên biết tiếng Anh.

Khí hậu lục địa khắc nghiệt: Tuva trải qua sự chênh lệch nhiệt độ lớn giữa mùa hè và mùa đông. Mùa đông lạnh giá, mùa hè ấm áp, lượng mưa thấp. Mưa ít vào mùa hè, rất ít tuyết vào mùa đông, với lượng mưa trung bình hàng năm thấp ở vùng đồng bằng.

---

93 Dân số: Khoảng 338.300 người. người (theo điều tra dân số năm 2025). Số liệu này dựa trên các nguồn thống kê chính thức của Nga và các dự báo dân số gần đây. Con số này cho thấy sự tăng nhẹ so với dữ liệu điều tra dân số chính thức năm 2021 là 336.651 người.

Đất đóng băng vĩnh cửu: Hầu hết diện tích Tuva bị ảnh hưởng bởi tầng đất đóng băng vĩnh cửu, một đặc điểm phổ biến ở Siberia.

Những điều kiện khí hậu này có ảnh hưởng sâu sắc đến đời sống người dân, hệ sinh thái và sự phát triển kinh tế của khu vực Tuva.

2.2. Văn hóa

Tuva duy trì một nền văn hóa du mục truyền thống và độc đáo, được biết đến rộng rãi trên thế giới:

Ca hát: Tuva nổi tiếng toàn cầu với kỹ thuật hát *khoomei* (hát 喉), một loại hình nghệ thuật thanh nhạc độc đáo cho phép người hát tạo ra nhiều âm thanh cùng lúc.

Tôn giáo: Tôn giáo chính trong khu vực là sự pha trộn giữa Phật giáo Tây Tạng và Shaman giáo.

Phong cách sống: Chăn nuôi gia súc (bò, cừu, dê, ngựa, lạc đà) vẫn là ngành nông nghiệp quan trọng và xác định lối sống của hơn 45% dân số nông thôn.

2.3. Kinh tế và Thách thức

a) Kinh tế: Tuva vẫn là một trong những khu vực kém phát triển nhất ở Liên bang Nga và phụ thuộc nhiều vào trợ cấp từ chính quyền liên bang.

Tài nguyên: Khu vực này giàu tài nguyên khoáng sản tự nhiên, bao gồm than đá, quặng sắt, vàng, coban, và đặc biệt là trữ lượng lithium lớn nhất nước Nga (gần 30% tổng trữ lượng). Lãnh thổ Cộng hòa Tuva là một bồn địa núi có độ cao khoảng 600 m so với mực nước biển, được các dãy núi Sayan và Tannu-Ola bao quanh. Các dãy núi và đồi thấp chiếm đến 80% diện tích của nước cộng hòa. Núi Mongun-Tayga 'Núi Bạc' (3.970 m) là điểm cao nhất tại Siberi và cũng cùng tên với sông băng trên núi.

Hạn chế cơ sở hạ tầng: Sự cô lập về địa lý là một thách thức lớn. Hiện tại không có tuyến đường sắt kết nối trực tiếp với thủ đô Kyzyl, việc vận chuyển hàng hóa chủ yếu dựa vào đường bộ và đường hàng không hạn chế (một tuần có hai chuyến về thủ đô Moscow).

Các vấn đề xã hội: Tỷ lệ thất nghiệp cao và mức sống thấp hơn so với các vùng khác của Nga là những vấn đề dai dẳng.

Chính phủ Tuva đang nỗ lực thu hút đầu tư, đặc biệt là vào ngành khai khoáng và du lịch sinh thái, để phát triển kinh tế địa phương, cân bằng giữa phát triển hiện đại và bảo tồn di sản văn hóa độc đáo của mình.

Ni trưởng TN Giới Hương và hai cô gái Tuva, chụp ngày 22/09/2025

3. Lịch sử Phật giáo Tuva

Lịch sử Phật giáo ở Tuva là một câu chuyện về sự du nhập, phát triển mạnh mẽ, bị đàn áp khắc nghiệt, và sau đó là sự hồi sinh trong thời kỳ hiện đại.

3.1. Du nhập và Phát triển ban đầu (Thế kỷ 13 - 18)

Tiếp xúc ban đầu: Người Tuva tiếp xúc với Phật giáo lần đầu tiên vào khoảng thế kỷ 13 và 14, trong thời kỳ họ là một phần của Đế chế Mông Cổ. Các tàn tích chùa chiền Phật giáo sớm nhất được tìm thấy ở Tuva có niên đại từ thời kỳ này.

Phật giáo Tây Tạng chiếm ưu thế: Vào cuối thế kỷ 17 đến đầu thế kỷ 18, Phật giáo Tây Tạng (đặc biệt là truyền thống Gelug, hay "Mũ vàng") đã lan truyền mạnh mẽ từ Mông Cổ lên phía bắc đến Tuva.

Đồng tôn giáo với Shaman giáo: Phật giáo không thay thế hoàn toàn tôn giáo bản địa của người Tuva là Shaman giáo (Tengriism) mà cùng tồn tại song song. Nhiều yếu tố Shaman giáo (cúng tế) được tích hợp vào Phật giáo địa phương, dẫn đến sự pha trộn độc đáo vẫn thấy ngày nay.

Thành lập tu viện: Những tu viện (*khure*) cố định đầu tiên được xây dựng vào những năm 1770, mô phỏng theo các tu viện Mông Cổ. Tu viện trưởng được kính trọng nhất của Tuva về mặt tinh thần trực thuộc các Bogdo Gegen ở Urga, Mông Cổ. Trong suốt thời kỳ này, dưới sự cai trị của nhà Thanh Trung Quốc, Phật giáo và Shaman giáo được coi là hai tôn giáo cấp nhà nước.

3.2. Giai đoạn Xô viết và sự Đàn áp (1920 - 1980)

Chính sách tôn giáo ban đầu: Sau khi Cộng hòa Nhân dân Tuva được thành lập vào năm 1921, chính phủ ban đầu bảo vệ Phật giáo. Các Lạt ma Phật giáo có ảnh hưởng chính trị và xã hội mạnh mẽ.

Đàn áp khắc nghiệt: Tuy nhiên, khi ảnh hưởng của Liên Xô gia tăng vào cuối những năm 1920 và 1930, chính sách đàn áp tôn giáo áp dụng. Phật giáo bị đàn áp dữ dội nhất so với các tôn giáo khác ở Liên Xô.

Các tu viện và chùa chiền bị đóng cửa hoặc san bằng.

Tăng sĩ bị bắt bớ, bỏ tù hoặc xử tử.

Đến những năm 1940, không còn bất kỳ ngôi chùa hoạt động hay vị Lạt ma nào ở Tuva.

3.3. Hồi sinh từ sau năm 1991

Perestroika và sự hồi sinh: Cuộc cải tổ *Perestroika*[94] vào cuối những năm 1980 đã mở ra cơ hội cho sự hồi sinh tôn giáo.

94 Perestroika (tiếng Nga: Перестройка, có nghĩa là "cải tổ" hoặc "tái cơ

Các cộng đồng Phật giáo đầu tiên được đăng ký trở lại vào năm 1988-1989.

Sự hỗ trợ từ Đạt Lai Lạt Ma: Chuyến thăm công khai đầu tiên của Đạt Lai Lạt Ma thứ 14 tới các khu vực Phật giáo Nga, bao gồm Tuva, vào đầu những năm 1990 đã thúc đẩy mạnh mẽ quá trình hồi sinh Phật giáo này.

Phát triển hiện tại: Ngày nay, Phật giáo Tây Tạng là một phần không thể thiếu trong bản sắc văn hóa Tuva. Nhiều tu viện mới đang được xây dựng lại. Tu viện Phật giáo chính của Tuva Thubten Shedrub Ling hiện đã khánh thành theo sáng kiến của Bộ trưởng Quốc phòng Nga Sergey Shoigu (người gốc Tuva). Tăng đoàn Phật giáo Tuva đã bầu ra Đức Gelek Natsyk Dorju, Kamby Lama thứ chín (Thượng thủ lảnh đạo tối cao Phật giáo tại Tuva) vào ngày 4 tháng 10 năm 2020.

4. Phật giáo ở Tuva ngày nay

Phật giáo ở Cộng hòa Tuva ngày nay đang trải qua một giai đoạn phục hưng mạnh mẽ sau nhiều thập kỷ bị đàn áp dưới thời Liên Xô, trở thành một phần không thể thiếu trong bản sắc văn hóa và tinh thần của người dân nơi đây.

Dưới đây là một số khía cạnh nổi bật của Phật giáo Tuva ngày nay:

4.1. Phục hưng và Phát triển

Dân số Phật tử: Khoảng 60% dân số Cộng hòa Tuva tự nhận mình là Phật tử. Con số này tương đương với khoảng 186.000 người (trên dân số toàn Tuva khoảng 338.300 người),[95]

cấu") là một loạt các cải cách kinh tế và chính trị sâu rộng được khởi xướng bởi Tổng Bí thư Đảng Cộng sản Liên Xô Mikhail Gorbachev vào giữa thập niên 1980.
Chính sách này nhằm mục đích vực dậy nền kinh tế Liên Xô đang trì trệ và suy yếu, vốn bị ảnh hưởng bởi thời kỳ trì trệ kéo dài và gánh nặng chi tiêu quân sự trong Chiến tranh Lạnh.

95 Năm 2025, dân số của Cộng hòa Tuva là khoảng 338.300 người.

làm cho Tuva trở thành một trong những khu vực có tỷ lệ người theo đạo Phật cao nhất tại Liên bang Nga, bên cạnh Kalmykia và Buryatia. Phần lớn theo Phật giáo Tây Tạng-Mông Cổ. Tôn giáo này chủ yếu được thực hành ở các khu vực của Nga như các nước cộng hòa Buryatia, Kalmykia, Altai, Tuva và Lãnh thổ Zabaikalsky (ngoại Baikal).

Tuva trong thế kỷ XX: Cho đến đầu thế kỷ 20, lãnh thổ Cộng hòa Tuva là một phần của Mông Cổ, vì vậy, về mặt lịch sử, Phật giáo đã lan rộng ở đó. Trong thế kỷ 20, một số quý tộc địa phương đã yêu cầu quy phục chế độ bảo hộ của Nga. Sau đó, với sự giúp đỡ của Liên Xô, Cộng hòa Nhân dân Tuva độc lập đã được thành lập. Trong Thế chiến II, người Tuva đã tích cực hỗ trợ Liên Xô, chiến đấu chống lại Hitler và cung cấp ngựa, gia súc và lương thực. Và, vào năm 1944, Tuva trở thành một phần của Cộng hòa Xô viết Nga với quyền tự chủ.

Số lượng tu viện và lạt ma Phật giáo: Vào những năm 1920, Tuva có 19 tu viện Phật giáo và khoảng 3.000 Lạt-ma Phật giáo. Mặc dù độc lập về mặt hình thức, Tuva thực chất nằm dưới sự kiểm soát của Liên Xô, và vào những năm 1930, cũng đã xảy ra một cuộc thanh trừng hàng loạt và đấu tranh chống lại tôn giáo. Tất cả các ngôi chùa đều bị đóng cửa và Phật tử bị đàn áp.

Tự do tôn giáo: Kể từ khi Liên Xô sụp đổ, Tuva đã cho phép tự do tôn giáo, và Phật giáo đã nhanh chóng trở thành tôn giáo chiếm ưu thế. Chính quyền địa phương tích cực hỗ trợ việc phục dựng các cơ sở tôn giáo và khuyến khích truyền thống văn hóa.

Theo Lạt ma Lubsan, vị trợ lý của ngài Gelek Natsyk Dorju, Thượng thủ Phật giáo Tuva, cho biết tại "Tại Nga có 47 di tích cổ thì 45 trong số đó đã được tái xây dựng. Trong qua khứ, Tuva có khi có cả 5000 vị Lạt ma tu học tại đây" Điều này cho thấy Phật giáo Nga đang hồi phúc và phát triển lại.

Sự hỗ trợ của chính phủ: Đáng chú ý, Bộ trưởng Quốc phòng Nga Sergey Shoigu, người gốc Tuva, là một nhân vật quan trọng thúc đẩy việc xây dựng các tổ hợp chùa chiền mới, điển hình là việc khởi công xây và khánh thành tu viện lớn Tubten Shedrub Ling ở thủ đô Kyzyl vào ngày 28, tháng 4 năm 2023.

Vị thế tôn giáo chính: Cùng với Shaman giáo, Phật giáo Tây Tạng là tôn giáo chính và được coi trọng nhất trong cộng đồng người Tuva bản địa, với khoảng 62% dân số Tuva tự nhận mình là Phật tử. Vì Tuva là vùng cuối cùng (so với Buryatia, Kalmykia...) gia nhập Liên Xô cũ, nên đây là vùng muộn nhất có đa số người dân theo đạo Phật.

4.2. Đặc điểm và Thực hành

Truyền thống Gelug: Phật giáo Tuva theo truyền thống Gelug (Mũ Vàng) của Phật giáo Tây Tạng, giống như ở Mông Cổ và các nước cộng hòa Phật giáo khác của Nga (Kalmykia và Buryatia).

Người đứng đầu tinh thần: Cộng đồng Phật giáo Tuva được dẫn dắt bởi một vị *Kamby Lama* (Khambo Lama), người đứng đầu tinh thần của Phật giáo Tuva. Vị trí này được bầu cử và đóng vai trò quan trọng trong việc điều phối các hoạt động tôn giáo và duy trì mối liên hệ với các trung tâm Phật giáo quốc tế. Hiện nay Đức Gelek Natsyk Dorju (tên đời là Sergek Olegovich Saryglar) là Kamby Lama thứ chín (Lạt ma Thượng thủ lãnh đạo tinh thần tối cao) của Phật giáo tại Cộng hòa Tuva.

Hòa trộn với Shaman giáo: Một nét độc đáo của Tuva là sự chung sống hài hòa và hòa trộn giữa Phật giáo và Shaman giáo. Nhiều Phật tử Tuva cũng tham gia các nghi lễ Shaman giáo truyền thống, tôn trọng cả Lạt ma và các pháp sư cúng tế (*shaman*). Các thực hành như treo cờ nhiều màu cầu nguyện (*lungta*) hay cúng dường tại các đền thờ ngoài trời (*ovaa*) rất phổ biến.

4.3. Cơ sở hạ tầng Tôn giáo

Chùa và Tu viện: Nhiều ngôi chùa và tu viện đã được xây dựng lại hoặc phục chế. Tu viện Tsetsenling ở Kyzyl được tái xây dựng và Trung tâm Phật giáo Tubten Shedrub Ling được xây mới với quy mô lớn. Cùng nhiều cở sở chùa, tu viện khác đang thành lập.

Giáo dục Phật giáo: Đã có những nỗ lực nhằm đào tạo các thế hệ Lạt ma trẻ mới ngay tại địa phương hoặc gửi các Lạt ma đến các trường đại học Phật giáo ở Mông Cổ và Ấn Độ để tu học chuyên sâu, đảm bảo sự liên tục của truyền thống.

Phật giáo ngày nay: Không chỉ là một hệ thống tín ngưỡng mà còn là trụ cột giữ gìn ngôn ngữ, văn hóa, và bản sắc dân tộc của người Tuva trong Liên bang Nga hiện đại.

5. Đức Natsyk Dorju – Vị Lạt ma Thượng thủ lãnh đạo tối cao của Phật giáo Tuva

Ngày nay, khoảng 60% dân số Tuva theo đạo Phật và nước cộng hòa này đã bầu ra vị lãnh đạo tinh thần của riêng mình, được gọi là 'Kamby' là vị Thượng thủ lãnh đạo tối cao.

Đức **Gelek Natsyk Dorju** (tên đời là **Sergek Olegovich Saryglar**) 45 tuổi, có bằng Tiến sĩ Phật học, được cộng đồng tăng sĩ Lạt ma, đại diện các tổ chức Phật giáo ở Tuva đã bầu chọn vào ngày 04 tháng 10 năm 2020, trở thành vị **Kamby Lama thứ chin**, vị Lạt ma Thượng thủ lãnh đạo tinh thần tối cao của Phật giáo tại Cộng hòa Tuva, sau khi vị Kamby Lama thứ tám tiền nhiệm là Jampel Lodoy viên tịch vì biến chứng liên quan đến COVID-19.

Đức Gelek Natsyk Dorju đã theo học 5 năm tại trường Đại học Ivolginsky Datsan ở Buryatia, một trong những tu viện Phật giáo quan trọng nhất tại Nga. Ngài đã nhận bằng *Geshe* (tương đương học vị Tiến sĩ Triết học Phật giáo) vào năm 2015.

Trước khi nhậm chức: Trước khi được làm Thượng thủ lãnh đạo (Kamby Lama), ngài đã tu tập và trụ trì chùa Phật giáo Tsechenling ở thủ đô Kyzyl và là trưởng ban trị sự Tăng đoàn, người đại diện các Lạt ma của vùng Tuva tại đó.

Vai trò hiện tại: Với tư cách là Lạt ma Thượng thủ, đứng đầu Phật giáo Tuva, ngài chịu trách nhiệm lãnh đạo Tăng đoàn (Sangha), giám sát các hoạt động tôn giáo, thúc đẩy giáo dục Phật giáo, và duy trì các mối quan hệ với các trung tâm Phật giáo khác trên thế giới, bao gồm cả Mông Cổ và Ấn Độ. Ngài đóng vai trò quan trọng trong việc bảo tồn và phát huy di sản Phật giáo Tây Tạng độc đáo của người Tuva.

Đức Thượng thủ Gelek Natsyk Dorju (ngồi), Lạt ma trợ lý Lubsan (trái), Lạt ma truyền thông (phải), NT TN Giới Hương, Ninh Hải và Lâm tại văn phòng của Thượng thủ, chụp ngày 22/09/2025

Quy trình bầu chọn và giới thiệu tân Thượng thủ Phật giáo Cộng hòa Dân chủ Tuva: Về hình thức chọn vị Thượng thủ, kể từ năm 1997, lãnh đạo Phật giáo cao nhất của Cộng hòa Dân chủ Tuva được bầu chọn một cách dân chủ, với nhiệm kỳ là 5 năm. Quyết định tổ chức bầu cử do Hội đồng Ydyk Khural – cơ quan điều hành đại diện Tăng đoàn các Lạt ma (Kamby Lama) – đưa ra trong phiên họp của mình.

Cuộc bầu chọn vừa qua có sự tham gia của 98 Lạt ma Phật giáo (bao gồm các trụ trì tu viện) cùng đại diện các tổ chức và cộng đồng Phật giáo tại Tuva. Quy trình bầu cử gồm hai vòng: bốn ứng viên được đề cử ban đầu, sau đó hai vị được chọn ra để tiếp tục bình chọn. Kết quả chung cuộc, ngài Gelek Natsyk Dorju đã nhận được đa số phiếu cho vị trí lãnh đạo Phật giáo Tuva.

Ngay sau khi kết quả được công bố, ngài Tăng thống Pandito Khambo Lama Damba Badmayevich Ayusheev thứ 24 (*vị lãnh đạo Phật giáo Cộng hòa Tự trị Buryatia và Giáo hội Phật Liên bang Nga*) và ngài Telo Tulku Rinpoche (*vị Lạt ma Thượng thủ lãnh đạo Phật giáo Cộng hòa Tự trị Kalmykia*), cùng các đại diện của Đức Đạt-lai-lạt-ma tại Nga và Mông Cổ – đã gửi thư chúc mừng đến tân lãnh đạo.

6. Các Hội nghị và Trường Phật học tại Tuva

6.1. Các hội nghị Phật giáo

Mặc dù Tuva là một khu vực quan trọng đối với Phật giáo ở Nga, nhưng chưa có Diễn đàn Phật giáo Quốc tế lớn (*International Buddhist Forum*) nào được tổ chức riêng tại Tuva; thay vào đó, một diễn đàn lớn gần đây đã được tổ chức tại Kalmykia, một khu vực Phật giáo khác của Nga. Tuy nhiên, Tuva đã từng là nơi tổ chức một hội nghị lớn trong quá khứ và là một trong ba khu vực cốt lõi, cùng với Kalmykia và Buryatia, thường xuyên hợp tác tổ chức các sự kiện này.

6.2. Các sự kiện trước đây tại Tuva

• Hội nghị Phật giáo Quốc tế 2016 (*2016 International Buddhist Conference*): Buddhistdoor Global đã đưa tin về một hội nghị năm 2016 tại Tuva được ca ngợi là sự hồi sinh của Phật giáo trong khu vực.

• **Hợp tác trên các diễn đàn khác** (Collaboration on other forums):

Cộng đồng Phật giáo Tuva thường tham gia vào các sự kiện được tổ chức tại hai khu vực "Tam giác Vàng" (Buryatia, Tuva and Kalmykia), chẳng hạn như:

i. Diễn đàn Phật giáo Quốc tế lần thứ nhất (2023) được tổ chức tại Ulan-Ude, Buryatia, từ ngày 17 đến 19 tháng 8 năm 2023.

o Trọng tâm: Diễn đàn nhấn mạnh việc xây dựng một nền tảng cho đối thoại quốc tế về triết lý và thực hành Phật giáo, đồng thời thúc đẩy hợp tác giữa các tổ chức Phật giáo

ii. Diễn đàn Phật giáo Quốc tế lần thứ ba (*Third International Buddhist Forum 2025*): Diễn đàn này diễn ra tại Elista, Kalmykia, từ ngày 26 đến 28 tháng 9 năm 2025.

o Chủ đề: Diễn đàn thảo luận về sự phát triển của y học cổ truyền, ảnh hưởng của các giá trị Phật giáo đối với các ưu tiên kinh tế và vai trò của di sản Phật giáo trong du lịch.

6.2. Trường Phật học tại khu phức hợp Pu viện Thubten Shedrub Ling

Vào ngày 23 tháng 10 năm 2025, trường Đại học Phật giáo Nga đã được khai trương long trọng tại thủ phủ Kyzyl (Cộng hòa Tuva, nam Siberia) tại khu phức hợp tu viện Thubten Shedrub Ling.[96]

Theo Thủ hiến Tuva, ông Vladislav Khovalyg cho biết rằng việc mở trường Đại học Phật giáo tại Trung tâm Phật giáo tu viện Thubten Shedrub Ling mang nhiều định hướng phát triển như sau:

"Sự kiện này là bước phát triển quan trọng nhất trong sự phát triển của truyền thống Phật giáo tại Nga và là động lực mạnh mẽ cho sự phát triển tâm linh của người dân nước cộng hòa Tuva này. <...> Nhiệm vụ chính của trường đại học là đào tạo các giáo sĩ Lạt ma có trình độ học vấn cao và đạo hạnh, nhưng sứ mệnh chung của trường còn rộng lớn hơn nhiều - trở thành một trung tâm nghiên cứu di sản phong phú nhất của triết

96 Trường Đại học Phật giáo Nga đã được khai trương long trọng tại thủ phủ Kyzyl (Cộng hòa Tuva, nam Siberia) tại khu phức hợp tu viện Thubten Shedrub Ling, vào ngày 23 tháng 10 năm 2025.
https://www.facebook.com/RusEmbSriLanka/posts/

học, nghệ thuật, lịch sử và ngôn ngữ Phật giáo, một trung tâm giáo dục, phát triển tinh thần và nhân cách không chỉ cho người dân Tuva, mà còn cho cả nước Nga và toàn thế giới".

Chương trình đào tạo của trường: triết học Phật giáo, biểu tượng học và y học. Ngoài ra còn có thư viện, phòng thí nghiệm y học, cơ sở thực hành cho các nghệ sĩ, v.v.

(Head of Tuva Mr. Vladislav Khovalyg:

"This event is the most important stage in the development of the Buddhist tradition in Russia and a powerful impetus for the spiritual growth of the inhabitants of the republic. <...> The main task of the university is to train highly educated clergymen, but its general mission is much broader - to become a center for the study of the richest heritage of Buddhist philosophy, art, history and languages, a center of education, spiritual and personal improvement not only for the residents of Tuva, but also for Russia, and the whole world".)

Dự án này đang trong giai đoạn sơ khởi và cần nhiều điều kiện phía trước. Mặc dù Lễ Khai trương Đại học đã thành công, những thách thức trong quá trình thành lập và vận hành một cơ sở giáo dục Phật giáo tại đây bao gồm:

1. Thách thức về cơ sở vật chất và tài chính

Xây dựng và hoàn thiện: Việc xây dựng tu viện và các khu học xá là một dự án lớn kéo dài nhiều năm, phụ thuộc vào nguồn tài trợ từ các nhà hảo tâm và các tổ chức phi lợi nhuận. Việc đảm bảo nguồn vốn ổn định để hoàn thiện toàn bộ khuôn viên, bao gồm thư viện, phòng thí nghiệm y học và nơi ở cho tăng ni, là một thách thức không nhỏ.

Điều kiện địa lý và khí hậu: Vị trí ở Siberia đồng nghĩa với mùa đông khắc nghiệt, gây khó khăn cho việc xây dựng và duy trì cơ sở vật chất, cũng như ảnh hưởng đến điều kiện sống và học tập của tăng ni, phật tử.

2. Thách thức về giáo dục và học thuật

Chương trình giảng dạy: Cần xây dựng một chương trình học cân bằng giữa triết học Phật giáo truyền thống, nghệ thuật, lịch sử, ngôn ngữ với các tiêu chuẩn học thuật hiện đại được Nga công nhận.

Giảng viên và chuyên gia: Việc thu hút các học giả và tăng sĩ có trình độ cao, vừa có kiến thức uyên thâm về Phật học Tạng truyền, vừa có khả năng giảng dạy theo khung chương trình đại học hiện đại là rất quan trọng.

Công nhận học vị: Đảm bảo bằng cấp của trường được công nhận chính thức trong hệ thống giáo dục Nga có thể đòi hỏi sự điều chỉnh để đáp ứng các tiêu chuẩn kiểm định của nhà nước.

3. Thách thức về quản lý và tổ chức

Hệ thống quản lý: Chuyển đổi từ hệ thống giáo dục tu viện truyền thống sang một cấu trúc quản lý đại học tập trung, hiện đại có thể gặp nhiều rào cản về tổ chức và hành chính.

Tuyển sinh và đối tượng học viên: Xác định đối tượng học viên (chỉ dành cho tăng ni hay cả cư sĩ) và thu hút sinh viên không chỉ ở Tuva mà còn từ khắp nước Nga và thế giới đòi hỏi chiến lược truyền thông và tuyển sinh hiệu quả.

4. Thách thức chính trị và xã hội

Pháp lý và quan hệ nhà nước: Mặc dù Phật giáo là tôn giáo truyền thống ở Tuva và được sự ủng hộ của các quan chức cấp cao Nga (như Bộ trưởng Quốc phòng Sergei Shoigu, người gốc Tuva), việc điều hành một cơ sở giáo dục tôn giáo trong khuôn khổ pháp luật Nga vẫn cần tuân thủ chặt chẽ các quy định của chính quyền.

Hòa nhập văn hóa: Giữ gìn bản sắc Phật giáo Tạng truyền trong bối cảnh văn hóa Nga đa tôn giáo, đồng thời thúc đẩy sự phát triển tinh thần cho cư dân địa phương và toàn nước Nga là một nhiệm vụ mang tính biểu tượng và thực tiễn.

Nhìn chung, dự án này là một bước tiến quan trọng cho Phật giáo ở Nga, nhưng việc duy trì và phát triển nó thành một trung tâm giáo dục tầm cỡ thế giới sẽ cần vượt qua nhiều rào cản về tài nguyên, nhân lực và hành chính.

7. Các chùa Phật giáo Tuva

Các chùa Phật giáo ở Tuva rất nổi bật về kiến trúc, văn hóa, mỹ thuật và tôn giáo. Điều này cho thấy quá trình phục hưng và phát triển của Phật giáo nơi đây. Các ngôi chùa quan trọng trong Tuva như:

7.1. Tu viện Thubten Shedrub Ling

a. Nguồn gốc tên gọi: Tên gọi "Thubten Shedrub Ling", có nghĩa là "Nơi giảng dạy và thực hành giáo lý của Đức Phật Thích Ca Mâu Ni", do Tenzin Gyatso, Đức Đạt Lai Lạt Ma thứ XIV đặt tên.

b. Lịch sử: Đây là Trung tâm Phật giáo chính của Cộng hòa Tuva (thuộc Liên bang Nga) được xây dựng theo sáng kiến của Bộ trưởng Bộ Quốc phòng Liên bang Nga Sergei Shoigu, người sinh ra ở Tuva.

c. Vị trí: Nằm gần sân bay thủ đô Kyzyl, nước Cộng hòa Tuva, Nga.

d. Khánh thành: Tu viện Thubten Shedrub Ling chính thức được khánh thành vào ngày 28 tháng 4 năm 2023, tại thủ đô Kyzyl của Cộng hòa Tuva, với sự tham dự của đông đảo chư tăng và tín đồ Phật tử địa phương. Tổng thống Nga Vladimir Putin cũng đã gửi lời chúc mừng đến sự kiện này.

e. Đặc điểm: Diện tích tu viện rộng 9,3 ha và tòa Tu viện chính cao 56 mét, có 12 tầng với hai tông chủ đạo là màu đỏ và trắng.

Tầng trệt là viện Bảo Tàng trưng bày những hiện vật quan trọng nhất trong lịch sử Tuva và Phật giáo trong khu vực.

Lạt ma trợ lý Lubsan (trái) đang giới thiệu về các bảo vật trong viện Bảo tàng và Ninh Hải thông dịch tiếng Nga ra Việt, chụp ngày 22/09/2025

Trong sảnh chánh điện, có nhiều tượng Phật, Bồ tát, hộ pháp rất trang nghiêm và sống động do như tượng Phật Thích Ca Mâu Ni, Tượng Kalachakra, vị thần Mật tông Phật giáo, tượng nữ thần Độ Mẫu Tara Trắng, Trống cầu nguyện với câu thần chú Phật giáo "Om Mani Padme Hum" được viết bằng tiếng Nga và tiếng Phạn, tượng nữ thần Độ Mẫu Tara Xanh, bức tượng Yamantaka, thần trí tuệ Manjushri (Văn Thù), chân dung Đức Đạt Lai Lạt Ma thứ XIV bên trong chánh điện...

Đức Thượng thủ Gelek Natsyk Dorju và NT TN Giới Hương, chụp trước chân dung của Tenzin Gyatso, Đức Đạt Lai Lạt Ma thứ XIV, ngày 22/09/2025

Các tầng trên là dành cho trường Đại học Phật giáo, trung tâm giáo dục thần học, trung tâm y học cổ truyền, v.v...

Bên ngoài tòa chính, công trình đang xây là bịnh xá cổ truyền y học Tuva và Tăng xá.

f. Tu viện gắn kết với Tenzin Gyatso, Đức Đạt Lai Lạt Ma thứ XIV: Tu viện bắt đầu được xây dựng vào năm 2014, nhưng địa điểm này đã được chọn hơn 30 năm trước. Ngày 21 tháng 9 năm 1992, Tenzin Gyatso, Đức Đạt Lai Lạt Ma thứ 14, đã đến thăm Tuva để kỷ niệm sự hồi sinh của Phật giáo địa phương.

Ngài đã chú nguyện và ban phước lành cho nơi này để xây dựng tu viện tương lai. Tuy nhiên, việc xây dựng đã bị trì hoãn vì nhiều lý do.[97]

Năm 2022, một phái đoàn từ Tuva đã đến thăm nơi ở của Tenzin Gyatso, Đức Đạt Lai Lạt Ma tại Ấn Độ và Đức Đạt Lai Lạt Ma đã tiếp nhận tu viện dưới sự bảo trợ của Ngài. Ngài đã chỉ định một vị hộ pháp tinh thần cho tu viện, Đức Mahakala Lục Thủ (Bồ tát Chuẩn đề sáu tay), và dâng tặng một bức tượng Phật dài một mét, được làm bằng đồng và mạ vàng bởi các nghệ nhân Nepal.

g. Xá lợi của Phật: Ngoài bức tượng Chuẩn Đề Mahakala, Đức Đạt Lai Lạt Ma còn tặng tu viện Thubten Shedrub Ling y áo, kinh sách của ngài và đặc biệt là xá lợi của Đức Phật. Trong lễ khánh thành tu viện, xá lợi đã được đặt một cách trang trọng bên trong bức tượng Phật và cho các Lạt ma và Phật tử chiêm bái.

Tượng Phật tại chánh điện Thubten Shedrub Ling.

97 Tuva "Thubten Shedrub Ling", Tu viện Phật giáo lớn nhất ở Nga. https://kevesko.vn/20230428/22707880.html

h. Tu viện này có ý nghĩa quan trọng vì nhiều lý do:

Lớn nhất nước Nga: Đây là tu viện Phật giáo lớn nhất Liên bang Nga hiện nay.

Ý nghĩa lịch sử: Địa điểm xây dựng Tu viện này đã được Tenzin Gyatso, Đức Đạt Lai Lạt Ma thứ 14 thánh hiến và ban phước trong chuyến thăm Tuva năm 1992.

Mới khánh thành: Tu viện được khánh thành và long trọng thánh hiến vào ngày 28 tháng 4 năm 2023, là tu viện đầu tiên được khánh thành tại Tuva kể từ những năm 1930.

Mở trường Đại học Phật giáo: Ngày 23 tháng 10 năm 2025, Trường Đại học Phật giáo Nga đã được khai trương long trọng tại khu phức hợp tu viện Thubten Shedrub Ling, thủ phủ Kyzyl, nước Cộng hòa Tuva.

Bịnh xá và Tăng xá: Trong khu phức hợp của Tu viện Tubten Shedrub Ling ở Kyzyl, đang xây Tăng xá cho các Lạt ma và một bệnh xá điều trị bằng y học cổ truyền Tuva nhằm phục vụ các Lạt ma tăng lữ và người dân địa phương.

7.2. Chùa Tsechenling

Chùa Tsechenling, chụp ngày 22/09/2025

Tên: Tsechenling nghĩa là "Vùng đất của lòng từ bi," gắn liền với nhiều trung tâm Quỹ Bảo tồn Truyền thống Đại thừa (Foundation for the Preservation of the Mahayana Tradition) trên toàn thế giới.

Địa điểm: Tsechenling là một ngôi chùa Phật giáo (datsan) nổi tiếng tọa lạc tại Kyzyl (thủ đô của Cộng hòa Tuva, Nga), gần tượng đài Trung tâm Châu Á và bờ kè mang tên Sergei Shoigu.

Địa chỉ: Ulitsa Shchetinkina-Kravchenko, 2, Kyzyl, Cộng hòa Tuva, Nga, 667000.

Từ trái: Ninh Hải, NT TN Giới Hương, Lạt ma Lubsan và Lâm ở mặt trước Chùa Tsechenling, chụp ngày 22/09/2025

Thành lập: Được xây dựng vào năm 1999, là một trong những trung tâm Phật giáo đầu tiên được phục dựng sau thời Xô viết.

Lịch sử: Được xây dựng từ năm 1905 đến 1907 với sự giúp đỡ của Lạt ma Tây Tạng tên Kuntana Rinpoche. Nơi đây từng là một trong những trung tâm tâm linh có ý nghĩa lịch sử và văn hóa to lớn của Tuva, và là một công trình kiến trúc Phật giáo Tây Tạng rất độc đáo.

Từ phải: Lạt ma Lubsan, NT TN Giới Hương, Ninh Hải, và Lập trong văn phòng Chùa Tsechenling, chụp ngày 22/09/2025

Sự phá hủy và tái thiết: Năm 1930, tu viện bị đóng cửa, và đến năm 1937 thì bị phá hủy trong thời kỳ đàn áp tôn giáo. Tuy nhiên, những bức tường đất cao vẫn còn nguyên vẹn.

Phục hồi: Năm 1999, chính phủ Nga công nhận giá trị lịch sử của ngôi tu viện và quyết định tái xây dựng. Một ngôi chùa mới, bản sao chính xác của chùa cũ, đã được xây dựng bên cạnh tàn tích ban đầu vào năm 2013.

Vai trò: Trước khi Tu viện Tubten Shedrub Ling (nơi đức Thượng thủ Gelek Natsyk Dorju trụ trì) được hoàn thành, Tsechenling từng là ngôi chùa chính và là một trong những trung tâm hoạt động tích cực nhất của Phật giáo Tuva thời đó.

Thông tin cho du khách: Tsechenling là một trong những điểm thu hút khách du lịch và Phật tử hành hương đến để cầu nguyện và chiêm ngưỡng tôn giáo và kiến trúc của tu viện này.

7.3. Tu viện Ustuu-Khuree

Ustuu-Khuree là tên của một **tu viện Phật giáo lịch sử** và hàng năm thường tổ chức lễ hội âm nhạc quốc tế rất lớn tại đây.

Vị trí: Tu viện nằm cách thị trấn Chadan 7 km về phía bắc, trong thung lũng Khemchik. Đây là một di tích lịch sử và văn hóa quan trọng, đại diện cho quá khứ huy hoàng của Phật giáo Tuva trước khi bị đàn áp.

Thành lập (1905): Tu viện Ustuu-Khuree ban đầu được xây dựng từ năm 1905 đến 1907 với sự hỗ trợ của Lạt ma người Tây Tạng Kuntana Rinpoche. Đây là một kiệt tác kiến trúc của người Tuva thời bấy giờ, sử dụng vữa với công thức bí mật giúp giữ ấm vào mùa đông và mát vào mùa hè.

Phá hủy (1930s-1937): Trong thời kỳ đàn áp tôn giáo của Liên Xô, tu viện bị đóng cửa vào năm 1930 và bị san bằng hoàn toàn vào năm 1937. Các Lạt ma bị bức hại, tượng Phật bị phá hủy, và kinh sách bị vứt rải rác trên thảo nguyên.

Tái thiết (từ 1999): Năm 1999, chính phủ Nga công nhận giá trị lịch sử và kiến trúc của phế tích và quyết định hỗ trợ xây dựng lại tu viện. Một ngôi tu viện mới đã được xây dựng gần khu vực tàn tích cũ và chính thức mở cửa trở lại vào tháng 7 năm 2012.

Trung tâm tâm linh: Ustuu-Khuree là một địa điểm linh thiêng, thu hút các tín đồ Phật tử đến hành hương và cầu nguyện. Tàn tích của tu viện ban đầu được bảo tồn như một lời nhắc nhở về lịch sử bi thương.

Lễ hội âm nhạc quốc tế: Để gây quỹ cho việc tái thiết và quảng bá văn hóa Tuva, "Lễ hội âm nhạc và đức tin Ustuu-

Khuree" đã được thành lập vào năm 1999 và trở thành một sự kiện văn hóa thường niên lớn, thu hút các nhạc sĩ từ khắp nơi trên thế giới về tham dự.

Biểu tượng chính trị: Tu viện cũng có ý nghĩa chính trị quan trọng trong lịch sử Tuva; quyết định Tuva gia nhập chế độ bảo hộ của Đế quốc Nga đã được thông qua tại đây. Buyan-Badyrgy, người sau này trở thành lãnh đạo chính phủ của Cộng hòa Nhân dân Tuva độc lập, từng là học trò của tu viện này

7.4. Chùa Rabten Tashi Choyhorling

Chùa Rabten Tashi Choyhorling nằm phía tây của Tuva, là một ngôi chùa cổ do Rinpoche Tembiya Kundan, đời thứ 5, xây dựng.

Ni trưởng TN Giới Hương trước cổng Chùa Rabten Tashi Choyhorling, Tuva, ngày 22/09/2025

Chánh điện Rabten Tashi Choyhorling, Tuva, ngày 22/09/2025

7.5. Chùa Khureetashipandelin

Tên: Chùa Khuree Tashipandelin, tiếng Nga là ХурээТашипанделин.

Ni trưởng TN Giới Hương, Phật tử Lập (trái) và Lâm (phải) (người Việt, sống tại Tuva) trước Chùa KhureeTashipandeli, Tuva, ngày 22/09/2025

Địa chỉ: Kyzyl, Kolkhoznaya ulitsa, 101.

Chùa tọa lạc chính giữa khuôn viên đất rộng thoáng. Đây là nơi để dân làng địa phương đến tụng kinh, cầu nguyện với nhiều sớ cầu an, cầu siêu. Chùa đang kêu gọi Phật tử cúng dường để tu sửa và xây dựng nơi đây.

Chánh điện Chùa KhureeTashipandeli, Tuva, ngày 22/09/2025

CÁC ĐỊA ĐIỂM TÂM LINH KHÁC

7.6.a. Dấu chân của Phật (Burgan Izi)

Trong ngôn ngữ Tuva, "Burgan Izi" có nghĩa là "Dấu chân của Đức Phật" (Footprint of the Buddha). Đây là một địa điểm hành hương linh thiêng của Phật giáo nằm tại nước Cộng hòa Tuva.

a) Vị trí và lịch sử

Vị trí: Burgan Izi nằm trên một ngọn núi Dogee, giữa làng Tselinnoe và Shambalyg, ở phía đông nam thủ phủ Kyzyl của Tuva.

Truyền thuyết: Theo truyền thuyết địa phương, vào những năm 1990, khi bay ngang qua Tuva, Đức Đạt Lai Lạt Ma thứ 14 đã nhìn thấy một vùng đất phát sáng ở khu vực này và thông báo cho các Lạt ma Phật giáo địa phương. Sau đó, các ngài đã tìm thấy một khắc hằn trên đá, nhìn giống như dấu chân bí ẩn trên một tảng đá lớn và xác định đó là dấu chân của Đức Phật.

Các hoạt động hành hương: Kể từ khi được phát hiện dấu chân Phật, Burgan Izi đã trở thành điểm hành hương cho các Phật tử từ khắp Tuva và nhiều nơi khác trên thế giới. Họ đến đây để dâng lễ và thực hiện các nghi thức cúng tế linh thiêng. Một trong những nghi lễ phổ biến là *san salyry*, một nghi thức dâng lễ lên thần núi linh thiêng để thanh tẩy khu vực khỏi tà ma.

b.Kiến trúc tâm linh

Tháp stupa: Trên ngọn đồi, người ta đã xây dựng một tháp stupa (bảo tháp) dành riêng thờ Đức Phật Thích Ca Mâu Ni, tượng trưng cho sự giáng trần của Ngài từ cõi trời Đâu-suất xuống đây gia ân.

Dấu chân: Theo những người phát hiện, dấu chân này đã "sống", bởi vì ban đầu đá nằm ở vị trí ngang, nhưng theo thời gian đã nhỏ lại và chuyển sang vị trí thẳng đứng.

Burgan Izi là một trong những địa điểm thiêng liêng nhất của Tuva.

7.6.b. Tượng Phật và Thần chú Om Mani Padme Hum trên núi Dogee

Một tượng Phật Thích Ca Mâu Ni cao 9 mét được dựng trên đỉnh núi Dogee, nằm phía bắc thủ đô Kyzyl.

Tượng Phật Thích Ca Mâu Ni cao 9 mét
trên đỉnh núi Dogee, Tuva, ngày 21/09/2025

Bên cạnh gần đó, có câu thần chú *Om mani padme hum* bằng tiếng Phạn, được khắc trên núi đá và sơn trắng, nên từ rất xá cung có thể vọng bái.

"Om mani padme hum" bằng tiếng Phạn
trên đỉnh núi Dogee, Tuva, ngày 21/09/2025

"Om mani padme hum" là thần chú của Đức Chenrezig (Đức Phật của lòng từ bi), được khắc trên núi lớn trên sườn núi Dogee, để nhắc Phật tử thường niệm và gia trì cho cư dân tại đây hay những ai thấy nghe được câu thần chú.

*Từ trái: Lạt ma truyền thông (phải), NT TN Giới Hương,
Đức Thượng thủ Gelek Natsyk Dorju, và Ninh Hải
tại tầng hai trong 12 tầng của Tu viện Thubten Shedrub Ling,
chụp ngày 22/09/2025*

Chương 7

PHẬT GIÁO TẠI NƯỚC CỘNG HÒA TỰ TRỊ KALMYKIA

1. Lịch sử nước Cộng hòa Tự trị Kalmykia
2. Nước Cộng hòa Tự trị Kalmykia ngày nay
3. Lịch sử Phật giáo Kalmykia
4. Phật giáo ở Kalmykia ngày nay
5. Đức Geshe Tezin Choidak, vị Lạt ma Thượng thủ nước cộng hòa tự trị Kalmykia
6. Các Hội nghị và Trường Phật học tại Kalmykia
7. Các Chùa Phật giáo Kalmykia
   - 7.1. Trung tâm Phật giáo Chùa Vàng Burkhan Baksin Altansume
   - 7.2. Tu viện Potala Buddhist Center
   - 7.3. Samie Thiley Kunyal Polbarling, City Chess
   - 7.4. Chùa Lạt ma Kagio Almasway
   - 7.5. Chùa Syaryusn Synme in Aishan
   - 7.6. Chenrezi Religion Center – Gheshe Djampa Inte Lama
   - 7.7. Các địa chỉ chùa khác

Thường được quảng bá như một "Tây Tạng của châu Âu", Cộng hòa Kalmykia trực thuộc Nga đã trở thành "thỏi nam châm" thu hút những người muốn khám phá nền văn hóa phương Đông huyền bí.

Cộng hòa Kalmykia (tiếng Nga: Респу́блика Калмы́кия, chuyển tự: *Respublika Kalmykiya*, IPA: [rʲɪsˈpublʲɪkə kɐlˈmɨkʲɪjə]; tiếng Kalmyk: Хальмг Таңһч, *Xaľmg Tañhç*) là một chủ thể liên bang của Nga (một nước cộng hòa).

Quốc kỳ của Kalmyk

Quốc huy của Kalmyk

1. Lịch sử nước Cộng hòa Tự trị Kalmykia

Lịch sử của Cộng hòa Tự trị Kalmykia là một câu chuyện phong phú, bắt nguồn từ nguồn gốc du mục Mông Cổ và trải qua nhiều biến động chính trị, đàn áp và phục hồi văn hóa dưới thời Nga và Liên Xô. Kalmykia nổi tiếng là **lãnh thổ Phật giáo duy nhất ở châu Âu**.

Dưới đây là tóm tắt các mốc lịch sử chính:

1.1. Nguồn gốc và Di cư (Thế kỷ 17)

Tổ tiên của người Kalmyk là người Oirat Mông Cổ, vốn là những chiến binh du mục ở miền Tây Mông Cổ.

Vào đầu thế kỷ 17 (khoảng năm 1632), do áp lực chính trị và

kinh tế, họ đã di cư về phía tây đến vùng hạ lưu sông Volga và bờ bắc Biển Caspi ở châu Âu.

Họ thành lập Hãn quốc Kalmyk (Kalmyk Khanate) và trở thành thần dân trên danh nghĩa của Nga hoàng vào năm 1609, đổi lại được quyền tự trị và bảo vệ.

1.2. Dưới sự cai trị của Đế quốc Nga (Thế kỷ 18 - đầu thế kỷ 20)

Căng thẳng với Đế quốc Nga gia tăng vào giữa thế kỷ 18 do người Nga và người Đức xâm lấn lãnh thổ và khai thác tài nguyên.

Năm 1771, phần lớn người Kalmyk quyết định quay trở về vùng đất tổ tiên ở Trung Á. Cuộc di cư này rất thảm khốc và nhiều người đã thiệt mạng trên đường đi.

Số ít còn lại ở lại trở thành một phần của lực lượng Cossack sông Don, và Hãn quốc Kalmyk bị sáp nhập hoàn toàn vào Đế quốc Nga.

Thủ đô Elista ngày nay được thành lập vào năm 1865.

1.3.Thời kỳ Xô viết (1917 - 1991)

Sau Cách mạng Tháng Mười Nga (1917), nhiều người Kalmyk tham gia vào phe Bạch vệ trong Nội chiến Nga. Một số lượng lớn sau đó đã di cư sang châu Âu (chủ yếu đến Belgrade, Serbia).

Tỉnh tự trị Kalmyk (Kalmyk Autonomous Oblast) được thành lập lần đầu vào tháng 11 năm 1920.

Năm 1935, tỉnh này được nâng cấp thành **Cộng hòa Xã hội chủ nghĩa Xô viết Tự trị Kalmyk** (Kalmyk ASSR).

Trong những năm 1920-1930, chính quyền Xô viết đã đàn áp Phật giáo, phá hủy các đền chùa, tu viện và bắt giữ các lãnh đạo tinh thần.

Trong Chiến tranh Thế giới thứ II, một phần Kalmykia bị Đức Quốc xã chiếm đóng.

Năm 1943, Stalin buộc tội toàn bộ người Kalmyk cộng tác với Đức và ra lệnh giải thể Kalmyk ASSR. Khoảng 100.000 người Kalmyk bị trục xuất tập thể đến Siberia và các vùng Trung Á khác; ước tính một phần ba đến một nửa dân số đã thiệt mạng trong và ngay sau cuộc trục xuất.

1.4.Phục hồi và Hiện tại

Sau khi Stalin qua đời, vào năm 1957, người Kalmyk được phục hồi danh dự và được phép quay trở về quê hương.

Quyền tự trị được tái lập dưới dạng tỉnh tự trị vào tháng 1 năm 1957, và khôi phục thành Cộng hòa Xã hội chủ nghĩa Xô viết Tự trị vào năm 1958.

Sau khi Liên Xô tan rã vào năm 1991, Kalmykia trở thành một **Cộng hòa tự trị thuộc Liên bang Nga** với tên chính thức là Cộng hòa Kalmykia.

Kể từ đó, nơi đây đã chứng kiến sự phục hưng mạnh mẽ của Phật giáo và văn hóa truyền thống

2. Nước Cộng hòa Tự trị Kalmykia ngày nay

Cộng hòa Kalmykia ngày nay là một chủ thể liên bang của Nga, nổi tiếng là vùng lãnh thổ Phật giáo duy nhất ở châu Âu và là trung tâm văn hóa độc đáo của người Kalmyk gốc Mông Cổ.

2.1. Tổng quan cơ bản

Vị trí: Nằm ở tây nam khu vực Nga thuộc châu Âu và giáp với tỉnh Volgograd về phía tây bắc và bắc, tỉnh Astrakhan về phía bắc và đông, biển Caspi về phía đông nam, Cộng hòa Dagestan về phía nam, Stavropol Krai về phía tây nam, và tỉnh Rostov về phía tây.

Một khoảng nhỏ sông Volga chảy qua đông Kalmykia. Những con sông lớn gồm Yegorlyk, the Kuma, và Manych. Hồ Manych-Gudilo là hồ lớn nhất; những hồ khác lớn đáng kể gồm hồ Sarpa và Tsagan-Khak.

Thủ đô: Elista, một thành phố nổi tiếng với kiến trúc và tranh tượng Phật giáo, ngay cả vách tường của các tòa nhà cũng vẽ cuộc đời của Đức Phật Thích Ca và nhiều xe hơi dọc đường cũng treo nhiều hình Phật, bồ tát và các Lạt ma, tức lòng kính ngưỡng chư Phật của người Elista rất lớn.

Ni trưởng TN Giới Hương và Dr. E.S.Dzhirgalova dưới bức bích họa Thái tử Sĩ-đạt-đa ra đời, tại Elista, ngày 27/09/2025

Dân số: Dân số ước tính của Cộng hòa Kalmykia vào đầu năm 2024 là khoảng 266.770 người. Người Kalmyk chiếm đa số (khoảng 57,4% theo điều tra 2010), tiếp theo là người Nga (khoảng 30,2%).

Tài nguyên: gồm than, dầu mỏ, và khí tự nhiên. Đây là nơi sinh sống của linh dương Saiga, một loài động vật được bảo tồn trong Khu bảo tồn thiên nhiên Cherny Zemli.

Quang cảnh từ xa thấy bích họa Đức Phật Thích Ca đản sanh và tọa thiền, trên tường tòa nhà dân Elista, ngày 27/09/2025

Khí hậu: Kalmykia có khí hậu lục địa, mùa hè nóng và khô, mùa đông lạnh với ít tuyết. Nhiệt độ trung bình tháng 1 là −5 °C (23 °F) và nhiệt độ trung bình tháng 7 là +24 °C (75 °F). Lượng mưa trng bình năm từ 285 milimét (11,2 in) ở miền đông tới 500 milimét (20 in) ở miền tây đất nước.

2.2. Văn hóa và Tôn giáo

Phật giáo: Phật giáo Tây Tạng là tôn giáo chính, với hơn 30 ngôi chùa (khurul) đang hoạt động. Ngôi chùa lớn nhất châu Âu, "Golden Abode of Shakyamuni Buddha", tọa lạc tại Elista.

Ngôn ngữ: Tiếng Kalmyk và tiếng Nga là ngôn ngữ chính thức. Tuy nhiên, tiếng Kalmyk đang đối mặt với nguy cơ mai một và được UNESCO xếp vào danh sách các ngôn ngữ có nguy cơ bị đe dọa, mặc dù có nhiều nỗ lực bảo tồn.

Cờ tướng: Cộng hòa này có truyền thống mạnh về cờ tướng và được biết đến như một trung tâm cờ vua quốc tế. Cựu tổng thống Kalmykia, Kirsan Ilyumzhinov, hiện là chủ tịch Liên đoàn Cờ vua Quốc tế (Fédération Internationale des Échecs).

2.3.Kinh tế và Xã hội

Kinh tế: Nền kinh tế đa ngành, trong đó nông nghiệp chiếm ưu thế. Các ngành công nghiệp chính bao gồm khai thác và chế biến nhiên liệu (dầu mỏ, khí đốt), phát điện, vật liệu xây dựng và công nghiệp thực phẩm (chế biến thịt cừu, dê, bò, ngựa...).

Thách thức: Kalmykia là một trong những vùng khô hạn nhất của Nga và phải đối mặt với tình trạng thiếu nước ngọt nghiêm trọng. Tỷ lệ thất nghiệp, tham nhũng và cơ sở hạ tầng xuống cấp cũng là những vấn đề xã hội nổi cộm.

Hợp tác: Kalmykia đang tìm cách tăng cường hợp tác quốc tế trong các lĩnh vực du lịch tâm linh Phật giáo, giáo dục và nông nghiệp.

2.4.Chính trị

Hệ thống: Người đứng đầu Cộng hòa Kalmykia là chức vụ cao nhất của nhánh hành pháp, được bầu với nhiệm kỳ 5 năm. Cơ quan lập pháp là Nhân dân Khural (Nghị viện).

Lãnh đạo hiện tại: Thủ hiến Batu Khasikov là người đứng đầu Cộng hòa Kalmykia từ tháng 9 năm 2019.

3. Lịch sử Phật giáo Kalmykia

Lịch sử Phật giáo ở Kalmykia là một câu chuyện đầy thăng trầm về sự tồn tại và phục hưng của một tôn giáo nơi **lãnh thổ Phật giáo duy nhất ở châu Âu**.

3.1. Giai đoạn Sơ khai và Phát triển (Thế kỷ 16 - 19)

Tiếp nhận: Tổ tiên của người Kalmyk, các bộ lạc Oirat Mông Cổ, đã tiếp nhận Phật giáo Tây Tạng truyền thống Gelugpa (Mũ vàng) vào cuối thế kỷ 16.

Du nhập vào châu Âu: Khi người Oirat di cư đến vùng hạ lưu sông Volga vào thế kỷ 17, họ mang theo truyền thống Phật giáo này đến châu Âu.

Phát triển: Trước Cách mạng Tháng Mười Nga năm 1917,

Phật giáo phát triển mạnh mẽ với 92 ngôi chùa (gồm 28 tu viện lớn và 64 tu viện nhỏ) và hơn 2.000 Lạt ma.

Công nhận: Năm 1741, Nữ hoàng Nga Elizabeth đã chính thức công nhận Phật giáo là một trong những tôn giáo hợp pháp tại Đế quốc Nga.

3.2. Giai đoạn Đàn áp dưới thời Xô viết (Thập niên 1920 - 1980)

Chính sách vô thần của chính quyền Xô viết đã dẫn đến sự đàn áp tôn giáo khắc nghiệt.

Phá hủy: Hàng loạt tu viện bị đóng cửa, tài sản bị tịch thu hoặc phá hủy. Đến năm 1937, hầu hết các datsan (tu viện) đã biến mất, và đến đầu Thế chiến thứ II, không còn ngôi chùa nào hoạt động ở Kalmykia.

Trục xuất: Đỉnh điểm là vào năm 1943, toàn bộ dân số Kalmyk bị buộc tội cộng tác với Đức và bị trục xuất tập thể đến Siberia và các vùng Trung Á theo lệnh của Stalin. Cộng hòa Kalmykia chính thức bị giải thể, và Phật giáo gần như bị xóa sổ khỏi đời sống công khai.

Ni trưởng TN Giới Hương chụp với gia đình Dr. E.S.Dzhirgalova tại vườn Lonely Poplar, Kalmykia, ngày 25/09/2025

3.3. Giai đoạn Phục hưng (cuối thập niên 1980 đến nay)

Tái sinh: Sau khi được phục hồi danh dự và cho phép trở về quê hương vào năm 1957, người Kalmyk đã giữ niềm tin Phật giáo một cách âm thầm.

Nới lỏng: Chính sách cải tổ (*perestroika*) của Gorbachev và luật tự do tôn giáo năm 1990 đã tạo điều kiện cho sự phục hưng.

Xây dựng: Hàng chục cộng đồng Phật giáo và nhiều ngôi chùa mới đã được xây dựng. Elista trở thành trung tâm của sự phục hưng này.

Biểu tượng: Trung tâm Phật giáo Chùa Vàng **Burkhan Bakshin Altan Sume** ở Elista, khánh thành năm 2005, là ngôi chùa lớn nhất châu Âu và là biểu tượng mạnh mẽ cho bản sắc văn hóa và tôn giáo Kalmyk được phục hồi.

Hiện tại: Phật giáo hiện đóng vai trò quan trọng trong việc định hình lại bản sắc dân tộc Kalmyk, kết nối họ với cội nguồn Mông Cổ và Tây Tạng, và được đưa vào chương trình giáo dục để bảo tồn ngôn ngữ và văn hóa.

4. Phật giáo ở Kalmykia ngày nay

Ni trưởng TN Giới tặng sách cho Giám đốc Kukanova Victoria Vasilevna, Thư Viện Khoa học Kalmyk (the Kalmyk Scientific Center of the Russian Academic of Science), Elista, ngày 25/09/2025

Phật giáo ở Kalmykia ngày nay là một tôn giáo sống động và là trung tâm của bản sắc dân tộc. Sau nhiều thập kỷ bị đàn áp dưới thời Liên Xô, Phật giáo đã hồi sinh mạnh mẽ và đóng vai trò nền tảng trong đời sống văn hóa, xã hội và chính trị của Cộng hòa Kalmykia.

Các khía cạnh nổi bật của Phật giáo Kalmykia ngày nay

a. Tôn giáo đa số: Kalmykia là khu vực duy nhất ở châu Âu mà Phật giáo được công nhận là tôn giáo truyền thống ở cấp nhà nước và người dân theo đạo Phật chiếm đa số (khoảng 53% dân số xác định mình là Phật tử).

b. Phục hưng văn hóa và tinh thần: Phật giáo không chỉ là một tín ngưỡng, mà còn là một phần quan trọng trong nỗ lực khôi phục lại tâm lý Phật giáo và văn hóa Kalmyk, cùng với các nguyên tắc đạo đức nhân bản cơ bản như lòng từ bi, tình thương và sự tha thứ.

c. Trung tâm tâm linh lớn: Chùa "Golden Abode of Shakyamuni Buddha" (Bảo tàng Vàng của Đức Phật Thích Ca) ở thủ đô Elista là ngôi chùa lớn nhất châu Âu và là trung tâm tinh thần quan trọng, thu hút cả người dân địa phương và du khách quốc tế đến chiêm bái, nghiên cứu và tham gia các khóa tu.

d. Loại hình Phật giáo: Mật tông Tây Tạng.

f. Giáo dục và Đào tạo: Sau khi các dòng truyền thừa sư sãi Lạt ma bị gián đoạn thời Xô viết, ngày nay đã có nhiều nỗ lực khôi phục và thúc đẩy đời sống tu viện. Nhiều nhà sư từ Tây Tạng đến để giảng dạy và truyền bá giáo lý.

g. Sự kiện quốc tế: Kalmykia tổ chức các sự kiện lớn như "Ngày Văn hóa Tây Tạng" và Diễn đàn Phật giáo Quốc tế, củng cố vị thế của mình như một trung tâm văn hóa Phật giáo trên trường quốc tế. Gần đây (ngày 24-28/09/2025), xá lợi của Đức Phật từ Ấn Độ đã được đưa đến đây để người dân và Phật tử chiêm bái.

h. Hợp tác quốc tế: Cộng hòa Kalmykia đang tìm cách tăng cường hợp tác trong lĩnh vực hành hương tâm linh và giáo dục với các quốc gia Phật giáo khác.

i. Thách thức: Mặc dù đã phục hưng mạnh mẽ, vẫn còn những thách thức trong việc bảo tồn ngôn ngữ Kalmyk và đảm bảo sự đồng nhất trong các truyền thống Phật giáo đa dạng.

5. Đức Geshe Tezin Choidak, vị Lạt ma Thượng thủ nước Cộng hòa Tự trị Kalmykia

Đức Geshe Tenzin Choidak (tên đời: Mutul Ovyanov) là Shajin Lama (Lạt ma Thượng thủ) hiện tại của Cộng hòa Kalmykia. Ngài là bậc lãnh đạo tinh thần tối cao của Phật giáo tại Kalmykia, vùng lãnh thổ Phật giáo duy nhất ở châu Âu này kiêm Trụ trì Trung tâm Phật giáo Chùa Vàng Burkhan Bakshin Altan Sume (Kalmyk Central Buddhist Monastery of Geden Sheddup Choi Korling).

Đức Geshe Tenzin Choidak nhận quà do Ni trưởng TN Giới Hương, cùng hai thông dịch viên G. Elena (trái) và Dr. E.S.Dzhirgalova (phải) cúng dường, ngày 25/09/2025

Chức vụ: Ngài được cộng đồng tăng sĩ Phật giáo Kalmykia bầu làm Lạt ma Thượng thủ vào đầu năm 2023, sau khi người tiền nhiệm Telo Tulku Rinpoche từ chức. Quyết định này đã được Đức Đạt-lai-lạt-ma thứ 14 đồng thuận.

Vai trò: Với vai trò Lạt ma Thượng thủ (Shajin Lama), ngài chịu trách nhiệm lãnh đạo các hoạt động Phật giáo, hướng dẫn tâm linh cho người dân Kalmykia, và duy trì các mối quan hệ với chính quyền Nga và cộng đồng Phật giáo quốc tế. Tổng thống Nga Vladimir Putin đã gửi lời chúc mừng tới ông và tăng đoàn nhân dịp lễ Tsagaan Sara (Tết Trắng).

6. Các hội nghị và trường Phật học tại Kalmykia

Phật giáo ở Kalmykia đang trong giai đoạn phục hưng mạnh mẽ, và việc tổ chức các hội nghị cũng như phát triển các cơ sở đào tạo Phật học là một phần quan trọng của quá trình này.

6.1. Các hội nghị Phật giáo Quốc tế tại Kalmykia

Hội thảo quốc tế về giáo dục Phật giáo: Vào tháng 4 năm 2021, Kalmykia đã tổ chức hội thảo quốc tế đầu tiên về giáo dục Phật giáo với sự tham gia của các chuyên gia hàng đầu từ Nga và thế giới.

Diễn đàn Phật giáo quốc tế: Cộng hòa Kalmykia đã đăng cai một diễn đàn Phật giáo quốc tế vào tháng 8 năm 2023.

Hội thảo Phật giáo Quốc tế và các sự kiện đặc biệt năm 2025:

Diễn đàn Phật giáo Quốc tế lần thứ ba (*Third International Buddhist Forum 2025*) tại Elista, Kalmykia, từ ngày 26 đến 28 tháng 9 năm 2025.

Ni trưởng TN Giới Hương tham dự Hội Nghị Quốc tế (ngày 26-28, tháng 9 năm 2025), Did Khambo Lama Sodnomdorzhiev D. V. (Đức Phó Tăng Thống Giáo hội Phật giáo Truyền thống Nga và Trưởng ban Ngoại giao Phật giáo Quốc tế) (trái) và Lạt ma trợ lý Lubsan (phải) cùng các vị trong ban tổ chức Elista

o. Chủ đề: Diễn đàn thảo luận về sự phát triển của y học cổ truyền, ảnh hưởng của các giá trị Phật giáo đối với các ưu tiên kinh tế và vai trò của di sản Phật giáo trong du lịch.

- **Thành phần tham dự**: Diễn đàn quy tụ các phái đoàn từ nhiều quốc gia, bao gồm Ấn Độ, Trung Quốc, Miến điện, Mông Cổ, Việt nam, Châu Phi, và Tây Ban Nha...

- **Các khía cạnh văn hóa:** Các sự kiện bao gồm triển lãm Xá lợi Phật linh thiêng thỉnh từ Ấn Độ, lễ hội võ thuật quốc tế và múa hát dân gian cổ truyền...

6.2. Các trường Phật học và cơ sở đào tạo tại Kalmykia

a. Trung tâm Phật giáo Chùa Vàng Burkhan Bakshin

Altan Sume

Trung tâm ở Elista này đóng vai trò quan trọng trong việc giáo dục, thường xuyên tổ chức các khóa học về thiền, niệm Phật, ngôn ngữ, văn hóa, Phật pháp miễn phí cho người dân, nhất là giới trẻ.

b. Sáng kiến thành lập trung tâm đại học: Từ năm 2020, đã có những thảo luận về việc thành lập một trung tâm giáo dục đại học Phật giáo tại Kalmykia, do cựu Lạt ma Thượng thủ Telo Tulku Rinpoche khởi xướng.

c. Hợp tác quốc tế: Việc đào tạo tăng ni hiện nay thường phụ thuộc vào các học giả và tăng sĩ được mời từ Tây Tạng và các quốc gia Phật giáo khác đến giảng dạy, giúp khôi phục các truyền thống đã bị gián đoạn.

7. Các chùa Phật giáo Kalmykia

Các ngôi chùa ở Cộng hòa Kalmykia chủ yếu nằm tại thủ đô Elista và được xây dựng sau khi Liên Xô sụp đổ, đánh dấu sự hồi sinh của Phật giáo tại khu vực này. Có nhiều tu viện tiêu biểu như:

7.1. Trung tâm Phật giáo Chùa Vàng Burkhan Bakshin Altan Sume Datsan

7.1.1. Tên gọi: Kalmyk Central Buddhist Monastery of Geden Sheddup Choi Korling, nhưng thường được biết đến với tên phổ biến là Burkhan Bakshin Altan Sume (nghĩa là Chùa Vàng của Đức Phật Thích Ca). Đây là trung tâm tinh thần của Phật giáo Kalmykia và là biểu tượng của sự phục hưng Phật giáo sau nhiều thập kỷ bị đàn áp dưới thời Xô Viết.

Ni trưởng TN Giới Hương nơi cổng tam quan của Chùa Vàng Burkhan Bakshin Altan Sume, ngày 25/09/2025

Trụ trì: Đức Geshe Tenzin Choidak là trụ trì của Trung tâm Phật giáo Chùa Vàng Burkhan Bakshin Altan Sume này, đồng thời là Lạt ma Thượng thủ lãnh đạo Phật giáo Kalmykia.

7.1.2.Lịch sử và kiến trúc

Thành lập: Tu viện được khánh thành vào ngày 27 tháng 12 năm 2005, đánh dấu kỷ niệm ngày người Kalmyk bị trục xuất đến Siberia và Viễn Đông vào năm 1943.

Địa điểm: Tu viện được xây dựng trên nền một nhà máy cũ, tại địa điểm mà Đức Đạt-lai-lạt-ma thứ 14 đã đến chú nguyện, sái tịnh và ban phép lành, trước khi rời Elista vào năm 2004.

Cấu trúc: Tòa tu viện có 7 tầng và được bao quanh bởi 108 bảo tháp (stupas, suburgan) trắng, tượng trưng cho 108 vị Phật. Mái chùa có hình dáng mandala và đặc biệt có thờ một tượng Phật Thích Ca Mâu Ni mạ vàng cao 9 mét, là bức tượng Phật lớn nhất châu Âu. Bên trong pho tượng có chứa các vật linh thiêng như thần chú, hương, đất, ... từ các vùng trên khắp Kalmykia cúng dường cho vào trọng.

Hoạt động: Nơi đây thu hút du khách từ khắp nơi trên thế giới, với phòng cầu nguyện và các buổi lễ tụng kinh hằng ngày dành cho các Lạt ma và người dân đến.

7.1.3.Bên trong tu viện

Tượng Phật: Tầng hai của tu viện là nơi đặt một bức tượng Phật Thích Ca Mâu Ni cao 9 mét.

Chánh điện của Chùa Vàng Burkhan Bakshin Altan Sume, ngày 25/09/2025

Các tầng khác:

Tầng một: Có thư viện, viện bảo tàng và phòng hội nghị.

Tầng ba: Gồm phòng triển lãm ảnh, phòng nghỉ cho các Lạt ma, phòng khách, Clinic khám bịnh và phòng chiêm tinh vũ trụ.

Tầng bốn: Văn phòng và phòng tiếp khách của Lạt-ma Thượng thủ Geshe Tenzin Choidak.

Tầng năm: Là nơi ở của Đức Đạt-lai-lạt-ma, bao gồm phòng tiếp tân, văn phòng và khu riêng tư của các cao tăng.

7.2. Tu viện Potala Buddhist Center

Tu viện Potala, Elista, do Lạt ma Giáo sư Thiên văn học nổi tiếng Geshe Lobsang Gyatso thuộc Hội Potala Tibetan Cultural Centre, Elista, thành lập.

Địa chỉ: Elista, Leninna 375.
Phone: +7 (937) 466-84-65

Một vị Lạt ma, Ni trưởng TN Giới Hương và Dr.E.S.Dzhirgalova ở mặt trước Potala Buddhist Center, ngày 25/09/2025

Ni trưởng TN Giới Hương và cô Phật tử tại Potala Buddhist Center, ngày 25/09/2025

Ni trưởng TN Giới Hương, G. Elena (phải) và các Phật tử Elista tại Potala Buddhist Center, ngày 25/09/2025

Hai vị Lạt ma chụp với đoàn Ni trưởng TN Giới Hương, G. Elena và Dr. E.S.Dzhirgalova tại Potala Buddhist Center, ngày 25/09/2025

7.3. Samie Thiley Kunyal Polbarling, City Chess

Samie Thiley Kunyal Polbarling.

Địa chỉ: Buddhist Community Mindrolling, 358014, Elista, o. Bender Avenua, 9.

Phone: +7 (961) 541-43-91; +7 (905) 409-43-86

Email: elista@buddhism.ru, buddhistofrussia.rylist-org.com

Ni trưởng TN Giới Hương, Chùa Samie Thiley Kunyal Polbarling, ngày 25/09/2025

Bảng hiệu Chùa Samie Thiley Kunyal Polbarling, ngày 25/09/2025

Ni trưởng TN Giới Hương đứng ở Mặt tiền Chùa Samie Thiley Kunyal Polbarling, ngày 25/09/2025

Các em học sinh chụp với đoàn Ni trưởng TN Giới Hương, và G.Elena tại Chùa Samie Thiley Kunyal Polbarling, ngày 25/09/2025

7.4. Chùa Lạt Ma Kagio Almasway

Chùa Lạt Ma Kagio Almasway thuộc Trung tâm Phật giáo Kim Cương thừa tại Elista được thành lập vào năm 1993. Trung tâm hoạt động dưới sự hướng dẫn tâm linh của Lạt ma Ole Nydahl. Người đứng đầu truyền thống Karma Kagyu của Phật giáo Tây Tạng là Đức Pháp Vương Gyalwa Karmapa.

Trung tâm Phật giáo Elista là một phần của Hiệp hội Phật giáo Kim Cương thừa Nga thuộc truyền thống Karma Kagyu.

www.buddhism.ru, www.elistastupa.ru.: Nơi có nhiều thông tin về Phật giáo, lịch sử và sự hiện đại của Phật giáo, cũng như thông tin liên hệ của các trung tâm Phật giáo Karma Kagyu tại các thành phố khác của Nga.

Bảng hiệu Chùa Lạt Ma Kagio Almasway, ngày 25/09/2025

Sân trước Chùa Lạt Ma Kagio Almasway, ngày 25/09/2025

Ni trưởng TN Giới Hương, G.Elena (trái)
và Dr.E.S.Dzhirgalova (phải) đứng trước cổng Chùa Lạt Ma Kagio Almasway, ngày 25/09/2025

7.5. Chùa Syaryusn Synme In Aishan (Chùa Sakyusn-Sume, Geden Sheddup Choikorling)

Điểm nổi bật: Đây là ngôi chùa Phật giáo đầu tiên được xây dựng tại Kalmykia, sau khi các chùa chiền cũ bị phá hủy vào những năm 1930.

Vị trí: Ngôi chùa được xây dựng trên vùng đất được Đức Đạt Lai Lạt Ma thứ 14 ban phước vào năm 1992 và khánh thành vào năm 1996.

Thiết kế: Sakusn-Syume được thiết kế dựa trên khuôn mẫu của các ngôi chùa Phật giáo Tây Tạng và sở hữu một bức tượng Đức Phật mạ vàng cao 3.5 m phong cách Phật giáo Tây Tạng và từng là trung tâm Phật giáo hàng đầu của Kalmykia cho đến khi Trung tâm Chùa Vàng Burkhan Bakshin Altan Sume được xây dựng.

Ni trưởng TN Giới Hương ở sân trước Chùa Sakyusn-Sume, Geden Sheddup Choikorling, ngày 25/09/2025

Chánh điện Chùa Sakyusn-Sume, Geden Sheddup Choikorling, ngày 25/09/2025

Ni trưởng TN Giới Hương, Dr. E.S.Dzhirgalova (trái) và G.Elena (phải) ở tháp chuông Chùa Sakyusn-Sume, Geden Sheddup Choikorling, ngày 25/09/2025

Ni trưởng TN Giới Hương, Dr.E.S.Dzhirgalova (phải) và G.Elena (trái) cúng dường quà cho Lạt ma Chùa Sakyusn-Sume, Geden Sheddup Choikorling, ngày 25/09/2025

7.6. Chenrezi Religion Center – Gheshe Djampa Inte

Chùa Chenrezi Religion Center do Lạt ma Gheshe Jampa Inlay thành lập năm 1990. Mỗi tuần có khoảng 50 Phật tử địa phương về tu tập và tụng kinh. Khi nào Lạt ma trụ trì từ Ấn Độ về (ngài thường hoằng pháp ở Ấn Độ, Nepal, Tây Tạng...) thì cả 200 đến 300 Phật tử về nghe pháp.

Địa chỉ: Elista, 89 Hippodromnaya St.

Email: chenrezi-elista@yandex.ru

Telegram channel: https://t.me/dhamma_center_chenrezig

Chánh điện Chùa Chenrezi Religion Center, ngày 25/09/2025

Ni trưởng TN Giới Hương, Dr.E.S.Dzhirgalova và gia đình của Hội trưởng Chánh điện Chùa Chenrezi Religion Center, ngày 25/09/2025

Ni trưởng TN Giới Hương, G.Elena (phải), Dr. E.S.Dzhirgalova (trái) và gia đình của Hội trưởng ở mặt trước sân Chùa Chenrezi Religion Center, ngày 25/09/2025

7.7. Các địa chỉ chùa khác

Còn rất nhiều chùa nữa như Chùa Adykovsky (Quận Chernozemelsky), Chùa Altsyn-Khutinsky (Quận Ketchenerovsky), Chùa Arshan-Zelmensky Iki-Khurul (Quận Sarpinsky), Chùa Arteziansky (Quận Chernozemelsky), Chùa Baga-Burulsky (Quận Iki-Burulsky)...mà đoàn chưa đủ thời gian viếng thăm.

Viếng các ngôi chùa ở Kalmykia mang lại nhiều lợi ích về tâm linh, văn hóa và giáo dục, vì Kalmykia là một trung tâm Phật giáo sống động ở châu Âu.

Ni trưởng TN Giới Hương và khách thập phương chụp trước Tượng Tara xanh (bằng đồng cao 6.5m), ở Công viên Phật (Buddha Park rộng 30 hectares) ngày 27/09/2025

Chương 8

KẾT LUẬN

Phật giáo tại Mát-xcơ-va, Saint Petersburg, Buryatia, Tuva và Kalmykia cho thấy một bức tranh toàn diện về sự tồn tại và phát triển của Phật giáo tại Nga, với hai khía cạnh chính: Phật giáo truyền thống ở các nước cộng hòa châu Á và Phật giáo mới đang phát triển mạnh mẽ ở các đô thị lớn phía Tây.

1. Các khu vực Phật giáo Truyền thống (Buryatia, Tuva, Kalmykia)

Buryatia, Tuva, và Kalmykia tạo thành cái gọi là "Tam giác vàng Phật giáo" của Nga, nơi Phật giáo được coi là một trong bốn tôn giáo truyền thống của quốc gia và là một phần di sản lịch sử.

Tình trạng hiện tại: Phật giáo Tây Tạng (Lama giáo) đã có lịch sử hàng thế kỷ tại đây, có ảnh hưởng to lớn đến văn hóa và bản sắc dân tộc. Sau thời kỳ đàn áp dưới Liên Xô, Phật giáo đã hồi sinh mạnh mẽ, với nhiều tu viện (datsan, khurul) được xây dựng lại và hoạt động tích cực.

Đặc điểm: Đây là nơi tập trung đa số Phật tử ở Nga (khoảng

700.000 đến 1,5 triệu người), chủ yếu là người dân tộc Buryat, Tuva và Kalmyk. Các hoạt động tôn giáo gắn liền với văn hóa dân gian, y học và chiêm tinh học Tây Tạng.

2. Các đô thị lớn (Mát-xcơ-va và Saint Petersburg)

Tại các thành phố lớn phía Tây, Phật giáo không phải là tôn giáo truyền thống của đa số người dân tộc Nga, nhưng đang phát triển nhanh chóng và thu hút nhiều người học thiền và mật tông Tây Tạng.

Tình trạng hiện tại: Phật giáo được truyền bá rộng rãi, đặc biệt là các phái Kim Cương Thừa (Diamond Way). Các trung tâm Phật giáo ở đây đóng vai trò là nơi nghiên cứu, thực hành thiền định và tổ chức các buổi giảng pháp, thu hút những người trí thức và những người tìm kiếm triết lý sống.

3. Cơ sở vật chất Trung tâm Phật giáo, Tu viện

a. Saint Petersburg: có Tu viện Quan Âm Datsan Gunzechoinei, ngôi chùa Phật giáo cực bắc châu Âu, được xây dựng năm 1908.

b. Mát-xcơ-va đang trong quá trình xây dựng ngôi chùa Phật giáo lớn đầu tiên để phục vụ cộng đồng ngày càng đông đảo. Tuy nhiên hiện nay, Mát-xcơ-va đã có tu viện Tubden Shedubling, Chùa Thảo Đường, Niệm Phật Đường Moscow, Thiền Phái Quan Âm Kwan Um Hàn quốc, Đạo tràng Liên Hoa sanh (Padmasambhava Buddhist Center – Padma Samye Ling), Trung tâm Dzogchen Shri Singha Dharma Center Moscow, Trung tâm Thiền Moscow (Moscow Buddhist Centre), Chùa Drikung Kagyu Ratna Shrina Moscow, Trung tâm thiền Dhamma Dullabha Vipassana...

c. Nước cộng hòa tự trị Buryatia có chùa Trung tâm Phật giáo – Hệ thống Tu viện Ivolginsky Datsan, Tu viện Datsan Rinpoche Bagsh, Tu viện Verkhnyaya Berezovka Datsan (Hambyn Hurae), Tu viện Datsan Baldan Breybun (Tsongolsky Datsan), Tu viện Atsagatsky Datsan, Chùa Datsan Gandan, Tu viện **Gandan-Zhamba-Lin Datsan,** Tu viện **DKHARMA DATSAN,** Tu viện Egituysky (Egituysky Datsan), Ni viện Zungun Darzhaling DatsanNunnery, Chùa Kim cương Tát đỏa (Palace of Vajrasattva Buddha), Tu viện Barguzinskiy Datsan, v.v...

d. Nước cộng hòa tự trị Tuva đã có các chùa như Tu viện Thubten Shedrub Ling, Tu viện Tsechenling, Tu viện Ustuu-Khuree, Chùa Rabten Tashi Choyhorling, Chùa KhureeTashipandelin, v.v...

e. Nước cộng hòa tự trị Kalmykia có các tu viện như Trung tâm Phật giáo Chùa Vàng Burkhan Baksin Altansume, Tu viện Potala Buddhist Center, Samie Thiley Kunyal Polbarling, City Chess, Chùa Lạt ma Kagio Almasway, Chùa Syaryusn Synme in Aishan, Chenrezi Religion Center – Gheshe Djampa Inte Lama, ...

4. Các chùa Phật giáo ở Liên bang Nga là di sản văn hóa và tâm linh của Cộng đồng Phật tử

Các chùa Phật giáo ở Liên bang Nga là di sản văn hóa và tâm linh của cộng đồng Phật tử địa phương, chủ yếu là các dân tộc Buryat, Kalmyk, và Tuva. Tại Mát-xcơ-va và Saint Petersburg, các chùa cũng là di sản của cộng đồng Phật tử Nga và quốc tế đang phát triển.

Buryatia: Các ngôi chùa (datsan, khurul, hay kiid) ở đây là di sản truyền thống của người dân tộc Buryat, Tuva và Kalmyk, những người đã theo Phật giáo Tây Tạng (Kim Cương Thừa/ Lama giáo) qua hàng thế kỷ. Phật giáo là một phần bản sắc văn hóa cốt lõi của họ.

Saint Petersburg: Tu viện Quan Âm Gunzechoinei Datsan là ngôi chùa Phật giáo lâu đời và nổi tiếng nhất ở đây. Nó được xây dựng vào đầu thế kỷ 20 dưới sự khởi xướng của Lạt ma Buryat Agvan Dorzhiev, với sự đóng góp tài chính từ Tín đồ Phật tử ở Buryatia và Kalmykia, và sự hỗ trợ của Đạt Lai Lạt ma thứ 13.

Moscow: Các trung tâm Phật giáo và chùa chiền ở Mát-xcơ-va là mới hơn, được xây dựng và duy trì bởi cộng đồng Phật tử Nga hiện đại và những người đến từ các vùng truyền thống hoặc mới quy y, hay những người nước ngoài nhập cư sinh sống tại thủ đô.

Tóm lại, những ngôi chùa này đại diện cho di sản của các cộng đồng dân tộc và Phật tử đã sinh sống, thực hành và bảo tồn đạo Phật tại Nga qua nhiều thế hệ.

5. Lợi ích về tâm linh và tinh thần khi đi chùa tu tập

Tìm kiếm sự hòa bình và tịnh tâm: Các chùa ở Liên bang Nga hay thế giới cung cấp không gian yên tĩnh và thanh bình, lý tưởng cho việc thiền định và cầu nguyện.

Nhận năng lượng phước báu từ các vị Phật và Bồ tát: Nhiều ngôi chùa có thờ xá lợi Phật và các thánh tích linh thiêng, cho phép Phật tử và khách hành hương chiêm bái để cầu nguyện phước lành.

Kết nối với cộng đồng Phật giáo: Viếng chùa là cơ hội để kết nối với các nhà sư và cộng đồng Phật tử Kalmyk, nhận những lời giáo huấn về triết lý và thực hành tu tập.

Thực hành nghi lễ đặc trưng: Tại những ngôi chùa lớn như Trung tâm Phật giáo Chùa Vàng Burkhan Bakshin Altan Sume (Kalmykia) hay các chùa khác, Phật tử và du khách có thể tham gia nghi thức đi nhiễu quanh chùa (từ trái sang phải), quay các bánh xe chuông "Án ma ni bát di hồng" và niệm thần chú để cầu nguyện.

6. Lợi ích về Văn hóa và Giáo dục

Khám phá văn hóa độc đáo: Chùa và tu viện ở Liên bang Nga, đặc biệt các vùng Siberia là khu vực Phật giáo với nền văn hóa đặc trưng kết hợp giữa văn hóa du mục và Phật giáo Tây Tạng. Tham quan các ngôi chùa, sẽ giúp khách hánh hương hiểu sâu sắc hơn về truyền thống, nghệ thuật và lịch sử của người vùng đó.

Học hỏi về Phật giáo Tây Tạng: Phật giáo ở Liên bang Nga đa phần có nguồn gốc trực tiếp từ Tây Tạng, do đó việc viếng chùa là cơ hội để học hỏi và trải nghiệm Mật tông Tây Tạng ngay tại châu Âu.

Tìm hiểu lịch sử Phật giáo ở Liên bang Nga thế kỷ XXI: Nhiều ngôi chùa có bảo tàng và thư viện, trưng bày các hiện vật lịch sử và văn hóa Phật giáo, giúp khách hành hương hiểu về quá trình phục hưng Phật giáo mạnh mẽ tại khu vực này sau thời Liên Xô.

Trải nghiệm kiến trúc độc đáo: Các ngôi chùa ở Liên bang Nga, đặc biệt gây ấn tượng bởi kiến trúc mạn đà-la (mandala) hoành tráng và các bức tượng Phật lớn, thể hiện sự giao thoa văn hóa đặc biệt.

7. Lợi ích cho du khách quốc tế

Trải nghiệm tâm linh độc đáo: Mỗi chùa, mỗi vùng sẽ mang đến những trải nghiệm du lịch độc đáo và đầy khám phá, khác biệt so với các điểm đến thông thường.

Tham dự các sự kiện văn hóa: Nhiều ngôi chùa tổ chức các sự kiện văn hóa thường niên, như "Ngày văn hóa Tây Tạng", "Hội thảo quốc tế" bao gồm các buổi thuyết trình sâu vào triết lý đạo Phật, giảng pháp, thiền tọa, trà đàm, biểu diễn âm nhạc và triển lãm nghệ thuật... sẽ giúp khách hành hương có những trải nghiệm hội nhập thật đặc thù.

Tóm lại, Phật giáo tại Nga là một tôn giáo có vai trò lịch sử và văn hóa quan trọng, được chính phủ công nhận là một trong các tôn giáo truyền thống. Phật giáo thể hiện sự đa dạng, vừa là bản sắc dân tộc cốt lõi ở các nước cộng hòa châu Á, vừa là một xu hướng tinh thần phát triển mạnh mẽ ở các trung tâm đô thị châu Âu.

Cuốn sách **"PHẬT GIÁO NGA THẾ KỶ XXI – CÁNH CỬA TÂM LINH"** chào đón tất cả những ai tìm kiếm sự hiểu biết sâu sắc hơn về đạo Phật và hành trình giác ngộ tại một vùng đất tưởng chừng xa lạ với tôn giáo - Phật giáo này.

1.PHỤ LỤC

PHẬT GIÁO THẾ GIỚI TRONG THIÊN NIÊN KỶ MỚI - HỘI NGHỊ PHẬT GIÁO TẠI ELISTA, KALMYKIA, NĂM 2025

Thích Nữ Giới Hương

Nước cộng hòa tự trị Kalmykia đã tổ chức Hội nghị Phật giáo Quốc tế lần thứ III (Third International Buddhist Forum 2025), diễn ra từ ngày 25 đến 28 tháng 9 năm 2025 với chủ đề **"Thế giới Phật giáo trong Thiên niên kỷ Mới"** ("The Buddhist World in the New Millennium").[98]

Hội nghị đã khai mạc một cách **trang nghiêm và long trọng**, kết hợp hài hòa giữa các hội nghị chuyên môn, nghi lễ tâm linh và các hoạt động văn hóa phong phú. Hàng nghìn người đã tham dự các sự kiện này, biến Elista thành trung tâm chú ý của thế giới Phật giáo trong những ngày đó.

Lễ khai mạc hoành tráng gây ấn tượng mạnh với một chương trình biểu diễn đa phương tiện ngoạn mục mang tên "The Nomad's Bet" hoặc "Nomadic Peoples", sử dụng chín màn hình LED 10 mét, trình chiếu các cảnh quan thảo nguyên và các tiết

98 Hội nghị Phật giáo Quốc tế lần thứ III với chủ đề "Thế giới Phật giáo trong Thiên niên kỷ Mới. https://buddha.forum/eng

mục ca múa, ngâm xướng truyền thống của người Kalmyk.

Banner Hội nghị Phật giáo Quốc tế lần thứ III với chủ đề "Thế giới Phật giáo trong Thiên niên kỷ Mới"

Hội nghị Phật giáo Quốc tế lần thứ ba với hơn 50 sự kiện và phiên thảo luận chuyên đề đã được tổ chức, quy tụ các nhà lãnh đạo tinh thần, học giả và chính trị gia từ gần 35 quốc gia. Các chủ đề bao gồm phát triển Phật giáo ở Nga, y học cổ truyền, kinh tế học Phật giáo và vai trò của di sản Phật giáo trong du lịch.[99]

Chương trình văn nghệ "Dân du mục" (The Nomad's Bet) để khai mạc cho hội thảo 3 ngày từ ngày 25 đến 28 tháng 9 năm 2025

99 Diễn đàn Quốc tế tại Kalmykia, Nga, nhằm thảo luận về sự phát triển của Phật giáo và du lịch. Ban tổ chức đã chuẩn bị hơn 50 sự kiện cho đại biểu tham dự (International Forum In Russia's Kalmykia To Discuss Development of Buddhism And Tourism. The organizers have prepared over 50 events for participants).
https://tvbrics.com/en/news/international-forum-in-russia-s-kalmykia-to-discuss-development-of-buddhism-and-tourism

Toàn cảnh bên trong hội trường hội nghị, ngày 26/09/2025

Ni trưởng TN Giới Hương và G. Elena
bên ngoài Hội trường hội nghị Elista, ngày 26/09/2025

1. Diễn đàn

Thời gian và Địa điểm: Từ ngày 25 đến 28 tháng 9, tại Hội trường Elista, thủ đô Cộng hòa Kalmykia, Liên bang Nga.

Thành phần tham dự: Khách mời và đại biểu đến từ gần 35 quốc gia, bao gồm các phái đoàn từ: Brazil, Trung Quốc, Ấn Độ, Việt Nam, Thái Lan, Bangladesh, Mông Cổ. Nepal, Myanmar, Belarus, Kazakhstan, Kyrgyzstan, Tajikistan, Uzbekistan...

Sự tham gia của Nga: Các khu vực Phật giáo thuộc Nga là Buryatia và Tuva cũng tham gia sự kiện.

Đối tác Truyền thông: TV BRICS là đối tác truyền thông quốc tế của sự kiện.

Hoạt động nổi bật: Bộ Văn hóa, Chính phủ Ấn Độ và Liên đoàn Phật giáo Quốc tế (IBC) tổ chức một triển lãm tranh mang tên **"Cuộc đời và giáo lý của Đức Phật"**, tái hiện hành trình của Ngài từ khi sinh ra cho đến khi nhập Niết bàn.

Sự kiện này nhấn mạnh vai trò của Phật giáo trong việc củng cố các mối quan hệ văn hóa và nhân đạo, đồng thời thúc đẩy vị thế của Nga trên trường quốc tế.

Các Lạt ma mũ vàng tụng kinh khai mạc Hội thảo Quốc tế, chụp ngày 26/09/2025

2. Bài phát biểu khai mạc của các nhân vật quan trọng

Tổng thống Puttin: Tại lễ khai mạc, thông điệp đặc biệt của Tổng thống Liên bang Nga Vladimir Putin đã được Phó Thủ tướng Liên bang Nga Dmitry Chernyshenko, tiếp theo là Bộ trưởng Ngoại giao Sergei Viktorovich Lavrov, đọc. Họ chào đón các vị khách quốc tế và khẳng định lại rằng: "Trong thời đại biến đổi toàn cầu nhanh chóng, giáo lý Phật giáo đang tìm thấy vai trò của mình trong thế giới hiện đại."[100]

Lời chào mừng của Thủ hiến Batu Khasikov là người đứng đầu Cộng hòa Kalmykia: "Đối với Kalmykia, diễn đàn là cơ hội để đóng góp vào việc củng cố uy tín quốc tế của đất nước. Tôi rất vui mừng khi tất cả các khu vực Phật giáo đều tham gia vào nỗ lực này, và kết quả đã rõ ràng. Điều quan trọng cần nhấn mạnh là Liên bang Nga là một quốc gia đa tôn giáo, đa tín ngưỡng, đoàn kết rất nhiều dân tộc. Chúng tôi tự hào về điều này."

Đức Geshe Tezin Choidak Vị Lạt ma Thượng thủ Đứng đầu Phật giáo Kalmykia đã mở đầu diễn đàn bằng việc nhấn mạnh ý nghĩa biểu tượng của con số "Ba" trong Phật giáo, đại diện cho Tam Bảo (The Triple Gem):

- Đức Phật (Buddha): Bậc giác ngộ.
- Pháp (Dharma): Giáo lý, con đường dẫn đến giải thoát.
- Tăng (Sangha): Cộng đồng Tăng đoàn, những người thực hành và giữ gìn giáo pháp.

Với ba đức tánh này, Phật giáo đóng vai trò tích cực trong việc thúc đẩy hòa bình, hòa hợp và sáng tạo.

---

100 Thế giới Phật giáo trong thiên niên kỷ mới, Diễn đàn Phật giáo quốc tế lần thứ ba năm 2025 tại Elista, Kalmykia.(The Buddhist World in the New Millennium, Third International Buddhist Forum 2025 in Elista, Kalmykia). https://buddha.forum/en/home

Đức Geshe Tezin Choidak Choidak Vị Lạt ma Thượng thủ đứng đầu Phật giáo Kalmykia (trái) và Thủ hiến Batu Khasikov là người đứng đầu Cộng hòa Kalmykia (phải), ngày 27/09/2025

3. Chương trình và Hoạt động

Diễn đàn bao gồm các phiên thảo luận chuyên đề diễn ra vào ngày 26-27 tháng 9, nơi các chuyên gia, nhà nghiên cứu và lãnh đạo tinh thần tập trung vào những thách thức hiện tại.

Các vấn đề chính được thảo luận bao gồm:

- Tình hình và sự phát triển của Phật giáo tại Nga.
- Sự phát triển của y học cổ truyền.
- Phật giáo và công nghệ hiện đại mới

3.1. Chủ đề thứ nhất: Phật giáo tại các khu vực Nga & Lễ khai mạc

Các Diễn giả Chính tại Lễ Khai mạc

Lễ khai mạc có sự tham gia của các Lạt ma lãnh đạo tinh thần, một số quan chức cấp cao trong khu vực và các Phật tử tiêu biểu và được điều phối bởi Alexey Alexandrovich Maslov, Giám đốc Viện Nghiên cứu các nước châu Á và châu Phi, Đại học Tổng hợp Quốc gia Lomonosov Moscow. Những người đã có bài phát biểu quan trọng, bao gồm:

Lạt ma Geshe Yonten (Sergei Kirishov): Chủ tịch Hội đồng Quản lý Tâm linh Trung ương của Phật giáo Nga (*Chairman of the Central Spiritual Administration of Buddhists of Russia*)

Ông Batu Sergeyevich Khasikov: Nguyên thủ nước Cộng hòa Kalmykia

Geshe Tenzin Choydak: Lạt ma nước Phật giáo Cộng hòa Buryatia.

Ông Alexey Sambuevich Tsydenov: Nguyên thủ Cộng hòa Buryatia (từ năm 2017).

Đức Gelek Natsyk-Dorzhu – Vị Lạt ma Thượng thủ lãnh đạo tối cao của Phật giáo Tuva

Ômg Vladislav Tovarishtayovich Khovalyg: Nguyên thủ nước Cộng hòa Tyva (từ năm 2021).

Đại biểu quốc tế: Các nhà sư nổi tiếng và quan trọng đến từ Trung Quốc, Mông Cổ, Sri Lanka, Myanmar, Campuchia và Nepal.

Các Lạt ma lãnh đạo tinh thần và Thủ hiến quan chức Kalmykia, Buryatia and Tuva, Miến điện... ngày 26/09/2025

Chủ đề "Phật giáo Liên bang Nga" đã nêu bật lịch sử và truyền thống Phật giáo mạnh mẽ tại các nước cộng hòa Phật giáo của Nga:

Toàn Hội trường diễn đàn Phật giáo Elista, ngày 27/09/2025

Lịch sử: Phật giáo du nhập vào Kalmykia và Buryatia vào thế kỷ 17, và đến Tuva vào thế kỷ 18.

Truyền thống Gelug: Cả ba nước Cộng hòa đều tuân theo truyền thống Gelug mạnh mẽ (Giáo phái Mũ vàng, trường phái của Đức Dalai Lama). Các Lạt ma trẻ từ các khu vực này thường xuyên được gửi sang theo học tại các tu viện ở Ấn Độ, như Drepung Gomang, để duy trì truyền thống này.

Vị thế tôn giáo tại Nga: Sự công nhận của Tổng thống Vladimir Putin đối với Phật giáo là một tôn giáo truyền thống và được kính trọng tại Liên bang Nga.

Tôn vinh đóng góp lịch sử: Tìm cách tôn vinh những đóng góp của cộng đồng Phật giáo trong công cuộc bảo vệ tổ quốc qua các cuộc xung đột lịch sử và gần đây.

Tăng cường kết nối cộng đồng: Xây dựng chiến lược tăng cường kết nối giữa các khu vực Phật giáo truyền thống

(Kalmykia, Buryatia, Tuva) và các cộng đồng Phật giáo đô thị mới nổi ở châu Âu thuộc Nga.

Phật giáo như một lực lượng thống nhất trong xã hội đa dạng của Nga, giúp bảo tồn các giá trị truyền thống, tâm linh và đạo đức.

3.2. Chủ đề thứ hai: Ảnh hưởng của các giá trị Phật giáo đến việc lựa chọn các ưu tiên kinh tế

Chủ đề này tập trung vào cách các nguyên tắc cốt lõi của Phật giáo có thể định hình lại tư duy kinh tế:

Nguyên tắc cốt lõi: Các giá trị như **bất bạo động, từ bi và trí tuệ** có thể truyền cảm hứng cho các mô hình kinh tế thay thế.

Mô hình kinh tế: Nuôi dưỡng các cộng đồng kiên cường, giàu lòng trắc ẩn, đặt đạo đức lên hàng đầu trong phát triển kinh tế.

3.3. Chủ đề thứ ba: Giáo dục Phật giáo

Các diễn giả đã thảo luận về nhiều thách thức hiện đại và các giải pháp giáo dục:

Bảo tồn giá trị trong thế giới số hóa: Nhấn mạnh sự cần thiết phải bảo tồn các giá trị truyền thống trong một thế giới số hóa, thế tục, đồng thời thúc đẩy các phản ứng đạo đức trước những thách thức hiện đại.

Giáo dục Phật giáo: Đạt được sự đồng thuận xung quanh chương trình giảng dạy tám năm và tầm quan trọng của việc chuyển ngữ giáo lý sang tiếng Nga dễ hiểu.

Hỗ trợ Nhà nước: Việc thành lập **Quỹ Thúc đẩy Giáo dục và Nghiên cứu Phật giáo vào năm 2025** nhằm mở rộng các chương trình học thuật và tiếp cận truyền thông, đánh dấu sự tích hợp của Phật giáo vào các hệ thống do nhà nước hỗ trợ.

Hòa hợp liên tôn: Những câu chuyện về sự chuyển hóa cá nhân thông qua võ thuật và triết học đã được chia sẻ, tôn vinh sự hòa hợp liên tôn.

Ni trưởng TN Giới Hương tham dự Hội thảo Elista, ngày 27/09/2025

3.4. Chủ đề thứ ba: Hành hương, Du lịch và Biểu tượng diễn đàn

Chủ đề đã nêu bật tiềm năng phát triển du lịch hành hương, ý nghĩa biểu tượng của logo, vai trò của Phật giáo như một động lực cho lòng từ bi.

Phát triển Du lịch: Hành hương và du lịch được công nhận là một lĩnh vực đang phát triển, không chỉ giúp đào sâu hiểu biết tâm linh mà còn thúc đẩy kinh tế địa phương.

Logo Diễn đàn: Logo của diễn đàn—hình ảnh một Đức Phật ngồi thiền trên hoa sen với những rễ cây lấy cảm hứng từ công nghệ—tượng trưng cho khả năng thích ứng và sự trường tồn của Phật giáo trong thời đại kỹ thuật số.

Nhìn chung, các phiên họp và diễn đàn đã khẳng định Phật giáo là một động lực mạnh mẽ cho lòng từ bi, sự đoàn kết và khả năng phục hồi trong thế giới hiện đại.

Các Đại biểu và Học giả nổi tiếng

Nhiều Lạt ma lỗi lạc và học giả có liên hệ lâu năm với Liên đoàn Phật giáo Quốc tế (IBC) đã tham gia và trình bày tại hội nghị, bao gồm:

Các Nhà sư Lỗi lạc

Sayadaw Ashin Nyanissara: Sangha Raja của Dòng Phật giáo Shwekyin (Myanmar).

Khenpo Ugen Namgyel: Phó Chủ tịch IBC từ Bhutan.

Lạt ma Geshe Yonten: Đến từ Nga.

Các Học giả Liên kết với IBC

Baatr Kitinov: Nghiên cứu viên hàng đầu, Phân khoa Lịch sử Phương Đông, Viện Nghiên cứu Phương Đông.

Giáo sư Ranjana Mukhopadhyaya: Giáo sư Cao cấp, Đại học Delhi, chuyên gia nghiên cứu Viễn Đông.

Sasaki Ricardo: Giảng viên, Giám đốc Tâm linh Trung tâm Nghiên cứu Phật giáo Nalanda.

Chandan Kumar: Phó Giáo sư, Khoa Lịch sử, Đại học Delhi, chuyên gia về Nghiên cứu Phật giáo và Quan hệ Quốc tế.

Các nhân vật này thường xuyên tham gia các sự kiện Phật giáo lớn do IBC và Bộ Văn hóa, Chính phủ Ấn Độ tổ chức.

3.5. Chủ đề: Triển vọng và thực hành Y học Truyền thống của các nước Phật giáo

Buổi thảo luận này tập trung vào các khía cạnh sau:

Bảo tồn và phát triển: Trao đổi về các phương pháp bảo tồn và phát triển y học truyền thống, đặc biệt là y học Tây Tạng, trong bối cảnh hiện đại.

Hợp tác quốc tế: Thúc đẩy hợp tác giữa các trường đại học và tổ chức nghiên cứu để nghiên cứu chung về các hệ thống y học khác nhau (ví dụ: Ayurveda của Ấn Độ và y học truyền thống Kalmyk).

Tích hợp y học: Bàn luận về cách tích hợp y học cổ truyền vào hệ thống chăm sóc sức khỏe hiện đại và công cộng.

Nghiên cứu khoa học: Chia sẻ các nghiên cứu và bằng

chứng khoa học mới nhất hỗ trợ tính hiệu quả của các phương pháp điều trị truyền thống.

Từ phải: Dr. E.S.Dzhirgalova, Ni trưởng TN Giới Hương, Trợ trý của đức Phó Tăng thông và G.Elena tham dự Hội thảo Elista, ngày 27/09/2025

3.6. Chủ đề: Phật giáo và Công nghệ Đổi mới

Liên đoàn Phật giáo Quốc tế (IBC) đã giới thiệu một ứng dụng công nghệ đổi mới và tầm nhìn tương lai đáng chú ý tại sự kiện:

Chatbot AI Norbu: IBC đã tổ chức buổi trình diễn về **Norbu - Kalyana Mitta** (Người bạn tâm linh), một chatbot trí tuệ nhân tạo (AI) có khả năng cung cấp sự hiểu biết toàn diện về Phật pháp bằng tiếng Nga. IBC là nhà bảo trợ toàn cầu cho công nghệ ảo này, cho thấy sự giao thoa giữa truyền thống Phật giáo cổ xưa và công nghệ hiện đại.

Diễn đàn cũng mang một hơi thở hiện đại với các sáng kiến công nghệ và phát triển cơ sở hạ tầng:

Phát triển Hạ tầng: Tận dụng cơ hội này, chính quyền địa phương đã ký 48 hợp đồng cải tạo thành phố, xây dựng một ngôi chùa (khurul) mới ở làng Ketchenery và khởi công xây dựng Công viên Phật đà (Buddha Park) rộng 30 ha.

4. Hoạt động Tâm linh và Văn hóa Sâu sắc

Elista trở nên sống động với các hoạt động tôn giáo và văn hóa thu hút sự tham gia đông đảo của công chúng:

Triển lãm Xá lợi Phật: Một trong những điểm nhấn quan trọng nhất là việc trưng bày **Thánh tích Xá lợi Phật** linh thiêng từ Bảo tàng Quốc gia Ấn Độ, lần đầu tiên được đưa đến Nga.

Mạn-dà-la cát Drepung Gomang: Một phái đoàn các Lạt ma từ Tu viện Drepung Gomang (Ấn Độ) đã đến và dành sáu ngày miệt mài tạo ra một mạn-dà-la cát màu sắc của Bồ Tát Quán Thế Âm.

Triển lãm Nghệ thuật: Khách tham dự được chiêm ngưỡng các kiệt tác nghệ thuật Kalmykia từ các bảo tàng hàng đầu ở St. Petersburg.

Chương trình Văn hóa Phong phú: Khách tham dự hội nghị được trải nghiệm nền văn hóa dân tộc Phật giáo thông qua các buổi giảng pháp, nghi lễ và các sự kiện phụ trợ như giải đấu cờ Phật giáo đầu tiên.

Sự kiện Bế mạc: Diễn đàn kết thúc bằng một lễ hội múa hát, ngâm xướng truyền thống của người Kalmyk và võ thuật quốc tế tại sân của Trung tâm Phật giáo Chùa vàng Burkhan Baksin

Altansume tại Elista, Kalmykia.[101]

Trung tâm Phật giáo Chùa vàng Burkhan Baksin Altansume tại Elista, Kalmykia

5. Kết luận

Ban tổ chức nhấn mạnh rằng mục tiêu cốt lõi của Hội nghị Phật giáo Quốc tế lần thứ III với chủ đề **"Thế giới Phật giáo trong Thiên niên kỷ Mới"** là hình thành một tầm nhìn chung cho sự phát triển của Phật giáo trong thiên niên kỷ mới, đồng thời khẳng định mạnh mẽ rằng Phật giáo là một phần không thể thiếu của văn hóa Liên bang Nga và văn hóa thế giới.[102]

Nội dung chính của diễn đàn tập trung vào việc thảo luận vai

101 Thế giới Phật giáo trong thiên niên kỷ mới, Diễn đàn Phật giáo quốc tế lần thứ ba năm 2025 tại Elista, Kalmykia.(The Buddhist World in the New Millennium, Third International Buddhist Forum 2025 in Elista, Kalmykia). https://sundayguardianlive.com/world/scholars-sangha-members-discuss-buddhism-at-a-forum-in-kalmykia-russia (Last Updated: September 27, 2025)

102 Thế giới Phật giáo trong thiên niên kỷ mới, Diễn đàn Phật giáo quốc tế lần thứ ba năm 2025 tại Elista, Kalmykia.(The Buddhist World in the New Millennium, Third International Buddhist Forum 2025 in Elista, Kalmykia). https://tvbrics.com/en/news/international-forum-in-russia-s-kalmykia-to-discuss-development-of-buddhism-and-tourism/

trò đang phát triển của Phật giáo trong bối cảnh những biến đổi toàn cầu nhanh chóng, nhấn mạnh sự liên quan về mặt tâm linh, xã hội, văn hóa và kinh tế của Phật giáo trong thế giới hiện đại.

Diễn đàn đã quy tụ các nhà lãnh đạo tinh thần, chuyên gia Phật giáo, quan chức chính phủ và nhân vật của công chúng từ khoảng 35 quốc gia.

Hội nghị Phật giáo được tổ chức tại Elista, Kalmykia rất thuận lợi bởi lẽ đây là khu vực duy nhất ở châu Âu mà Phật giáo là tôn giáo chiếm đa số. Elista được mệnh danh là "kinh đô Phật giáo ở châu Âu", khiến nơi đây trở thành một địa điểm mang tính biểu tượng và trung tâm cho các hoạt động Phật giáo.

Những lý do chi tiết bao gồm:

Trung tâm Phật giáo độc đáo: Cộng hòa Kalmykia là chủ thể liên bang duy nhất của Nga và toàn châu Âu có đa số dân chúng theo đạo Phật, với khoảng 47.6% dân số là Phật tử theo khảo sát năm 2012.

Lịch sử và truyền thống lâu đời: Tổ tiên của người Kalmyk là tộc người Oirat đã di cư từ Trung Á đến vùng Hạ Volga vào đầu thế kỷ 17 và giữ gìn bản sắc văn hóa, tôn giáo của mình qua nhiều thăng trầm lịch sử, bao gồm cả giai đoạn bị đàn áp và phục hồi sau đó.

Phục hồi mạnh mẽ: Sau thời kỳ đàn áp tôn giáo dưới chính quyền Xô Viết, Phật giáo tại Kalmykia đã có sự phục hồi mạnh mẽ. Nhiều chùa chiền và tu viện (gọi là "khurul") đã được tái thiết, thu hút sự chú ý của cộng đồng Phật tử quốc tế.

Điểm đến tâm linh quan trọng: Elista sở hữu những ngôi chùa lớn và nổi tiếng, trở thành điểm đến mơ ước của nhiều người để hành hương và trải nghiệm văn hóa Phật giáo, khẳng định vị thế là một trung tâm tâm linh quan trọng.

Mục tiêu thu hút sự chú ý: Việc tổ chức các hội nghị quốc tế tại đây nhằm thu hút sự chú ý của cộng đồng khoa học và Phật tử trong và ngoài nước về các vấn đề bảo tồn và phát huy di sản

Phật giáo, đồng thời thúc đẩy du lịch tâm linh

Nhìn chung, **Diễn đàn Phật giáo Quốc tế lần thứ III** là một sự kiện đa chiều, kết hợp sâu sắc yếu tố tâm linh truyền thống với các mục tiêu phát triển kinh tế, văn hóa và công nghệ hiện đại của Kalmykia và là nơi để các quốc gia và khu vực Phật giáo kết nối, củng cố mối quan hệ văn hóa và nhân đạo.

Dr.E.S.Dzhirgalova (phải), Ni trưởng TN Giới Hương (giữa), và G.Elena (trái) tại cổng Tam quan Chùa vàng Burkhan Baksin Altansume tại Elista, Kalmykia, ngày 25/09/2025

2. NGUỒN THAM KHẢO

TIẾNG ANH

1. Amritananda, B. *Buddhist Activities in Socialist Countries*. Peking: New World Press, 1961.
2. Andreyev, Alexandre, and Irina Garri. Buddhism in Buryatia: seventeenth-beginning of the twenty-first century. Dharamsala, India: Library of Tibetan Works and Archives, 2023.
3. Badmatsyrenov, T., et al. "Buddhism in Russia in XX Century & Environmental Policy: Government & Legal Regulation." In *TPACEE-2021*. Ulan-Ude: Buryat State University, n.d.
4. Batchelor, Stephen. *The Awakening of the West: The Encounter of Buddhism and Western Culture*. London: Thorsons; Berkeley: Parallax Press, 1994.
5. Berzin, Alexander. "Buddhism in the Mongol and Turkic Regions of the USSR 1990." *StudyBuddhism.com*, n.d. Accessed December 21, 2025. https://studybuddhism.com/en/advanced-studies/history-culture/buddhism-in-russia/buddhism-in-the-mongol-and-turkic-regions-of-the-ussr-1990
6. Berzin, Alexander, and Andrey Terentyev. "Non-Ethnic Buddhism in the Russian Empire and the USSR." *StudyBuddhism.com*, n.d. https://studybuddhism.com/en/advanced-studies/history-culture/buddhism-in-russia/non-ethnic-buddhism-in-the-russian-empire-and-

the-ussr

7. Berzin, Alexander, and Andrey Terentyev. "The Pre-Soviet History of Buddhism in the Russian Empire." *Study Buddhism.com,* n.d. Accessed December 21, 2025. https://studybuddhism.com/en/advanced-studies/history-culture/buddhism-in-russia/the-pre-soviet-history-of-buddhism-in-the-russian-empire
8. *Buddhists for Peace*. Ulaanbaatar, Mongolia: Asian Buddhists Conference for Peace, May 1988.
9. Chudakova, Tatiana. *Mixing Medicines: Ecologies of Care in Buddhist Siberia.* New York: Fordham University Press, 2021.
10. "Dalai Lama-Blessed Main Buddhist Temple in Russia's Tuva Republic Consecrated." *Tibetan Review*, May 4, 2023. https://www.tibetanreview.net/dalai-lama-blessed-main-buddhist-temple-in-russias-tuva-republic-consecrated/
11. "Faith Beyond Frontiers: The Survival of Buddha Dhamma in Russia." *The Tribune,* September 22, 2025. https://www.tribuneindia.com/news/world/faith-beyond-frontiers-the-survival-of-buddha-dhamma-in-russia/
12. Federation Council of the Federal Assembly of the Russian Federation. "Russia's Federal Constituent Entities." Accessed December 21, 2025. https://council.gov.ru/en/structure/regions/
13. "Five Facts about Russia's Largest Buddhist Monastery (Photos)." *Gateway to Russia,* n.d. https://www.gw2ru.com/travel/2967-russias-largest-buddhist-site
14. "General Information about Tuva." *Tuva Travel,* n.d. https://tuva-travel.com/general-information-about-tuva/
15. Guzeva, Alexandra. "5 Facts about Russia's Largest

Buddhist Monastery (PHOTOS)." *Russia Beyond*, May 24, 2024. https://www.rbth.com/travel/337485-russias-largest-buddhist-site

16. GW2RU.com, n.d. https://www.gw2ru.com/travel/2967-russias-largest-buddhist-site
17. Hanson, Matt. "Tuva to Istanbul: A Brief History of Buddhist Turks From Uighur Roots to Present Day Practice." *Blind Field Journal*, August 18, 2025. https://blindfieldjournal.com/2025/08/18/tuva-to-istanbul-a-brief-history-of-buddhist-turks-from-uighur-roots-to-present-day-practice/
18. "History of the Tuvan People." *Discover Altai*, n.d. https://www.discoveraltai.com/tuvan-people/
19. "How the Buddhist New Year Is Celebrated in Siberia (Photos)." *Gateway to Russia*, n.d. https://www.gw2ru.com/travel/3701-buddhist-new-year-siberia
20. "How Russia Celebrated Buddhist New Year (PHOTOS)." Gateway to Russia, March 3, 2025. https://www.gw2ru.com/arts/231913-russia-buddhist-new-year-2025
21. "How Tuva, Siberia, Russia Celebrated Buddhist New Year (Photos)." Gateway to Russia, n.d. https://www.gw2ru.com/arts/231913-russia-buddhist-new-year-2025
22. "International Forum in Russia's Kalmykia to Discuss Development of Buddhism and Tourism." *TV BRICS*, September 17, 2025. https://tvbrics.com/en/news/international-forum-in-russia-s-kalmykia-to-discuss-development-of-buddhism-and-tourism/
23. Kamalakaran, Ajay. "Major Buddhist Shrines in and around Moscow." *Russia Beyond*, January 9, 2016. https://www.rbth.com/arts/travel/2016/01/09/major-buddhist-shrines-in-and-around-moscow_556121
24. Klasanova, Lyudmila. "Buddhism in Buryatia:

Boudhanath Stupa Replica in Kizhinginsky Datsan." *Buddhistdoor Global*, 2021. https://www.buddhistdoor.net

25. Klasanova, Lyudmila. "New Buddhist Monastery Consecrated in Tuva." *Buddhistdoor Global*, May 3, 2023. https://www.buddhistdoor.net/news/new-buddhist-monastery-consecrated-in-tuva/
26. "Kyzyl." *Encyclopædia Britannica*, last modified December 5, 2025. https://www.britannica.com/place/Kyzyl-Russia
27. "Lamas from All over Buryatia, China and India Will Join Forces to Translate Lama Choydag Badmazhapov's Explanatory Dictionary of the Tibetan Language." *Buddha-Forum.ru*, n.d. https://buddha-forum.ru/tpost/cfthuiifl1-lamas-from-all-over-buryatia-china-and-i
28. Leontyeva, E. *Guide to Buddhism* (in Russian). Moscow: Exmo Publisher, 2013.
29. *The Middle Way: Journal of the Buddhist Society*. Vol. 65, no. 2 (August 1990); vol. 66, nos. 2 (August 1991) and 3 (November 1991). London: The Buddhist Society.
30. Milivojevic, D. "Tolstoy's Views on Buddhism." University of Oklahoma. Accessed December 21, 2025. http://sites.utoronto.ca/tolstoy/vol3/pagespercent2062-75percent20criticismpercent20volumepercent203.pdf
31. Minaev, I. P. *Sketches of Ceylon and India: From the Travel Notes of a Russian*. Chennai: Notion Press, 2020.
32. *New Buddhist Monastery Consecrated in Tuva. Buddhistdoor Global* Website: Buddhistdoor.net, 2023.
33. Ostovskaya, E. A. "Buddhism in St. Petersburg." *Journal of Global Buddhism* (2004). https://zenodo.org/records/1308841.
34. Quijada, Justine Buck. Buddhists, Shamans, and Soviets:

Rituals of History in Post-Soviet Buryatia. Oxford Ritual Studies Series. New York: Oxford University Press, 2019.

35. Rebecchini, D. "Ivan Minaev's Sketches of Celon and India: A Russian Perspective on Nepal." *Prithvi Academy Journal*, 2023. *The Mirror: Newspaper of the International Dzogchen Community*. No. 45. Conway, MA, June-July 1998.
36. "Republic of Kalmykia." *Buddha-Forum.ru*, n.d. https://buddha-forum.ru/Kalmykia/en
37. "Republic of Tuva." *Council.gov.ru*, n.d. http://www.council.gov.ru/en/structure/regions/TY/
38. "Republic of Tyva." Federation Council of the Federal Assembly of the Russian Federation. Accessed December 21, 2025. http://www.council.gov.ru/en/structure/regions/TY/.
39. "Russia's Kalmykia Republic to Host International Buddhist Forum." *Russia's Pivot to Asia*, n.d. https://russiaspivottoasia.com/russias-kalmykia-republic-to-host-international-buddhist-forum/
40. Sabirov, Rustam. "Buddhism in Russia: History and Modernity." *Buddhistdoor Global,* November 4, 2017. https://www.buddhistdoor.net.
41. Shrestha, K. P. I. "P. Minaev's Nepal" (in Nepali). *Nepali Magazine*, 1972.
42. "Scholars, Sangha Members Discuss Buddhism at a Forum in Kalmykia, Russia." *The Sunday Guardian*, September 27, 2025. https://sundayguardianlive.com/world/scholars-sangha-members-discuss-buddhism-at-a-forum-in-kalmykia-russia20250927002844-150877/
43. Singh, Arvind K. "A Historical Study of Advent and Growth of Buddhism in Russia with Focus on Golden

Triangle." Magadh University Bodhgaya, 2021. https://www.researchgate.net/publication/387424314_Buddhism_in_Russia

44. Snelling, John. *Buddhism in Russia: The Story of Agvan Dorzhiev, Lhasa's Emissary to the Tsar.* Shaftesbury, Dorset: Element Books, 1993.

45. Sorokina, Anna. "How the Buddhist New Year Is Celebrated in Siberia (PHOTOS*).*" *Gateway to Russia*, August 18, 2024. https://www.gw2ru.com/travel/3701-buddhist-new-year-siberia.

46. *The Teaching of Buddha.* Russian Edition. N.p., n.d. "The Third International Buddhist Forum in Elista, Kalmykia." *Buddha.forum*, n.d. https://buddha.forum/en/home

47. *The Teaching of Buddha*. Russian edition. Tokyo: Bukkyō Dendō Kyōkai, n.d. https://www.bdkamerica.org/product/the-teaching-of-buddha-russian/

48. Terbish, B. "Kalmyk Identity in Historical Perspective." *Caucasus Survey 11*, no. 1 (2022, 2022). https://brill.com/view/journals/casu/11/1/article-p9_2.xml.

49. Terentyev, Andrey. "Tibetan Buddhism in Altai 2023." *Study Buddhism*, 2023. Accessed December 21, 2025. https://studybuddhism.com.

50. Terentyev, Andrey. "Tibetan Buddhism in Russia." *The Tibet Journal* 21, no. 3 (Autumn 1996): 60-70.

51. "Third International Buddhist Forum." *Buddha.forum*, 2025. https://buddha.forum/en/home

52. "Tibetan Delegation Visits Tuva Republic." *Tibet.net*, n.d. https://tibet.net/tibetan-delegation-visits-tuva-republic/

53. "Tibetan Delegation Visits Tuva Republic." Central Tibetan Administration. Accessed December 21, 2025.

https://tibet.net/tibetan-delegation-visits-tuva-republic/

54. "Ulan-Ude, Republic of Buryatia." *Buddha-Forum.ru*, n.d. https://buddha-forum.ru/buryatia/en.
55. Wangyal, Geshe. *The Door of Liberation: Essential Teachings of the Tibetan Buddhist Tradition*. Boston: Wisdom Publications, 2002.
56. "What Is the Republic of Tuva?" *WorldAtlas.com*, n.d. https://www.worldatlas.com/articles/what-is-the-republic-of-tuva.html
57. Znamenski, Andrei. *Red Shambhala: Magic, Prophecy, and Geopolitics in the Heart of Asia*. Wheaton, IL: Quest Books, 2011.
58. Zorin, A. "Tibetan Studies in Russia: A Brief Historical Account." 2019. https://journals.openedition.org/asr/2498

TIẾNG VIỆT

1. Giáo sư Trần Quang Thuận, Phật giáo Nga, nhà xuất bản Tôn giáo, Hà Nội, 2008.
2. Nguyễn Văn Dũng. Tôn giáo và đời sống chính trị - xã hội ở một số nước trên thế giới. NXB Chính trị quốc gia, Hà Nội 2012.
3. The Tribune, Sự du nhập và phát triển của Phật giáo tại Nga. https://phatsutanvien.vn/su-du-nhap-va-phat-trien-cua-phat-giao-tai-nga/
4. *Phật Giáo tại Nga*, Thích Nguyên Tạng tổng hợp. https://www.tuvienquangduc.com.au/quocte/01pgkhaptg-nga.html
5. Thích Như Điển, *Chùa Việt trên đất Nga*. https://quangduc.com/a59645/chua-viet-tren-dat-nga
6. Hòa thượng T Như Điển, Ni sư Tuệ Đàm Hương, *Lịch*

sử về sự thành lập Chùa Thảo Đường, Moscow. Trang Nhà Quảng Đức. 2016. https://quangduc.com/a61444/lich-su-ve-su-thanh-lap-chua-thao-duong

7. *Hoa Sen*: Số 34, Phật Lịch 2534, Chùa Giác Minh, East Palo Alto, California, Hoa Kỳ.

8. *Phật giáo trong thế kỷ mới*, II, Giao Điểm Xuất bản,1997, California, Hoa Kỳ.

9. Siberian Times, *Tổng thống Putin Viếng thăm Sberia để Đón chào Phật giáo và Lịch sử đạo Phật với Vai trò Quan trọng tại Nga,* biên dịch: Thích Vân Phong. https://quangduc.com/a71578/tong-thong-putin-vieng-tham-sberia-de-don-chao-phat-giao-va-lich-su-dao-phat-voi-vai-tro-quan-trong-tai-nga

10. Ts Nguyễn Văn Dũng, *Khái quát về Phật giáo ở Liên bang Nga.* https://btgcp.gov.vn/nghien-cuu-khoa-hoc-va-trao-doi-y-kien/Khai_quat_ve_Phat_giao_o_Lien_bang_Nga-postmrRXyBPaD6.html

11. Minh Ngọc, *Phật giáo tại Nga.* http://www.buddhismtoday.com/viet/pgtg/nuoc/030-PGtaiNga.htm

12. Nhikolai Shyrempilov. Phật giáo tại Nga: quá khứ và hiện tại. Tạp chí Vlast, 2013, số 4.

13. *The Buddhist Door, Phật giáo Tuva bầu chọn lãnh đạo mới,* Đức Hòa, https://giacngo.vn/phat-giao-tuva-bau-chon-lanh-dao-moi-post53403.html

14. *Triển lãm Xá lợi Phật tại Kalmykia*, Tâm Tuệ tổng hợp/ Báo Giác Ngộ. https://giacngo.vn/tong-thong-putin-cong-dong-phat-giao-nga-dang-gin-giu-can-than-di-san-tinh-than-vo-gia-cua-to-tien-post77565.html

15. Cộng hòa Nhân dân Tuva. https://vi.wikipedia.org/wiki/Cộng_hòa_Nhân_dân_Tuva

16. Sự Du nhập và Phát triển của Phật giáo ở Cộng hòa Liên bang Nga. https://www.phattuvietnam.net/su-du-nhap-

va-phat-trien-cua-phat-giao-o-cong-hoa-lien-bang-nga/

17. *Russia Beyond, Quốc gia Phật giáo duy nhất ở châu Âu, Cộng hòa Kalmykia,* Vân Tuyền, https://phatgiaodaklak.org/mobile/quoc-gia-phat-giao-duy-nhat-o-chau-au-cong-hoa-kalmykia.html

18. Elista - Kinh đô phật giáo ở châu Âu. https://vtv.vn/doi-song/elista-kinh-do-phat-giao-o-chau-au-20191025225817322.htm

19. Chùm ảnh: *Khám phá Kalmykia – vùng đất Phật giáo duy nhất của châu Âu.* https://redsvn.net/chum-anh-kalmykia-vung-dat-phat-giao-duy-nhat-cua-chau-au/

20. IBC, *Hàng vạn Phật tử Nga chiêm bái Xá lợi Đức Phật tại Kalmykia – Dấu ấn tâm linh từ Ấn Độ,* Nguyễn Thị Thái Hà, https://phatsuonline.vn/hang-van-phat-tu-nga-chiem-bai-xa-loi-duc-phat-tai-kalmykia-dau-an-tam-linh-tu-an-do-15

21. Lê Công Hội|, *Kalmykia - một góc Trung Á ở châu Âu.* https://hanoimoi.vn/kalmykia-mot-goc-trung-a-o-chau-au-488791.html

22. Ostrovskaya E.A. – Phật giáo Nga// Tuyển tập Phật giáo tại Nga: Lịch sử và hiện đại, Saint Petersburgs 2009.

23. *Khám phá kinh đô Phật giáo giữa lòng châu Âu.* Nguồn: toquoc.gov.vn. https://phatgiaodaklak.org/van-hoa/danh-lam-kien-truc/kham-pha-kinh-do-phat-giao-giua-long-chau-au.html

24. *The Buddhist Door, Tam giác vàng Phật giáo ở Liên bang Nga,* Đức Hòa tổng hợp. https://giacngo.vn/tam-giac-vang-phat-giao-o-lien-bang-nga-post50382.html

25. Kalmykia. https://vi.wikipedia.org/wiki/Kalmykia

26. Kalmykia - Xứ sở Phật giáo "độc nhất vô nhị" châu Âu. https://kienthuc.net.vn/xu-so-phat-giao-doc-nhat-vo-nhi-chau-au-post123468.html

27. Dr. Velvl Chernin, *Phật tử Nga và cuộc chiến ở Ukraine*, Việt dịch: Thích Vân Phong. Nguồn: The Begin–Sadat Center for Strategic Studies (BESA Center). https://tapchinghiencuuphathoc.vn/phat-tu-nga-va-cuoc-chien-o-ukraine.html

28. Trung tâm phật giáo nước nga tại thành phố Ulan – Ude. http://donghuonggroup.ru/vi/tin-tuc-va-su-kien.nd4/trung-tam-phat-giao-nuoc-nga-tai-thanh-pho-ulan

29. *Phật giáo Nga, Đức tin vượt biên giới: Sự tồn tại của Phật pháp ở Nga* https://www.aninews.in/

30. *Khám phá miền đất Phật ở Liên bang Nga,* Nhật Linh - khắc Long (Phóng viên THVN tại LB Nga), 24/09/2023. https://vtv.vn/the-gioi/kham-pha-mien-dat-phat-o-lien-bang-nga-20230924122030022.htm

31. Hội nghị thượng đỉnh Phật giáo toàn cầu giúp lan tỏa tinh hoa Phật giáo ra thế giới. https://vtv.vn/the-gioi/hoi-nghi-thuong-dinh-phat-giao-toan-cau-giup-lan-toa-tinh-hoa-phat-giao-ra-the-gioi-20230424182307096.htm

32. TS. Evgenii Vlasov, *Phật giáo tại Liên Bang Nga.* https://tnti.vnu.edu.vn/phat-giao-tai-lien-bang-nga/

33. Các Tổ Chức Phật Giáo Góp Phần Duy Trì Hòa Bình, Hòa Hợp Và Hiểu Biết Lẫn Nhau. https://vov.gov.vn/cac-to-chuc-phat-giao-gop-phan-duy-tri-hoa-binh-hoa-hop-va-hieu-biet-lan-nhau-dtnew-990521

34. The Buddhist Door, Đăng Minh, *Ni viện Phật giáo duy nhất tại Liên bang Nga.* https://www.phatgiaodongnai.org/ni-vien-phat-giao-duy-nhat-tai-lien-bang-nga.html

35. Nataly Teplitsky, *Nhục thân bất hoại của vị Lạt ma Phật Giáo người Nga tại Buryatia.* https://www.epochtimesviet.com/nhuc-than-bat-hoai-cua-vi-lat-ma-phat-giao-nguoi-nga_189005.html

36. *Elista - Kinh đô phật giáo ở châu Âu*, PV Thường

trú Đài THVN tại Nga. https://vtv.vn/the-gioi/nga-lan-dau-tien-to-chuc-dien-dan-phat-giao-quoc-te-20230819165508443.htm

37. Sáu Ngôi Chùa Đẹp Khó Lòng Bỏ Qua Ở Nga. https://chuabuuda.org/vn/6-ngoi-chua-dep-kho-long-bo-qua-o-nga.html
38. Một cao Tăng của Phật giáo Nga sau 80 năm viên tịch vẫn như còn sống. https://giacngo.vn/mot-cao-tang-cua-phat-giao-nga- sau-80-nam-vien-tich-van-nhu-con-song-post6903.html
39. Thứ trưởng Vũ Chiến Thắng giới thiệu về Phật giáo Việt Nam tại Diễn đàn Phật giáo Quốc tế lần thứ 2. https://giacngo.vn/thu-truong-vu-chien-thang-gioi-thieu-ve-phat-giao-viet-nam-tai-dien-dan-phat-giao-quoc-te-lan-thu-2-post72805.html. https://moha.gov.vn/tintuc/Pages/lists.aspx?ItemID=56301
40. *Ulan Ude.* https://vi.wikivoyage.org/wiki/Ulan_Ude
41. *Mười ngày văn hóa Phật giáo ở St Petersburg*, vietnamese.ruvr.ru. https://www.daophatngaynay.com/vn/tin-tuc/quoc-te/7766-Muoi-ngay-van-hoa-Phat-giao-o-St-Petersburg.html
42. Thúc đẩy du lịch tâm linh Việt Nam - Cộng hoà Kalmykia, Liên bang Nga. https://bvhttdl.gov.vn/thuc-day-du-lich-tam-linh-viet-nam-cong-hoa-kalmykia-lien-bang-nga-20250205090634691.htm
43. Rustam Tagirovich Sabirov – Phật giáo Nga và Mông Cổ đầu thế kỷ XXI, Viện nhân văn Kalmyk, 2017, số 31.
44. *Tuva "Thubten Shedrub Ling", Tu viện Phật giáo lớn nhất ở Nga.* https://kevesko.vn/20230428/22707880.html
45. Huỳnh Văn Úc, *Đạo Phật ở Nước Nga.* https://www.vanchuongviet.org/index.

php?comp=tacpham&action=detail&id=19026

46. Gunzechoinei Datsan ở Saint Petersburg, Nga. https://vi.wikipedia.org/wiki/Datsan_Gunzechoinei
47. Nga: Kỷ niệm 100 năm thành lập tu viện ở St.Petersburg. https://phatgiao.org.vn/nga-ky-niem-100-nam-thanh-lap-tu-vien-o-stpetersburg-d19788.html
48. Những bước chuyển đổi quan điểm của nhà nước Liên Xô đối với Phật giáo Liên Xô. http://hoangphap.info/Page.aspx?ArticleID=2792&SubID=3&ID=1
49. Đặng Tú, *Trung tâm lịch sử Saint Petersburg và các nhóm di tích liên quan, Nga.* http://bmktcn.com/index.php?option=com_content&task=view&id=10129&Itemid=153
50. Một thoáng Saint Petersburg, thủ đô văn hóa của nước Nga. https://special.vietnamplus.vn/2021/10/14/visiting-saint-petersburg/
51. Russia Beyond The Headlines, *Có những "ngôi chùa" trong tâm người dân Moscow, LB Nga*, biên dịch: Thích Vân Phong. https://tapchinghiencuuphathoc.vn/co-nhung-ngoi-chua-trong-tam-nguoi-dan-moscow-lb-nga.html
52. Phương Mai, *Niệm Phật đường Mátxcơva: Từ ước mơ tới hiện thực.* https://tienphong.vn/niem-phat-duong-matxcova-tu-uoc-mo-toi-hien-thuc-post706564.tpo
53. Niệm Phật Đường Moscow - 10 năm song hành cùng người Việt tại Nga. https://vov.vn/nguoi-viet/niem-phat-duong-moscow-10-nam-song-hanh-cung-nguoi-viet-tai-nga-post1116716.vov
54. Viện nghiên cứu xã hội Nga, tháng 3/2010 http://wciom.ru/index.php?id=268&uid=13365
55. Berita Bhagavant, *Hai Quốc gia Chủ thể liên bang của Nga Chủ yếu theo Đạo Phật*, biên dịch: Thích Vân Phong

56. World Religion News, *Sự đa dạng của Tôn giáo tại Nga trong đó có Phật giáo*, Thích Vân Phong. https://www.daophatngaynay.com/vn/en/tin-tuc/quoc-te/18983-su-da-dang-cua-ton-giao-tai-nga-trong-do-co-phat-giao.html

57. Russia Beyond, *Cộng hòa Kalmykia, quốc gia Phật giáo duy nhất ở Châu Âu,* biên dịch: Vân Tuyền. https://phatgiao.org.vn/cong-hoa-kalmykia-quoc-gia-phat-giao-duy-nhat-o-chau-au-d30037.html

58. Pubaev R.E., Sanziev G.L. 250 năm Phật giáo tại Buryat và Nga, Tài liệu Hội thảo ngày 16-17/7/1991, Ulan-Ude 1991.

59. *Văn hóa Nga.* https://vi.wikipedia.org/wiki/Van_hoa_Nga

60. Minh Thạnh, *Quan điểm của người Nga về Phật giáo.* https://www.phattuvietnam.net/quan-diem-cua-nguoi-nga-ve-phat-giao/

61. Phật giáo trong cộng đồng người Việt tại LB Nga. https://vovworld.vn/vi-VN/nguoi-viet-muon-phuong/phat-giao-trong-cong-dong-nguoi-viet-tai-lb-nga-704777.vov

62. Moscow ở đâu? – Thủ Đô của Nga Có gì Nổi tiếng? https://toidi.net/diem-den-nuoc-ngoai/thanh-pho-moscow-o-dau-la-gi-co-gi-noi-tieng.html

63. Minh Thạnh, *Chính Sách "Tôn Giáo Truyền Thống" Nga Và Những Kinh Nghiệm Có Thể Tham Khảo.* https://giacngo.vn/chinh-sach-ton-giao-truyen-thong-nga-va-nhung-kinh-nghiem-co-the-tham-khao-post14928.html

64. Ylarion Alfeev, Oleg Koryto, Valentin Vasechko, Lịch sử tôn giáo, 2016.

65. Thái Đại Nhã, Epoch Times Hoa ngữ, *Tìm lại kho tàng văn hóa nghệ thuật trên đất nước Nga*, biên dịch: Xuân

Hoàng. https://www.epochtimesviet.com/tim-lai-kho-tang-van-hoa-nghe-thuat-tren-dat-nuoc-nga_308028.html

66. Nguyễn Đức Kha, *Kinh nghiệm của Liên bang Nga trong ứng phó với các thách thức an ninh phi truyền thống vùng dân tộc thiểu số.* https://www.tapchicongsan.org.vn/web/guest/the-gioi-van-de-su-kien/-/2018/819649/kinh-nghiem-cua-lien-bang-nga-trong-ung-pho--voi-cac-thach-thuc-an-ninh-phi-truyen-thong-vung-dan-toc-thieu-so.aspx

BAO ANH LAC BOOKSHELF

Revised by Dr. Bhikṣuṇī TN Giới Hương

1.1. The Vietnamese Books

1. *Bồ-tát và Tánh Không Trong Kinh Tạng Pali và* Đại *Thừa* (Bodhisattva and Sunyata in the Early and Developed Buddhist Traditions)
2. *Ban Mai Xứ Ấn* (the Dawn in India) - *Tuyển tập các Tiểu Luận Phật Giáo* (Collection of Buddhist Essays), (3 tập)
3. *Sārnātha - Vườn Nai – Chiếc Nôi Phật Giáo* (Sārnātha - Deer Park–the Cradle of Buddhism)
4. *Quy Y Tam Bảo và Năm Giới* (Take Refuge in Three Gems and Keep the Five Precepts)
5. *Vòng Luân Hồi* (The Cycle of Life)
6. *Hoa Tuyết Milwaukee* (Snowflake in Milwaukee)
7. *Luân Hồi trong Lăng Kính Lăng Nghiêm* (Rebirth in Śūrangama Sūtra)
8. *Nghi Thức Hộ Niệm, Cầu Siêu* (The Ritual for the Deceased)
9. *Quan* Âm *Quảng Trần* (The Commentary of Avalokiteśvara Bodhisattva)
10. *Nữ Tu và Tù Nhân Hoa Kỳ* (A Nun and American Inmates)
11. *Nếp Sống Tỉnh Thức của Đức Đạt Lai Lạt Ma Thứ XIV* (The Awakened Mind of the 14th Dalai Lama)

12. *A-Hàm: Mưa pháp chuyển hóa phiền não* (*Agama – A Dharma Rain Transforms the Defilement*), 2 tập
13. *Góp Từng Hạt Nắng Perris* (Collection of Sunlight in Perris).
14. *Pháp Ngữ của Kinh Kim Cang* (Key Words of Vajracchedikā-Prajñāpāramitā-Sūtra)
15. *Tập Thơ Nhạc Nắng Lăng Nghiêm* (Songs and Poems of Śūraṅgama Sunlight)
16. *Nét Bút Bên Song Cửa* (Reflections at the Temple Window)
17. *Máy Nghe MP3 Hương Sen* (Hương Sen Digital Mp3 Radio Speaker): Các Bài Giảng, Sách, Bài viết và Thơ Nhạc của Thích Nữ Giới Hương (383/201 bài); Lectures, Books, Articles and Poems by Ven. Gioi Huong (383/201 songs)
18. *DVD Giới Thiệu về Chùa* Hương Sen, USA (Introduction to Huong Sen Temple)
19. *Ni Giới Việt Nam Hoằng Pháp tại Hoa Kỳ* (Sharing the Dharma - Vietnamese Buddhist Nuns in the United States)
20. *Tuyển Tập 40 Năm Tu Học & Hoằng Pháp của Ni sư Giới* Hương (Forty Years in the Dharma: A Life of Study and Service—Venerable Bhikkhuni Giới Hương), Thích Nữ Viên Quang, TN Viên Nhuận, TN Viên Tiến, and TN Viên Khuông
21. *Tập Thơ Nhạc Lối Về Sen Nở* (*Songs and Poems of Lotus Blooming on the Way)*
22. *Nghi Thức* Công Phu *Khuya – Thần Chú Thủ Lăng Nghiêm* (Śūraṅgama Mantra)
23. *Nghi Thức Cầu An – Kinh Phổ* Môn (The Universal Door Sūtra)
24. *Nghi Thức Cầu An – Kinh Dược Sư* (The Medicine Buddha Sūtra)
25. *Nghi Thức Sám Hối Hồng Danh* (Ritual of Repentance and Invocation of Sacred Names)

26. *Nghi Thức Công Phu Chiều – Mông* Sơn *Thí Thực* (The Evening Chanting Ritual – Offering Food to Hungry Ghosts)
27. *Khóa Tịnh* Độ – *Kinh A Di* Đà (The Amitabha Buddha Sūtra).
28. *Nghi Thức Cúng Linh và Cầu Siêu* (Ritual of Offering to the Spirits and Praying for the Deceased)
29. *Nghi Lễ Hàng Ngày - 50 Kinh Tụng và các Lễ Vía trong Năm* (Daily Chanting Rituals and Annual Ceremonies)
30. *Hương* Đạo *Trong* Đời *2022* (Tuyển tập 60 Bài Thi trong Cuộc Thi Viết Văn Ứng Dụng Phật Pháp 2022, The Path of Life 2022 (*Collection of Sixty Essays from the 2022 Applied Buddhist Philosophy Writing Contest)*
31. *Hương Pháp 2022* (Tuyển Tập Các Bài Thi Trúng Giải Cuộc Thi Viết Văn Ứng Dụng Phật Pháp 2022 (Collection of Winning Entries from the 2022 Applied Buddhist Essay Writing Contest)
32. *Giới* Hương - *Thơm Ngược Gió Ngàn* (Giới Hương – The Virtue Fragrance Against the Thousand Winds), Nguyên Hà
33. *Pháp Ngữ Kinh Hoa Nghiêm* (Dharma Teachings of the Avatamsaka Sutra (Buddhaavatamsaka-nāma mahāvaipulya-sūtra) (2 volumes)
34. *Tinh Hoa Kinh Hoa Nghiêm (The Essence of the Avatamsaka Sutra*)
35. *Phật Giáo – Tầm Nhìn Lịch Sử Và Thực Hành* (*Buddhism: A Historical and Practical Vision*). Hiệu đính: Thích Hạnh Chánh và Thích Nữ Giới Hương
36. *Nhật ký Hành Thiền Vipassana và Kinh Tứ Niệm Xứ* (Diary: Practicing Vipassana and the Four Foundations of Mindfulness Sutta)
37. *Nghi cúng Giao Thừa* (New Year's Eve Ceremony)
38. *Nghi cúng Rằm Tháng Giêng* (The Ceremony of the First Month's Full Moon)

39. *Nghi thức Lễ Phật* Đản (The Buddha's Birthday Ceremony)
40. *Nghi thức Vu Lan* (The Ullambana Festival or Parent Day)
41. *Lễ Vía Quan Âm (*The Avolokiteshvara Day)
42. *Nghi cúng Thánh Tổ Kiều Đàm Di* (The Death Anniversary of Mahapajapati Gotami)
43. *Nghi thức cúng Tổ và Giác linh Sư trưởng* (The Ancestor Day)
44. *Nghi Lễ Chẩn Tế Mười Hai Loại Cô Hồn* (Offering Food to the Twelve Ghosts)
45. *Kỷ Yếu Lễ Tưởng Niệm Thánh Tổ Kiều Đàm Di tại Chùa Hương Sen năm 2024* (The Yearbook of the Commemoration of Mahapajapati Gotami at Huong Sen Temple in 2024)
46. *Nghi Thức Cầu Siêu Chư Hương Linh Thai Nhi* (Prayer for the Souls of Unborn Babies (Miscarriage, Abortion, Termination, Stillbirth)
47. *Kim Quang Minh Kinh Sám Trai Thiên Khóa Nghi* (The Golden Light Sutra - Heavenly Course)
48. *Phật Giáo và Thánh Tích Sri Lanka* (Buddhism and Holy Buddhist Places in Sri Lanka)
49. *Đấu Tranh Bất Bạo Động Là Nền Tảng Xây Dựng Hòa Bình Toàn Cầu* (Nonviolent Struggle - the Foundation for Building Global Peace)
50. *Vũ Trụ Luận dưới lăng kính Khoa học và Phật Giáo* (Cosmology under the Lens of Science and Buddhism)
51. *COVID-19: Vai trò Phật Giáo trong Việc Chữa Lành* (COVID-19: The Role of Buddhism in Healing)
52. *Đại Dịch Coronavirus trong Thế Kỷ XXI* (Coronavirus Pandemic in the Twenty-First Century)
53. *Đóng góp của Phật Giáo cho Hòa Bình Thế Giới và Hòa Hợp Xã Hội (*Contribution of Buddhism for World Peace & Social Harmony).

54. *Phật Giáo Toàn Cầu - Đặc Biệt Liên Kết Với Sri Lanka* (Global Spread of Buddhism with Special Reference to Sri Lanka)
55. *Phật Giáo Sri Lanka từ Thế Kỷ 19-21* (Buddhism in Sri Lanka during the Period of 19th to Twenty-First Centuries)
56. *Ngày Nhà Giáo Việt Nam 20/11 – Tri Ân Người Khai Trí* (Vietnamese Teachers' Day November 20 - Gratitude to the Master Guiding the knowledge)
57. *Lịch Sử Giáo Dục Phật Giáo ở Sri Lanka: Sự Phục Hồi của Ni Đoàn Tỳ-kheo-ni* (History of Buddhist Education in Sri Lanka: Revival of The Bhikkhuni Sangha)
58. *Sự Tiến Hóa của Vũ Trụ, Con Người và Nghiệp Báo* (The Evolution of the Universe, Humans and Karma)
59. *Vũ Trụ Luận dưới lăng kính Khoa Học và Phật Giáo* (Cosmology through the Lens of Science and Buddhism).
60. *Phật giáo Nga thế kỷ XXI – Cánh cửa Tâm linh*, Thích Nữ Giới Hương, Với lời giới thiệu của Did Khambo Lama Sodnomdorzhiev, Đức Phó Tăng Thống Giáo hội Phật giáo Nga.
61. *Ni giới nước Nga*
62. *Phật Giáo Châu Phi Thế Kỷ XXI*

1.2. The English Books

1. *Bodhisattva and Sunyata in the Early and Developed Buddhist Traditions*
2. *Rebirth Views in the Śūraṅgama Sūtra*
3. *Commentary of Avalokiteśvara Bodhisattva*
4. *Key Words in Vajracchedikā Sūtra*
5. *Sārnātha the Cradle of Buddhism (From an Archeological Perspective)*

6. *Cycle of Life*
7. *Forty Years in the Dharma: A Life of Study and Service—Venerable Bhikkhuni Giới* Hương
8. *Sharing the Dharma-Vietnamese Buddhist Nuns in the United States*
9. *A Buddhist Nun and American Inmates*
10. *Daily Monastic Chanting*
11. *Weekly Buddhist Discourse Chanting*
12. *Practice Meditation and Pure Land*
13. *The Ceremony for Peace*
14. *The Lunch Offering Ritual*
15. *The Ritual Offering Food to Hungry Ghosts*
16. *The Pureland Course of Amitabha Sutra*
17. *The Medicine Buddha Sutra*
18. *The New Year Ceremony*
19. *The Great Parinirvana Ceremony*
20. *The Buddha's Birthday Ceremony*
21. *The Ullambana Festival (Parents' Day)*
22. *The Marriage Ceremony*
23. *The Blessing Ceremony for the Deceased*
24. *The Ceremony Praising Ancestral Masters*
25. *The Enlightened Buddha Ceremony*
26. *The Uposatha Ceremony (Reciting Precepts*)
27. *Buddhism: A Historical and Practical Vision.* Edited by Ven. Dr. Thich Hanh Chanh and Ven. Dr. Bhikṣuṇī TN Gioi Huong
28. *Contribution of Buddhism for World Peace & Social Harmony*. Edited by Ven. Dr. Buddha Priya MahaThero and

Ven. Dr. Bhikṣuṇī TN Gioi Huong

29. *Global Spread of Buddhism with Special Reference to Sri Lanka*. Buddhist Studies Seminar in Kandy University. Edited by Dr. Ven. Kahawatte Siri Sumedha Thero and Dr. Bhikṣuṇī TN Gioi Huong

30. *Buddhism in Sri Lanka During the Period of Nineteen to Twenty-First Centuries*. Buddhist Studies Seminar in Colombo. Edited by Prof. Ven. Medagama Nandawansa and Dr. Bhikṣuṇī TN Gioi Huong

31. *Diary: Practicing Vipassana and the Four Foundations of Mindfulness Sutta*

32. *Prayer for the Souls of Unborn Babies.*

33. *Nonviolent Struggle - the Foundation for Building Global Peace*

34. *History of Buddhist Education in Sri Lanka: Revival of the Bhikkhuni Sangha*

35. *The Essential Teachings of Avataṃsaka Sūtra* (Tinh Hoa Kinh Hoa Nghiêm)

36. *Russian Buddhism in the Twenty-First Century – The Door to Spirituality* (Phật giáo nước Nga thế kỷ XXI – Cánh Cửa Tâm linh)

37. *Buddhism in Africa in the Twenty-First Century* (Phật giáo Châu Phi Thế Kỷ XXI)

38. *Buddhism and Sacred Sites of Sri Lanka.* (Phật giáo và Thánh Tích Tích Lan)

1.3. The Bilingual Books (Vietnamese-English)

1. *Bản Tin Hương Sen: Xuân, Phật Đản, Vu Lan (*Hương Sen Newsletter: Spring, Buddha Birthday and Vu Lan, annual/ Mỗi Năm)

2. *Danh Ngôn Nuôi Dưỡng Nhân Cách* - Good Words Nurture a Good Manner
3. *Văn Hóa Đặc Sắc của Nước Nhật Bản* - Exploring the Unique Culture of Japan
4. *Sống An Lạc dù Đời không Đẹp như Mơ* - Live Peacefully though Life is not Beautiful as a Dream
5. *Hãy Nói Lời Yêu Thương* - Words of Love and Understanding
6. *Văn Hóa Cổ Kim qua Hành Hương Chiêm Bái* - The Ancient and Modern Culture through Pilgrimage and Worship
7. *Nghệ Thuật Biết Sống - Art of Living*
8. *Dharamshala - Hành Hương Vùng Đất Thiêng, Ấn* Độ, Dharamshala - Pilgrimage to the Sacred Land, India
9. *The Great Contribution to World Peace and Social Harmony of Emperor Ashoka and Emperor Trần Nhân Tông* - Sự *Đóng* Góp cho Hòa Bình Thế Giới và An toàn Xã Hội của Hoàng *Đế* A-Dục và Vua Trần Nhân Tông

1.4. Translated Books

1. *Xá Lợi Của Đức Phật* (Relics of the Buddha), Tham Weng Yew
2. *Sen Nở Nơi Chốn Tử Tù* (Lotus in Prison), many authors.
3. *Chùa Việt Nam Hải Ngoại* (Overseas Vietnamese Buddhist Temples)
4. *Việt Nam Danh Lam Cổ Tự* (The Famous Ancient Buddhist Temples in Vietnam)
5. *Hương Sen, Thơ và Nhạc* – (Lotus Fragrance, Poem and Music)
6. *Phật Giáo - Một Bậc* Đạo *Sư, Nhiều Truyền Thống* (Buddhism: One Teacher – Many Traditions), Đức Đạt Lai Lạt Ma 14th & Ni Sư Thubten Chodren

7. *Cách Chuẩn Bị Chết và Giúp Người Sắp Chết - Quan Điểm Phật Giáo* (Preparing for Death and Helping the Dying – A Buddhist Perspective)

2. Buddhist Music Albums From Poems of Thích Nữ Giới Hương

1. *Đào Xuân Lộng Ý Kinh* (The Buddha's Teachings Reflected in Cherry Flowers)
2. *Niềm Tin Tam Bảo* (Trust in the Three Gems)
3. *Trăng Tròn Nghìn Năm Đón Chờ Ai* (The Thousand-Year Full Moon Awaits)
4. *Ánh Trăng Phật Pháp* (Moonlight of Dharma-Buddha)
5. *Bình Minh Tỉnh Thức* (Awakened Mind at the Dawn) (*Piano Variations for Meditation*)
6. *Tiếng Hát Già Lam* (Song from the Temple)
7. *Cảnh Đẹp Chùa Xưa* (The Magnificent, Ancient Buddhist Temple)
8. *Karaoke Hoa Ưu Đàm Đã Nở* (An Udumbara Flower Is Blooming)
9. *Hương Sen Ca* (Hương Sen's Songs)
10. *Về Chùa Vui Tu* (Happily Go to Temple for Spiritual Practices)
11. *Gọi Nắng Xuân Về* (Call the Spring Sunlight)
12. *Đệ Tử Phật* (Buddhist Disciples)
13. *Hoa Pháp Cú* (Dhammapada Flower)
14. *Vu Lan Báo Hiếu* (Filial Piety in the Vu Lan Season)

Please visit: http://www.huongsentemple.com/index.php/kinh-sach/tu-sach-bao-anh-lac

Về Tác Giả

Ni sư Tiến sĩ TN Giới Hương sinh năm 1963 tại Bình Thuận, Việt Nam. Ni sư xuất gia năm 15 tuổi, là đệ tử của bậc danh ni lỗi lạc – Cố Ni trưởng Hải Triều Âm. Năm 1994, Ni sư tốt nghiệp Cử nhân Văn khoa tại Đại học Sài Gòn.

Ni sư có hơn 15 năm tu học tại Ấn Độ và đã bảo vệ thành công luận án Tiến sĩ Triết học Phật giáo tại Đại học Delhi vào năm 2003.

Sau khi định cư tại Hoa Kỳ vào năm 2005, Ni sư tiếp tục hoàn tất văn bằng Cử nhân Văn chương thứ hai tại Đại học California, Riverside (UCR) vào năm 2015. Hiện nay, là giảng viên tại Học viện Phật giáo Việt Nam tại TP. HCM, Việt Nam và nhiều trung tâm tu học tại Hoa Kỳ.

Với tâm hồn tĩnh lặng và thường trầm ngâm về giáo pháp, Ni sư đã biên soạn, dịch thuật nhiều tác phẩm Phật giáo và sáng tác lời cho các album nhạc được ấn hành qua Tủ sách Bảo Anh Lạc, tính đến tháng 2 năm 2026 là 120 tác phẩm tiếng Việt và

Anh ngữ.[1]

Tháng 4 năm 2010, Ni sư thành lập Chùa Hương Sen tại Perris, California và giữ ngôi vị Trụ trì cho đến nay.

Chùa Hương Sen tọa lạc trên khuôn viên rộng 10 mẫu Anh (4 hecta) thuộc vùng bán sa mạc Nam California. Ngôi chùa đã được Chính phủ Hoa Kỳ chính thức công nhận là tổ chức tôn giáo phi lợi nhuận 501(c)(3) vào tháng 6 năm 2011.

Hiện tại, chùa là nơi tu học của 6 đệ tử xuất gia cùng 3 chú chó nhỏ — Rosie, Bruno và Rudy — cùng chung sống với Ni sư Trụ trì.

1 https://huongsentemple.com/index.php/vn/kinh-sach/tu-sach-bao-anh-lac

www.ingramcontent.com/pod-product-compliance
Lightning Source LLC
LaVergne TN
LVHW060325051026
849517LV00004B/1232
* 9 7 9 8 2 9 5 6 8 9 2 1 5 *